இந்திய அயல்நாட்டு கொள்ளகை

 கு. செந்தில் குமார்
ர. கிருஷ்ணன்
க. நித்திலா

INDIA · SINGAPORE · MALAYSIA

ISBN 979-8-89026-790-0

இன்றைய முயற்சி நாளைய வெற்றி, தொடரட்டும்
முயற்சி பயணம்

- மாணவ சமூகத்திற்கு சமர்ப்பணம்

இந்திய அயல்நாட்டு கொள்கை

முனைவர் கு. செந்தில்குமார்
இணை பேராசிரியர்
அரசியல் மற்றும் பொதுநிர்வாக துறை
அழகப்பா பல்கலைகழகம்
காரைக்குடி

முனைவர் ர. கிருஷ்ணன்
மும்பை

முனைவர் நித்திலாகண்ணன்
கெளரவ பேராசிரியர்
அரசியல்அறிவியல் துறை
அரசு கலை கல்லூரி
சேலம்

பொருளடக்கம்

முகவுரை

நீங்கள் இந்த புத்தகத்தை வாசித்துக் கொண்டிருக்கும் போது இந்தியா மக்கள் தொகையில் (2023) உலக அளவில் முதல் நாடாக பறைசாற்றபட்டிருக்கும். மறுபுறம் யுக்ரேனில் குண்டுகள் பொழிந்து கொண்டிருக்கும். இன்ன காரணம் என்று அறியாமலேயே பல இன்னுயிர்கள், குழந்தைகள், பெண்கள், முதியவர்கள் உட்பட பலர் இறந்திருப்பார்கள். நவநாகரிகத்தின் உச்சகட்டத்தில் இயங்கும் நவீன உலகத்தில் இந்த உயிர் பலிகள் தேவைதானா என்பது வல்லுனர்கள், தலைவர்களின் சிந்தனையோட்டமாக உள்ளது. நாடுகளுக்கு இடையேயான போர்களும், சர்ச்சைகளும், சாபமா அல்லது இன்றியமையாததா என்கிற கேள்விக்கு விடைகள் இல்லை. யுக்ரேன் மட்டுமல்ல ஈராக், சிரியா, காஷ்மீர், பாகிஸ்தான், ஆப்கானிஸ்தான், சீனா, நைஜீரியா போன்ற பல நாடுகளிலும் பகுதிகளிலும் இந்த நிலை நீடிக்கிறது.

மேற்கூறிய இக்கேள்விகளுக்கான விடை ஒவ்வொரு நாட்டின் வெளியுறவு கொள்கை திட்டத்தில் உள்ளது. ஒவ்வொரு நாடும் தனக்கென்று வெளியுறவு கொள்கையை நிர்ணயித்து உலக நாடுகள் இடையே பரஸ்பர அரசியல் மற்றும் பொருளாதார உறவுகளை நிலைப்படுத்தி வருகிறது. இக்கொள்கையானது பெரும்பாலும் பொருளாதார உறவுகளையும், நாட்டின் பாதுகாப்பையும் மையமாகக் கொண்டு உருவாக்கப்படுகிறது. பழமை காலத்தில் நாடு பிடிப்பதும், செல்வங்கள் கொள்ளை அடிக்கப்படுவதுமே மன்னராட்சியில் கொள்கையாக விளங்கியது.

இடைக்காலத்தில் மத ஆதிக்க ரீதியான கொள்கைகள் தலையோங்கின. நடப்பு காலகட்டத்தில் நாடுகளிடையே இனம், மதம், பொருளாதார நிலை, வளர்ச்சி, எல்லை, ஆதிக்கம், தலைமை போன்ற அம்சங்களால் பிரிவினை ஏற்பட்டு பரஸ்பர சந்தேகத்தையும் நம்பிக்கையற்ற தன்மையையும் வெளிப்படுத்துகிறது.

தேசங்கள் உருவான பிறகு காலனியாதிக்கம், ஏகாதிபத்தியம் போன்ற உலகளாவிய விடயங்கள் பொருளாதார வளர்ச்சியை அடிப்படையாகக் கொண்டு பல நாடுகளின் கலாச்சாரத்தையும் உண்மைத்துவத்தையும் அழித்து அடிமைகளாய் வதைத்தன. இதன் தொடர்ச்சியாக உலகப்போர்களும், உலக அமைப்புகளும் உருவாகி பின்னே நிலைமை ஓரளவிற்கு கட்டுக்குள் கொண்டு வரப்பட்டுள்ளது. ஆனாலும் கொள்கைத்துவம் ரீதியான சர்ச்சைகளும், சிறு போர்களும் ஆங்காங்கே நடந்து கொண்டுதான் உள்ளன. உலகளவில் இந்தியா இதுவரை எந்த நாட்டின் மீதும் போர் தொடுத்தது இல்லை. இந்தியாவின் மூலமாகவே பங்களாதேஷ் என்கிற நாடு விடுதலை பெற்றதை உலகறியும். மேலும் ஐக்கிய நாட்டு சபையில் உலக அமைதிக்காகவும் பாதுகாப்பிற்காகவும் இந்தியா அயலாது பாடுபட்டுக் கொண்டிருக்கிறது. ஜி 20 மாநாட்டில் இந்தியா தற்போது தலைமை பொறுப்பேற்று ஏனைய நாடுகளை வழிநடத்தும் வாய்ப்பை 2023ல் பெற்றுள்ளது நாம் கண்கூடாக பார்க்கலாம். இலங்கையில் உள்நாட்டு விவகாரம் பிரச்சனை விஸ்வரூபம் எடுத்த போது தன்னுடைய அமைதி காக்கும் படையை அனுப்பி வைத்து அமைதியை நிலைநாட்ட செயல்பட்டது இந்தியா. மேலும் அண்டைய நாடுகளான நேபால், பங்களாதேஷ், மாலத்தீவு, ஸ்ரீலங்கா, பாகிஸ்தான், ஆப்கானிஸ்தான், பூட்டான் போன்றவைகளுடன் எல்லை தொடர்பான சர்ச்சை இருந்தாலும் பொருளாதார உதவிகளை செய்வதற்கு தயங்காமல் அதீதமாகவே வழங்கி உறவுகளை பலப்படுத்தி வருகிறது பாரதம். வேறுபட்ட கலாச்சாரங்கள்

இருப்பினும் இந்தியாவின் பொறுமையும் சகிப்புத்தன்மையும் அதன் அயல் நாட்டு கொள்கையின் உயிர் மூச்சாக விளங்குகிறது. இந்நிலையில் இப்புத்தகம் இந்தியாவின் அயல்நாட்டு கொள்கையையும், உலக நாடுகள் உடனான உறவுகளையும் அலசி ஆராய்ந்து மாணவர்களுக்கு படைக்கப்பட்டுள்ளது. தமிழிலே அயல்நாட்டு கொள்கை தொடர்பான புத்தகங்கள் மிக குறைவாக இருப்பதால் இது ஒரு முயற்சியாக கருதப்பட்டு ஆசிரியர்களால் உருவாக்கப்பட்டுள்ளது. எஸ். இ. டி, என். இ. டி., டிஎன்பிஎஸ்சி, யுபிஎஸ்சி மற்றும் இதர தேர்வுகளுக்கு உறுதுணையாக இருக்கும் என நம்பப்படுகிறது.

முனைவர் கு. செந்தில்குமார்

முனைவர் ர. கிருஷ்ணன்

முனைவர் நித்திலா கண்ணன்

நன்றி

முனைவர் அ. சண்முகம்,
பேராசிரியர் & துறைத்தலைவர் (முன்னாள்), அரசியல்
அறிவியல் துறை, அண்ணாமலை பல்கலைகழகம்.

சக பேராசிரியர்கள்,
அரசியல் & பொது நிர்வாகதுறை, அழகப்பா பல்கலைகழகம்.

சக பேராசிரியர்கள்,
அரசியல் அறிவியல் & பொது நிர்வாக துறை, அண்ணாமலை
பல்கலைகழகம்.

திருமதி. ஆஷா கிருஷ்ணன், ஆகாஷ் கிருஷ்ணன்,
மும்பை

திரு. சி. ம். ரஞ்சித்-நித்திலா, சஷ்வின் மாணிக்,
அஷ்வின் ஆதவன்,
சேலம்

செ. ஹரிஹரன் செ. ஹரிணி ர. அஷ்வின் ரா. நிவேதனா

முன்னுரை

"யாதும் ஊரே யாவரும் கேளிர்" என்று ஓங்கி உரைத்துள்ளார் கணியன் பூங்குன்றனார். இவருடைய காலம் மிக பழமையானதாக இருந்தாலும் அன்னாருடைய கூற்று, இன்றைய காலகட்டத்தில் சர்வதேச கூட்டுறவிற்கு மிகவும் பயன் வாய்ந்ததாக விளங்குகிறது. எண்ணற்ற தத்துவ அறிஞர்கள் மற்றும் ஞானிகள் இந்த உலகையே தங்களுடைய வாழ்விடமாக பாவித்து தங்களுக்கென்று நாடு, மதம், இனம், கூட்டம், போன்ற பிரிவினைகள் அல்லாது நன்னெறி வாழ்க்கையை அனைத்து சமூகத்திற்கும் போதித்து உள்ளார்கள். என்றைக்கு நாடு இனம் மதம் நிறம் ஜாதி பொருளாதார நிலை போன்ற பிரிவினைகள் இல்லாமல் இவ்வுலகம் செயல்படுகிறதோ அப்பொழுதே இவ்வுலகத்தில் நிரந்தர அமைதியும் மகிழ்ச்சியும் நிலைத்து ஓங்கும்.

இவ்வுலகத்தில் ஏறக்குறைய 190 க்கும் மேற்பட்ட நாடுகள் செயல்படுகிறது. ஒவ்வொரு நாட்டிற்கும் அரசியல் முறைமை என்பது அத்தியாவசியமாக உள்ளது. அரசியல் சாசன சட்டத்தை பின்பற்றி அத்துனை நாடுகளும் செயல்பட்டு வருவது அனைவருக்கும் தெரிந்தது. ஒவ்வொரு நாடும் பிற நாடுகளுடன் ஒற்றுமையையும் கூட்டுறவையும் மேம்படுத்த வேண்டும் என்பது முக்கியமான அம்சமாக இருக்கிறது. நாடுகள் நல்லுறவை பேணவில்லை எனில் எதிர்ப்பையும் எதிரிகளையும் சமாளித்து தீர வேண்டும். ஆதிகாலத்தில் நாடுகளை "போலீஸ் அரசுகள்" என்று கூறுவார்கள். அப்போதைய

காலகட்டத்தில் "மக்கள் நலன்" என்பது இரண்டாம் பட்சமாக விளங்கியது. நாட்டினுடைய எல்லைகளை விஸ்தரிப்பு செய்வதற்கும், பொருளாதாரத்தை பெருக்கிக் கொள்வதற்கும் மட்டுமே மன்னராட்சிகள் துடிதுடிப்புடன் செயல்பட்டன. ரோம் மற்றும் கிரேக்க நாடுகளுக்கு இடையே உருவான "∴பெலோபநேஷியன் போரை" உதாரணமாக கூறலாம். இன்னும் பல நாடுகளில் பழமை காலம் தொட்டே போர்கள் என்பது தினசரி உணவைப்போல பயன்படுத்தப்பட்டது. போர் என்பது எதிர்மறையான விடயமாக இருந்தாலும், போரின் மூலமாக ஒரு நாட்டினுடைய கலாச்சாரம், பண்பாடு, மதம், இன்ன பிற சிறப்பு இயல்புகள், பழக்க வழக்கங்கள் பல்வேறு நாடுகளுக்கு பரவி வந்தது ஒரு நல்லியல்பான விஷயமாகும். இன்றும் கீழடி, பூம்புகார், உத்தரமேரூர், போன்ற பல தமிழ்நாட்டு இடங்களில் ரோம், சீனா, எகிப்து போன்ற நாடுகளுடைய சின்னங்கள், பயன்படுத்தப்பட்ட நாணயங்கள் கண்டெடுக்கப்படுகின்றன. தமிழ்நாட்டின் பல்லவ மன்னன் சீனாவின் மன்னனுக்கு போரில் உதவி செய்தது வரலாற்று சாட்சியமாக உள்ளது. இதனாலேயே தற்போதைய பிரதமர் மோடி அவர்களும், சி-சிங்பெங்கும் மகாபலிபுரத்தில் சந்தித்துக் கொண்டு இந்திய-சீன உறவை மேம்படுத்தும் வழிமுறைகளை ஆய்வு செய்தனர். இதுபோல எண்ணற்ற நாடுகளில் உருவாக கூடிய அமைதி உடன்பாடுகளும், போர்களும் பொருளாதார ஒப்பந்தங்களும், அரசியல் நிர்பந்தங்களும், பன்முக கலாச்சாரங்களையும், பழக்க வழக்கங்களையும், அறிமுகப்படுத்தின எனலாம்.

ஒவ்வொரு நாட்டிற்கும் வெளியுறவை மேம்படுத்துவது என்பது அத்தியாவசியமாக உள்ளது. முக்கியமாக அண்டைய நாடுகளுடனும் வல்லரசாக இருக்கக்கூடிய, பொருளாதாரத்திலும் ராணுவத்திலும் மிக சிறந்த முறையிலே மேம்பட்டு நிற்கக்கூடிய நாடுகளுடனும் நல்லுறவை மேம்படுத்துவது என்பது ஒவ்வொரு நாட்டின் முக்கியமான கடமைகளில் ஒன்றாக கருதப்படுகிறது. இதற்காகவே அயல் நாட்டு அமைச்சகம் என்று ஒவ்வொரு

நாட்டிலும் அரசாங்கத்திலே சிறப்பு கவனத்தை அளித்து உருவாக்கியுள்ளார்கள். இந்தியாவிலும் இதுபோல வெளியுறவுத் துறை அமைச்சகம் என்பது செயல்பட்டு வருகிறது. அமெரிக்கா, சீனா, ரஷ்யா, ∴பிரான்ஸ், ஸ்ரீலங்கா, பாகிஸ்தான், துருக்கி போன்ற பல நாடுகளில் இந்தியாவினுடைய தூதரகங்கள் செயல்பட்டு வருகின்றன. அங்கே நம் நாட்டினுடைய பிரதிநிதிகள், தூதுவர்கள் நம் நாட்டுடன் குறிப்பிட்ட நாட்டுக்கு இடையேயான உறவுகளை மேம்படுத்துவதற்காக பிரத்தியோகமாக அவர்கள் செயல்பட்டு வருகின்றார்கள். இதுபோல ஒவ்வொரு நாட்டினுடைய தூதரகங்களும் அனைத்து நாடுகளிலும் செயல்பட்டு வருவது உண்டு.

இந்தியாவினுடைய வரலாறு, பண்பாடு, பாரம்பரியம், அதனுடைய பல குடியாட்சிகள், பல நாடுகளுடன் நல்லுறவை ஏற்படுத்தி வந்தன. உதாரணத்திற்கு நாலந்தா பல்கலைக்கழகத்தில் சீனா, ரோம், எகிப்து, கிரேக்க நாடுகளில் இருந்து மாணவர்கள் இந்தியாவிற்கு வருகை புரிந்து கல்வியறிவு பெற்றது அனைவரும் அறிந்ததே. யுவான் சுவாங், பாஹீன் போன்ற அறிஞர்கள் இந்தியாவிலிருந்து சமஸ்கிருதம் தொடர்பான கட்டுரைகளை சீனாவிற்கு கொண்டு சென்ற பொழுது அங்கே இருந்த சீன அறிஞர்கள் மிகுந்த வரவேற்பை அறிஞர் பெருமக்களுக்கு அளித்தார்கள் என்பது வரலாற்று செய்தி. இதுபோல ராஜராஜ சோழன் இந்தோனேசியா, பிலிப்பைன்ஸ், மலேசியா, சுபத்ரா போன்ற நாடுகளுக்கு சென்று அங்கே தன்னுடைய ஆட்சியை நிறுவியது அனைவரும் தெரிந்து கொள்ளக்கூடிய ஒன்று. இத்தனைக்கும் அயல்நாட்டு சட்டம், ஆட்சி முறைமை, வரைவு என்பது இன்னதென்று தெரியாமல் இருந்த காலகட்டத்தில் ஒரு மா மனிதனுடைய சிந்தனை ஓட்டம் எவ்வளவு பெரியதாக இருந்திருந்தால் சோழன் அவ்வாறு கனவு கண்டிருக்க முடியும் என்பதை சற்று சிந்தித்து பார்க்க வேண்டும்.

இந்தியாவில் இருக்கக்கூடிய 500க்கும் மேற்பட்ட சிறு குடிஆட்சிகளின் ஒரு சில ஆட்சி மட்டுமே இந்தியாவின்

எல்லையைத் தாண்டி மற்ற நாடுகளிலே தங்களுடைய கொடிகளை நட்டது, மிகவும் கவனத்தில் கொள்ள வேண்டிய விஷயமாகும். இந்தியாவின் பரந்துபட்ட நோக்கம் நல்லியல்பு, நன்னெறி, கூட்டுறவு, பரஸ்பர மரியாதை, சட்ட ஆட்சி, ஜனநாயகம் போன்றவை நம் நாட்டினுடைய திருக்குறள், ராமாயணம், மகாபாரதம், சீவக சிந்தாமணி, குண்டலகேசி, மணிமேகலை போன்ற பல வரலாற்று காவியங்களில் இருந்து நாம் கண்டுணர முடியும். திருக்குறளிலே ஒரு நாடு எவ்வாறு ஆட்சியை அமைக்க வேண்டும், சட்டங்கள் எவ்வாறு மக்களை கட்டுப்படுத்த வேண்டும், அரசினுடைய கோட்டை எவ்வாறு அமைய வேண்டும், நல்லாட்சி, கொடுங்கோல்-ஆட்சி அதனுடைய பண்புகள், இயல்புகள், சுதந்திரம், சமத்துவம், சகோதரத்துவம், பெண் விடுதலை, சம உரிமை போன்ற அத்துனையுமே உள்ளடக்கியதாக காணப்படுகிறது. இதனாலையே நூற்றுக்கும் மேற்பட்ட மொழிகளில் திருக்குறள் மொழிபெயர்க்கப்பட்டது என்று சொன்னால் மிகையாகாது. மேலும் கி. மு நான்காம் நூற்றாண்டிலே சாணக்கியரால் எழுதப்பட்ட "அர்த்த சாஸ்திரம்" என்ற நூல் மிகவும் முக்கியமானதாக கருதப்படுகிறது. ஒரு நாட்டினுடைய அயல் நாட்டுக் கொள்கை எவ்வாறு இருக்க வேண்டும், ஒரு நாடு எந்தெந்த அம்சங்களுக்கு முக்கியத்துவம் அளிக்க வேண்டும் என்பதை அர்த்தசாஸ்திரத்தில் கவுடில்யர் அவர்கள் விரிவாக எடுத்துரைத்துள்ளார். இது மட்டும் அல்லாது நாட்டினுடைய வரி வதூல், மன்னனுடைய நன்னெறி, மக்களுடைய சுதந்திரம், சட்டம், நாடுபிடித்தல், கோட்டையினுடைய பண்புகள் போன்ற அத்தனையுமே 2400 வருடங்களுக்கு முன்பாக சிந்திக்கப்பட்டு எழுதப்பட்டது. உலக தரப்பிலே அனைவரும் ஆச்சரியப்பட வேண்டிய விஷயமாக இருக்கிறது. இதைப் பற்றியே 15ஆம் நூற்றாண்டில் வாழ்ந்திருக்கக் கூடிய மாக்கியவல்லி தன்னுடைய "பிரின்ஸ்" புத்தகத்தில் எழுதியுள்ளார். ஆனால் நாட்டியலை பற்றி கி. மு நூற்றாண்டுகளிலேயே நம் நாட்டினுடைய சாணக்கியர் சிந்தனை ஓட்டமாக, தன்னுடைய படைப்பாக படைத்துள்ளார் என்பது

உலக தரப்பினருக்கு, இந்தியா எந்த நிலையிலும் குறைந்தது இல்லை என்பதை ஓங்கி உரைக்கக் கூடியதாக உள்ளது.

நாம் ஏற்கனவே கூறியுள்ளது போல இந்திய நாட்டினுடைய பலதரப்பட்ட மன்னர் ஆட்சிகள் தங்களுடைய வளத்திலும், நாட்டு எல்லையை விஸ்தரிப்பு செய்வதிலும் மட்டுமே அவர்களுக்கு விருப்பங்களாக இருந்தன. முகலாயர்கள் காலகட்டத்திலே பாபரில் ஆரம்பித்து ஒளரங்கசீப் வரை, இந்தியாவிலே ஆட்சி செய்து கூடுமானவரை பல நாடுகளுடனும் இவர்கள் நல்லுறவை ஏற்படுத்தி வந்தார்கள். ஆனாலும் முகலாயர்களுடைய முக்கியத்துவமானது உள்நாட்டு விவகாரங்களிலே அதிகமாக இருந்தது. இதனுடைய தொடர்ச்சியாக ஆங்கிலேயருடைய ஆட்சி இருந்தது. முதலாம் உலகப்போர், இரண்டாம் உலகப்போர் மற்றும் அதற்கு முன்னதாக பிரான்சுக்கும் இங்கிலாந்துக்கும் நடைபெற்ற பல போர்கள் ஆகியவை இந்திய நாட்டினுடைய கலாச்சாரத்தையும், முன்னேற்றத்தையும், வளர்ச்சியையும் நேர்மறையாகவும் எதிர்மறையாகவும் பாதித்தன எனலாம். ஆனாலும் பிரிட்டிஷ் காலகட்டத்தில் ஜெர்மன், பிரான்ஸ், போர்ச்சுகீஸ், டென்மார்க் போன்ற நாடுகளில் இருந்து மக்களின் வருகையும் கலாச்சார பழக்கங்களும் இந்தியாவினுடைய பன்முக கலாச்சாரத்தை மேம்படுத்தியது.

பிரிட்டிஷ் காலகட்டத்திலே உள்நாட்டு நிர்வாகமானது முகலாயர்கள் செயல்பாட்டை ஒத்திருந்தது. வரி வதூல், மக்கள் நிர்வாகம் போன்றவை ஒருமித்த தன்மையாய் உருவாக்கப்பட்டது. ஆனாலும்முகலாயர்களால் இந்தியாவை ஒன்றுபடுத்த இயலவில்லை. முக்கியமாக தெற்கு நோக்கிய கவனம் குறைவாகவே இருந்தது. ஆனால் பிரிட்டிஷ் நாட்டின் காலனியாதிக்கம் மற்றும் ஏகாதிபத்தியத்தின் மூலமாக இந்தியாவையே ஒன்றினைத்த பெருமை அதற்கு உண்டு. ரயில்வே மற்றும் ஆங்கில கல்வி போன்றவைகள் அறிமுகபடுத்தப்பட்டு மக்கள் பயன்பெறும் வகையில் எளிதாக்கினார்கள். ஆனாலும் மொழி பிரச்சனையை தவிர்ப்பதற்காக மட்டுமே ஆங்கிலேய

அரசு ஆங்கிலத்தில் கல்வி முறையை உட்புகுத்தியது. மேலும் ஒரு இடத்தில் இருந்து மற்றொரு இடத்திற்கு மூலப்பொருட்கள் மற்றும் உருவாக்கப்பட்ட பொருட்களை இடப்பெயர்ச்சி செய்வதற்கு ரயில்வேயானது மிகவும் பயன்பட்டது.

இது தவிர்த்து வெளிநாட்டு கொள்கை என்று பார்க்கின்ற பொழுது முதலாம் உலகப் போர் மற்றும் இரண்டாம் உலகப் போர் போன்ற காலகட்டத்திலே ஆங்கிலேய நாடு எந்த நாட்டை எதிர்க்கிறதோ அதற்கு ஆதரவாக இந்திய ராணுவ வீரர்கள் பயன்படுத்தப்பட்டனர். இந்தியர்களுக்கென்று சொந்த நிலைப்பாடு என்னவென்று கேட்காமலேயே பிரிட்டிஷ் நாட்டின் கொள்கை திட்டம் என்னவோ அதுவே நிறைவேற்றப்பட்டது. சுருக்கமாக கூறப்போனால் இந்தியர்களுக்கென்று சுய முடிவை அளிக்க ஆங்கிலேய அரசு மறுத்தது எனலாம்.

இதற்கிடையிலே இரண்டாம் உலகப்போருக்கு பிறகு ஐக்கிய நாட்டு சபை உருவாக்கப்பட்டது. அமெரிக்கா, ரஷ்யா மற்றும் இங்கிலாந்து போன்ற வல்லரசு நாடுகளுடைய தலைவர்கள் இணைந்து உலக அமைதிக்காகவும், பாதுகாப்பிற்காகவும் உலக அமைப்பை ஏற்படுத்தினார்கள். அதிலும் இந்தியா ஒரு தொடக்க உறுப்பினராக இணைந்து பணியாற்றியது. இது இந்தியா சுதந்திரம் பெறுவதற்கு முன்பாகவே நடத்த பெற்றது எனலாம். இந்தியா சுதந்திரம் அடைந்த பிறகு இந்தியாவுடன் ஆசியா, ஆப்பிரிக்கா, லத்தீன் அமெரிக்கா போன்ற கண்டங்களில் கிட்டத்தட்ட 70 நாடுகள் காலனியாதிக்கத்திலிருந்தும், ஏகாதிபத்தியத்தில் இருந்தும் விடுதலை பெற்றன. இவ்வாறான புதியதாக விடுதலை பெற்ற நாடுகள், பொருளாதாரத்திலும் ஏனைய மற்ற துறைகளிலும் பின்தங்கியே இருந்தன. அமெரிக்காவிற்கும் ரஷ்யாவிற்கும் இடையே நடைபெற்ற பனிப்போரானது உலக நாடுகளை கொள்கைத்துவ வாதத்தின் அடிப்படையில் இரண்டு துருவங்களாக மாற்றியது. காப்பிடலிச கொள்கையை பின்பற்றக்கூடிய நாடுகள் அமெரிக்காவின் தலைமையை ஏற்றுக்கொண்டு ரஷ்யாவை எதிர்த்தன, பாகிஸ்தானும்

இதில் அமெரிக்காவோடு இணைந்தது. ரஷ்யாவின் கம்யூனிச கொள்கைத்துவத்தில் நம்பிக்கை உடைய நாடுகள் ரஷ்யாவின் தலைமையையேற்றுக்கொண்டு கேப்பிட்டலிச கொள்கைத்துவத்தை எதிர்த்து வந்தன. இந்த காலகட்டத்திலே ஜவஹர்லால் நேரு அவர்களின் தலைமையின் கீழ் இருந்த இந்தியா ஒரு சிறந்த நடுநிலைமையான முடிவை டிட்டோ-யுகோஸ்லோவியா மற்றும் நாசர்-எகிப்து போன்ற தலைவர்களுடன் எடுத்தது. நேரு, டிட்டோ, நாசர் ஆகியோரால் புதியதாக உருவாக்கப்பட்ட தனி துருவ இயக்கமே "அணிசேரா இயக்கம்" என்று அழைக்கப்பட்டது. 2023 ல் அயல்நாட்டு கொள்கை வல்லுனர்கள் அலசி கொண்டிருக்கும் "மூலோபாய சுயாட்சி" என்கிற கருத்து, 1950 களிலேயே கொள்கையாக பின்பற்றப்பட்டு வந்துள்ளதை நாம் கண்கூடாக பார்க்கலாம். இந்த இயக்கத்தில் உள்ள உறுப்பினர்-நாடுகள், அமெரிக்காவையும் ரஷ்யாவையும் பகைத்துக் கொள்ள விரும்பவில்லை. அதே சமயத்தில் அமெரிக்காவிற்கோ ரஷ்யாவிற்கோ ஆதரவும் தெரிவிக்கவில்லை. மாறாக புதிதாக விடுதலை பெற்ற அனைத்து மூன்றாம் உலக நாடுகளும் இந்த இரண்டு வல்லரசு நாடுகளுடைய கொள்கைத்துவ பனிப்போரிலே கலக்காமல் தனித்து நிற்பது என்று முடிவு எடுக்கப்பட்டது. இவ்வாறு இந்த அணிசேரா இயக்கம் உருவாக்கப்படவில்லை எனில், மூன்றாம் உலகப்போர் நடைபெற்று இருப்பதற்கு அதீத வாய்ப்பு இருக்கிறது என்கிறார்கள் உலக வல்லுநர்கள். ஜவஹர்லால் நேரு அவர்களின் மூலமாக உருவாக்கப்பட்ட இந்த அணிசேரா இயக்கம் நாளையடைவில் பனிப்போர் முடிந்த பிறகு பயனில்லாததாக ஆகிவிட்டது. எனினும் பொருளாதாரம் மற்றும் ஏனைய துறைகளிலே இந்த இயக்கம் பல நாடுகளிடையே நட்புறவை பலப்படுத்தி வருகிறது எனலாம்.

பிரதமர் நேருவின் காலகட்டத்திலே பஞ்சசீல கொள்கைகள் உருவாக்கப்பட்டு இந்தியாவிற்கும் சீனாவிற்கும் நட்புறவை மேம்படுத்தியது. அதோடல்லாமல் ரஷ்யா உடனான நட்புறவும் மேம்படுத்தப்பட்டது. இவ்வாறான புதிய இந்தியா ஜவஹர்லால

நேரு அவர்களின் தலைமையின் கீழே பல அயல்நாட்டு கொள்கை சார்ந்த முடிவுகளை நிலைப்படுத்தியது. பாலஸ்தீனம், அமெரிக்கா, ரஷ்யா, ஆப்கானிஸ்தான், - ஸ்ரீலங்கா, நேபால், பாகிஸ்தான் போன்ற பல நாடுகள் உடனான உறவுகளின் இயல்பை முடிவு செய்தது ஜவஹர்லால் நேரு அவர்கள் தான். இன்றைக்கு எந்த பிரதம அமைச்சராக இருந்தாலும் ஜவஹர்லால் நேருவினுடைய இந்திய வெளிநாட்டு கொள்கையையும் அது சார்ந்த திட்டங்களின் வரைவையும் முதன்முதலில் கண்டிப்பாக படித்துவிட்டு அதன் பிறகு அவர்கள் ஆட்சியை தொடர்வது என்பது ஒரு வழக்கமாக இருந்து வருகிறது. நேருக்கு பின்னர் இந்திரா காந்தி காலகட்டத்திலே பங்களாதேஷ் என்கிற ஒரு நாட்டை உருவாக்கிய தனிப்பெருமை இந்தியாவிற்கு உண்டு. என்னதான் பொருளாதார வளத்திலும் ராணுவ வளர்ச்சியிலும் பின்தங்கிய நிலையில் இந்தியா இருந்தாலும், இந்திரா காந்தியினுடைய அயல்நாட்டு கொள்கையின் மூலமாக இந்தியாவுக்கும் பாகிஸ்தானுக்கும் இடையே நடைபெற்ற போரில் இந்தியா தன பலத்தை நிரூபித்தது. பின்னர் வங்காளதேசம் விடுதலை பெற்றது. இது இந்திரா காந்தியின் தலைமையிலே இந்தியாவிற்கு கிடைத்த பெரும் நற்பெயராகும். அதே சமயத்தில் இந்திரா காந்தியினுடைய ஆட்சி காலத்திலே அணுகுண்டு பரிசோதனையும் நடத்தப்பட்டு இந்தியா ஒரு வல்லரசாக மாறுவதற்கு உண்டான அனைத்து முயற்சிகளும் எடுக்கப்பட்டது.

இந்திரா காந்தியை தொடர்ந்து ராஜீவ் காந்தி காலகட்டத்திலே இந்தியாவுக்கும் உலக நாடுகளுக்கும் இடையேயான உறவுகள் அதிகமாக மேம்படுத்தப்பட்டது. சீனா, ஸ்ரீலங்கா, அமெரிக்கா மற்றும் உலக அமைப்புகள் உடனான உறவுகள் ராஜீவ் காந்தியின் நேர்மறையான கொள்கை திட்டத்தின் மூலமாக வலுபெற்றது. உலக பெருவாரியான தலைவர்களும், ராஜீவ் காந்தியினுடைய தலைமை ஒரு சிறந்த தலைமையாக இந்தியாவில் அமைந்துள்ளது என்பதை நிலைப்படுத்தினார்கள்.

அதற்குப் பின்பாக பிரதம அமைச்சர்களாக வந்திருக்கக்கூடிய நரசிம்மராவ், குஜரால், மன்மோகன் சிங், மோடி இவர்களுடைய ஆட்சிக்கால கட்டத்திலே இந்திய வெளியுறவு கொள்கை ஒரு புதிய உயரத்தை அடைந்தது எனலாம். முக்கியமாக நரசிம்மராவ் காலகட்டத்திலே உலகமயமாக்கல், தாராளமயமாக்கல், சுதந்திரமயமாக்கல் போன்ற கொள்கைகள் இந்தியாவில் நடைமுறைப்படுத்தப்பட்டன. இவ்வாறான நிலையில் தகவல் தொடர்பு மற்றும் உள்கட்டமைப்பு போன்ற துறைகள் அதிக முக்கியத்துவம் அளிக்கப்பட்டு இந்தியாவினுடைய எந்த மூலையில் இருந்தும் பல இடங்களுக்கு செல்வதற்கு ஏதுவாக உருவாக்கப்பட்டது. மேலும் குஜரால் அவர்களுடைய தலைமையிலே "குஜரால் கொள்கை" என்ற அயல் நாட்டுக் கொள்கை வரைவு செய்யப்பட்டு இந்தியாவிற்கும் ஏனைய அண்டைய நாட்டிற்குமான உறவுகள் மேம்படுத்தப்பட்டன. மன்மோகன் சிங் காலகட்டத்திலே பொருளாதார உயர்வுக்கு உண்டான அத்துனை முயற்சிகளும் வல்லுனர்களின் மூலமாக உருவாக்கப்பட்டது. என்னதான் உள் விவகாரங்கள் மூலமாக எதிர்மறை பாதிப்புகள் இருந்தாலும் காந்திய பாதையில் சென்று கொண்டிருக்க கூடிய இந்தியா அனைத்து ஆட்சி காலகட்டத்திலும் தன்னுடைய அமைதி நிலைப்பாட்டை உலக அரங்கிலே நிறுவியது.

இன்று மோடி அவர்கள் பிரதம அமைச்சராக இருக்கக்கூடிய காலகட்டத்திலே பல வெளிநாட்டு கொள்கை திட்டங்கள் மாறி கொண்டிருப்பதை நாம் அறிவோம். முக்கியமாக இந்தியா-அமெரிக்கா, இந்தியா-ரஷ்யா, இந்தியா-சீனா, பாலஸ்தீனம், ஈராக், ஈரான், உலக ஐக்கிய நாட்டு சபை மற்றும் பிராந்திய அமைப்புகள் உடனான கொள்கை திட்டங்கள் மாறிக்கொண்டிருக்கக்கூடிய சூழ்நிலையிலே இருக்கிறது. இந்தியாவை ஒரு வல்லரசாக மாற்றக்கூடிய திட்டமானது உலக அரங்கிலே நிறைவேற்றப்பட்டு கொண்டிருக்கிறது.

அனைத்து தலைமையும் இந்தியாவினுடைய வளர்ச்சி பாதையை ஒவ்வொரு காலகட்டத்திலும் பொருளாதார முன்னேற்றத்திற்காகவும் ராணுவ வளர்ச்சிக்காகவும் அதிகமாக செயல்பட்டன. உள்நாட்டிலே ஜாதி பிரிவினை, மதம் தொடர்பான போராட்டம், இன-வன்முறை, பொருளாதார பிரச்சனைகள், வேலைவாய்ப்பு திண்டாட்டம், எழுத்தறிவு, படிப்பறிவு, சுற்றுச்சூழல், சுகாதாரம், கிராம வளர்ச்சி, பாலியல் வன்முறை, ஆண் பெண் வேற்றுமைகள் போன்ற பலதரப்பட்ட பிரச்சனைகள் இருந்தாலும், இந்தியா 2022லே ஆசிய கண்டத்தில் சீனாவுக்கு சரி நிகராக இருக்கின்றது என்றால் அதற்கு வலுவான அயல்நாட்டு அடித்தள கொள்கை திட்டம் சுட்டிக்காட்டப்படுகிறது.

இந்தியாவிற்கும் அதன் அண்டைய நாடுகளுக்கும் இடையேயான உறவுகளைப் பற்றி பார்வையிடுகிறபோது பாகிஸ்தான், ஆப்கானிஸ்தான், ஸ்ரீலங்கா, நேபால், பங்களாதேஷ், பூட்டான் போன்ற நாடுகள் நட்பு பாராட்டி நல்லுறவை மேம்படுத்தி வருகின்றன. ஆனாலும் ஆசிய கண்டத்திலே சீனாவின் கை ஓங்கி இருப்பதால் இந்தியாவின் அருகே இருக்கக்கூடிய அண்டை நாடுகள் அத்துனையுமே சீனாவின் ஆதிக்கத்தை முற்றிலுமாக ஆதரிக்கின்றன. ஏனெனில் சீனாவினுடைய நிதி உதவியானது இந்தியாவை காட்டிலும் பன்மடங்காக மேற்குறிப்பிட்ட அண்டைய நாடுகளில் இருப்பதால், இந்தியாவால் சரிவர தன்னுடைய கொள்கை திட்டங்களையும் தேவைகளையும் பூர்த்தி செய்ய முடியாததாய் உள்ளது. மேலும் ஸ்ரீலங்கா பாகிஸ்தான் போன்ற நாடுகளுடன், ஏன் பங்காளதேசத்துடனும் எல்லை சார்ந்த பிரச்சினைகள் இருப்பதால், இந்த நாடுகள் சீனாவின் உதவியுடன் தங்களை வலுப்படுத்திக் கொள்ளுகின்றன. பாகிஸ்தானுக்கும் இந்தியாவுக்கும் இடையே காஷ்மீர், அக்சாய் ஸின் போன்ற பல நிலப்பரப்பு தொடர்பான பிரச்சனைகள் இன்னமும் நிலுவையில் இருக்கின்றன. இதே போல ஈழ தமிழர்களின் பிரச்சினைகள் 2018 வரை இருந்தது அனைவருமே அறிந்தது.

ஒரு குறிப்பிட்ட இனத்தையே அழிக்கக்கூடிய அளவிலே இலங்கை அரசாங்கமானது முயற்சிகள் எடுத்து தற்போதைய சூழலில் இப்பிரச்சனைக்கு மனித உரிமை மீறல் அடிப்டையில் ஐக்கிய நாட்டு சபையிலே வழக்கானது நடைபெற்று கொண்டிருக்கிறது. மேலும் ஆப்கானிஸ்தானில் தற்போது தாலிபான்களுடைய ஆட்சி நடைபெறுகிறது.. இதுவும் பெரிய சர்ச்சைக்குரிய விஷயமாகும். பங்களாதேஷில் உள்நாட்டு கட்சிப் பூசல்கள் தலைதூக்கி இருக்கின்றன. நேபாலின் உட்கட்சி பூசல்கள் இந்தியாவிற்கு ஆதரவாகவும் எதிராகவும் செயல்படுவதினால் இந்தியாவினுடைய கொள்கை திட்டமானது ஒவ்வொரு காலகட்டத்திலும் மாறிக்கொண்டே இருக்கிறது. இவை அத்துனை சர்ச்சைகளுக்கும் காரணகர்த்தாவாக பிரிட்டிஷ் ஆட்சியின் "பிரித்து ஆட்சி"செய்யும் பின்னணியே அமைந்துள்ளது.

1947 லே இந்தியாவை எல்லை சார்ந்த நிலப்பரப்புகளாக பிரிக்கின்ற பொழுது சரிவர பிரிக்காத ஒரே காரணத்தினால் இன்று இந்தியா இவ்விதமான பிரச்சனைகளை இன்னமும் சந்தித்து கொண்டு இருக்கிறது. மேலும் சமகாலத்து இந்தியாவில் இருக்கக்கூடிய மதம், ஜாதிகள் பொருளாதார சார்ந்த பிரிவினைகள், இந்தியாவை மிக சிறந்த வல்லரசாக, ஆக விடாமல் தடுக்கக்கூடிய காரணிகளாக விளங்குகின்றன என்று ஆய்வாளர்கள் தெரிவிக்கின்றார்கள்.

இந்தியாவிற்கும் ஏனைய பல வல்லரசு நாடுகளுக்கும் உண்டான உறவுகளை நாம் சற்று ஆய்ந்து பார்க்கின்ற பொழுது நாம் ஏற்கனவே இப்பகுதியில் குறிப்பிட்டுள்ளது போல "அணிசேரா இயக்கம்" என்ற கொள்கையை நம் நாடு தழுவி நிற்கிறது. ஆனாலும் ரஷ்யாவுடனான நட்பு சார்ந்த ஒப்பந்தமானது இன்னமும் செயல்பட்டுக் கொண்டிருக்கின்றது. அமெரிக்காவுடனான அத்துனை கொள்கை திட்டங்களும் வெற்றிகரமாகவே இன்று வரை செயல்படுத்தப்பட்டு வருகிறது.

இன்று வரை அமெரிக்கா இந்தியாவுடனான உறவு முறைகளை பலப்படுத்தி வருகிறது என்றால் அதற்கு ஒரே காரணம் இந்தியா ஜனநாயகத்தை தழுவி நிற்பதே ஆகும். மேலும் ஆசிய கண்டத்திலேயே சீனாவினுடைய கம்யூனிச அரசாங்கமானது தன்னுடைய ஆதிக்க நிலையை பறைசாற்றி வருகிறது. சீனாவினுடைய "ஒரு வழி சாலை"(OBR) என்கிற மாபெரும் திட்டமானது அமெரிக்காவின் ஆதிக்கத்தை சற்று ஆட்டம் காண செய்துள்ளது. இது கிட்டத்தட்ட 60 நாடுகளையும் மூன்று கண்டங்களையும் தொட்டு செல்லக்கூடிய ஒரு கட்டமைப்பு வளர்ச்சியாக இருக்கிறது. சீனாவின் இத்தகைய ஆதிக்க செயல்பாட்டினை எதிர்ப்பதற்கு ஆசிய கண்டத்திலேயே ஒரே துணிச்சல் மிக்க நாடு இந்தியாவாகும்.

அதனாலேயே "குவாட்" அமைப்பு இந்தியாவை உறுப்பினராக சேர்த்துக்கொண்டு சீனாவினுடைய ஆதிக்க நிலையை எவ்வாறு தடுத்து நிறுத்துவது என்பன பற்றிய கொள்கை வரைவுகளும் உருவாக்கப்பட்டு வருகிறது. இந்தியாவின் கொள்கை அமெரிக்கா, ரஷ்யா, பிரான்ஸ், பிரிட்டன் போன்ற நாடுகளோடு மட்டுமல்லாது பல வளர்ந்த நாடுகளுடனும், அமைப்புகளுடனும் நல்லுறவை பேணிக்காக்கின்றன. இயல்பிலேயே இந்தியா ஒரு அமைதியை விரும்பும் நாடாக விளங்குகிறது. இதுவரை இந்தியாவின் வரலாற்றை ஆய்வு செய்து பார்க்கிறபோது, எந்த நாட்டுடனும் தன்னிச்சையாக போரை தொடங்கியதில்லை. பாகிஸ்தானுடன் நான்கு போர்கள் நடைபெற்று இருக்கின்றன. மேலும் இலங்கையில் இனம் தொடர்பான பிரச்சனைகள் எழுந்தபோது இந்தியா தன்னுடைய அமைதி காக்கும் படையை அங்கு அனுப்பித்து அமைதி ஏற்படுத்த முயற்சி செய்தது. என்னதான் ஐக்கிய நாட்டு சபை போன்ற உலக அமைப்பு செயல்பட்டாலும் இந்தியா தன்னிச்சையாகவே செயல்பட்டு இலங்கை நாட்டுக்கு அமைதி திரும்ப வேண்டும் என்ற ஒரு நோக்கத்திற்காக இம்மாதிரியான முயற்சிகளை எடுத்தது. மேலும்

இந்தியாவின் பூகோள அமைப்பானது பல நாடுகள் மற்றும் அரசர்களுடைய ஆக்கிரமிப்பு தன்மையை தடுத்து நிறுத்தியது.

கிரேக்க நாட்டு மன்னன் அலெக்சாண்டர் இந்தியாவின் வட நாட்டு எல்லை வரை தன்னுடைய படைகளுடன் வருகை புரிந்து பின்னர் மேற்கொண்டு போர் பயணத்தை தொடர இயலாமல் தன் நாடு திரும்பிய கதை அனைவரும் அறிவோம். இந்தியாவினுடைய வெளியுறவு கொள்கை பூகோளத்தோடு மட்டும் அல்லாது அதனுடைய கலாச்சார ரீதியாகவும் பாதிக்கப்பட்டிருக்கிறது. இந்தியாவின் கலாச்சாரமானது பன்முக தன்மை கொண்டதாக இருப்பது உலகளவில் மெச்சக்கூடியதாகும். பன்முக கலாச்சாரத்தையும் பண்பாட்டையும், பல்வேறு பழக்க வழக்கங்களையும் உடைய இந்திய நாடானது பல நாடுகளுக்கு ஒரு முன்மாதிரியாகவும் ஒரு நன் நெறியாகவும் விளங்குகிறது என்றால் அதற்கு எந்தவித மாற்றுக் கருத்தும் கிடையாது.

இந்தியாவினுடைய வெளி உறவு கொள்கைகளும், நல்லுறவு மேம்படுத்தலும் கண்டிப்பாக அதனுடைய தலைமையின் மூலமாக நேர்மறையாக பாதிக்கப்பட்டிருக்கிறது எனலாம். இதற்கு ஒரு உதாரணமாக லால் பகதூர் சாஸ்திரி அவர்கள் ரஷ்யாவில் டாஷ்கன்ட் ஒப்பந்தத்தில் கையெழுத்திட சென்ற பொழுது, அந்த நாட்டிலே மரணிக்க நேர்ந்தது. அவருடைய உடலை ரஷ்யாவின் பிரதமரே சுமந்த ஒரு வரலாற்று நிகழ்வானது அனைவரையுமே கண்கலங்க வைத்தது. இதுபோல ஜவஹர்லால் நேருவின் தொழில் சார்ந்த மேம்பாட்டு திட்டங்கள் மற்றும் இன்றைய காலகட்டத்தில் பிரதமர் மோடியினுடைய பல்வேறு அயல்நாட்டு விஜயங்கள் யாவும் இந்தியாவை உலக அரங்கிலே ஒரு வல்லரசு நிலையை அடைவதற்கு உண்டான செயல்பாடுகளாகும்.

இந்தியாவின் வெளியுறவு கொள்கையானது அதனுடைய பொருளாதார நிலையையும் மையப்படுத்தி உள்ளது.

இந்தியாவின் பொருளாதார நிலையானது 143 கோடி மக்களுக்கும் உண்டான அடிப்படை தேவைகளை பூர்த்தி செய்ய இயலாததாக உள்ளது. இதனாலேயே இந்தியா சுதந்திரம் பெற்ற பிறகு எந்த நாட்டையும் பகைத்துக் கொள்ளாமல் அனைத்து நாடுகளுடனும் ஒத்துழைப்பையும், ஒருமைப்பாட்டையும், நல்லுறவையும், மேம்படுத்த வேண்டும் என்ற உயர்ந்த நோக்கத்தோடு செயல்பட்டு வந்தது.

இது மட்டுமல்லாது மக்கள் தொகை அதிகமாக இருப்பதால் நாட்டினுடைய பாதுகாப்பிற்காக ராணுவத்துக்கு உண்டான நிதியை மிகவும் குறைவாகவே ஒதுக்குகிறது. இந்திய அரசாங்கங்கள் இவ்வாறான சூழ்நிலையிலும் அணுகுண்டு பரிசோதனையை இந்திரா காந்தி காலகட்டத்திலும் வாஜ்பாய் காலகட்டத்திலும் நடத்தி காட்டியதை, உலக நாடுகள் அனைத்தும் வியப்புண்டு பார்த்தது. ஏனெனில் இந்தியாவை ஒரு மதம் சார்ந்த, பிரிவினை அதிகமாக உள்ள நாடாகத்தான் உலக நாடுகள் பார்த்தது. ஆனால் இந்தியா அணுகுண்டு பரிசோதனையை செய்ததின் விளைவாகவும், அணு ஆயுத அமைப்பிலே தன்னை ஒரு உறுப்பினராக சேர்த்துக் கொண்டதனாலும் உலகப்பார்வை முற்றிலுமாக மாறியது.

மேலும் அமெரிக்காவின் மூலமாக தொடங்கப்பட்ட சிடிபி டி(CTBT), என் பி டி(NPT) போன்ற ஒப்பந்தங்களில் இந்தியாவை கையெழுத்திட வற்புறுத்திய பொழுது, இந்தியா மறுத்தது. இந்த ஒப்பந்தத்தின் மூலமாக வல்லரசு நாடுகளாக இருக்கக்கூடிய அமெரிக்கா, பிரிட்டன், ரஷ்யா, சீனா, பிரான்ஸ் போன்ற நாடுகள் மட்டுமே அணு ஆயுத சோதனை செய்வதற்கு உரிமை கொண்டதாக இருப்பது தெரியவந்தது. இது பாரபட்சமாக இருக்கிறது என்ற காரணத்தை முன்னிறுத்தி இந்தியா குறிப்பிட்ட ஒப்பந்தத்தில் இன்று வரை கையெழுத்திடவில்லை.

இது தவிர்த்து இந்தியாவினுடைய வெளியுறவு கொள்கை கட்சிகளின் மூலமாகவும் நிர்ணயிக்கப்படுகிறது. காங்கிரஸ்

கட்சி, 1950ல் இருந்து ஆண்டு வந்தாலும் அதனுடைய கொள்கை திட்டங்கள் வேறுபட்டதாக இருந்தது.

இப்போதைய காலகட்டத்திலே பாரதிய ஜனதா கட்சி தலைமையாக இருக்கக்கூடிய மத்திய அரசாங்கம் ஒவ்வொரு வெளியுறவு கொள்கைகளிலும் தன்னுடைய மாற்றங்களை கொண்டு வந்து கொண்டிருக்கிறது. மேலும் பிரதமர் மோடி அவர்களுடைய அயல்நாட்டு பயணம் பெரும் நிதி உதவியை பெற்று தருகிறது.

உலக முறைமையும் இந்தியாவின் வெளியுற கொள்கையை நிர்ணயிக்கக்கூடிய ஒரு மிகச்சிறந்த காரணியாக இருக்கிறது. ஏனெனில் 1940 களிலிருந்து 1990 வரை உலக நாடுகள் காபிடலிச கம்யுனிச போன்ற கொள்கைவாத பிரிவினையின் மூலமாக பிரிந்து இருந்தது. ஆனால் இந்தியா தனக்கு இதை ஒரு சாதகமாக பயன்படுத்தி இருந்திருக்கலாம். இச்சூழ்நிலையில் இரண்டு கொள்கைவாதிகளுடனும் இந்தியா அணி சேராமல், அணிசேரா இயக்கத்தை முன்னிறுத்தி பல வளர்ச்சி அடையாத நாடுகளை உடன் சேர்த்து தனியான ஒரு தலைமையை ஏற்று வழி நடத்தியது.

மேலும் இவ்வுலகத்தில் பன்னாட்டு சட்டம் இருந்தாலும் அனைத்து நாடுகளும் இந்த சட்டத்தை மதிக்கின்றதா என்ற கேள்வியும் எழுகிறது. அமெரிக்காவுடனான சண்டைகளும் சச்சரவுகளும் இன்னமும் சீனா, ரஷ்யா போன்ற நாடுகளுடன் தொடர்ந்தவன்னம் இருக்கின்றன. அரசியல் உறவுகளைக் காட்டிலும் பொருளாதார உறவுகளை மேம்படுத்த வேண்டும் என்பதுதான் இந்திய வெளியுறவு கொள்கையின் முக்கியமான கொள்கை திட்டமாக அமைந்துள்ளது.

இன்றைய இந்தியாவானது ராணுவ திறனிலும் அமைப்பு ரீதியான கட்டுமானத்திலும் ஏனைய வல்லரசுகளை ஒப்பிட்டு நோக்கும் பொழுது பின்னடைவில் உள்ளதை நாம் எவரும் மறுக்க இயலாது.

இந்தியா உடனான ஏனைய மற்ற நாடுகளுடன் இருக்கக்கூடிய உறவுகளை மேம்படுத்துவதற்கு யுக்தி ரீதியான பார்வை மிக அவசியப்படுகிறது. இது இல்லாததாலேயே இந்திய நாடு பல உறவுகளில் தன்னை நிலைநிறுத்தாது ஏனைய சிறிய நாடுகள் முன்னணி வரிசையிலே இருப்பதை அனுமதிக்கிறது. இந்தியா விடுதலை பெற்ற பிறகு முக்கியமான கொள்கையாக தெற்காசியாவில் அயல்நாடுகளின் இருப்பானது முற்றிலுமாக ஒழிய வேண்டும் என்பதை ஆரம்ப காலம் தொட்டே வலியுறுத்தி உள்ளது. இது நேருவின் காலத்தில் இருந்தே ஆரம்பித்தது எனலாம். இந்தியாவை ஒரு மிகச்சிறந்த வல்லரசாக மாற்றும் முயற்சியானது அரிய வகை நாகரிகத்தை அடிப்படையாகக் கொண்டு செயல்படுத்தப்பட்டது. மேலும் முடிவு எடுக்கக்கூடிய தன்மை, பொருளாதார சுய நிர்ணயம் போன்ற பல கொள்கைகள் ரீதியாகவும் இந்தியா பிரத்தியோக நிபுணத்துவத்தை பெற்றிருந்ததை எவரும் மறுக்க இயலாது. இதனாலேயே உலக நாடுகள் இரண்டு துருவமாக கொள்கைத்துவ அடிப்படையில் பிரிகின்ற போது, அணிசேரா இயக்கம் என்கிற மாபெரும் இயக்கத்தை நேரு டிட்டோ நாசர் போன்ற உலக தலைவர்களின் மூலமாக உருவாக்கப்பட்டதை நாம் பார்த்தோம்.

இந்தியா ஆரம்பம் தொட்டே ரஷ்யாவுடனும் அமெரிக்காவுடனும் நல்லுறவை பேணி பாதுகாத்து வந்திருக்கிறது. முக்கியமாக அமெரிக்காவுடனான உறவுகளில் பின்வரும் யுக்தி ரீதியான இலக்குகளை இந்தியா வலியுறுத்தி உள்ளது;

தெற்கு ஆசியாவின் பாதுகாப்பு மற்றும் ஸ்திரத்தன்மை

மத்திய கிழக்கு கொள்கை திட்டம்

உலகளாவிய தீவிரவாத எதிர்ப்பு

பொது பாதுகாப்பு மற்றும் இந்தோ பசிபிக் பிராந்தியம்

ஆகியவைகள் எப்பொழுதும் இந்திய-அமெரிக்கா உறவுகளில் மேம்பட்டு நிற்கிறது. இவ்வாறாக இந்தியா, வல்லரசு

நாடுகளுடன் மட்டும் அல்லாது பல உலக அமைப்புகளிலும் உருவாக்க உறுப்பினராக செயல்பட்டு வந்தது. உலக நாடுகள் அமைப்புகளில், குறிப்பிட்டு சொல்லும் பொழுது ஐக்கிய நாட்டு சபையிலே 1945 இல் இருந்து உருவாக்க உறுப்பினராக இந்தியா செயல்பட்டு வருகிறது. ஐக்கிய நாட்டின் அமைதி காக்கும் படையில் அதிக ராணுவ வீரர்களை பங்களிக்கக்கூடிய நாடாகவும் இந்தியா திறம்பட செயல்பட்டு வருகிறது. 1950 களிலே காலனியல் ஆதிக்கத்திற்கு எதிராக முழக்கமிட்ட நாடுகளில் இந்தியாவும் ஒன்றாகும். இது ஆசிய ஆப்பிரிக்க கண்டங்களில் அதிகமாக இருந்தது. இந்தியா ஐக்கிய நாட்டு சபையின் பாதுகாப்பு சபையிலும் நிரந்தர உறுப்பினருக்காக போராடி வருகிறது. சமகாலத்திலே பல துருவ உலக முறைமையில், எந்த ஒரு நாட்டினுடைய ஆதிக்கமும் உலக நாடுகளின் மீது திணிக்கப்படக்கூடாது என்பதில் இந்தியா தெளிவாக கொள்கை பிடிப்பு கொண்டுள்ளது. மன்ரோ கொள்கைத்துவம், அமெரிக்காவின் மூலம் நிர்வகிக்க பட்டதை இந்தியா எதிர்த்தது பெருமளவில் நினைவிருக்கலாம்.

காந்திய கொள்கையை தழுவி உள்ள இந்தியா தேசிய அடையாளத்தை காந்தியத்தின் மூலமாக வெளிப்படுத்துகிறது. மேலும் இந்தியா அமைதியை விரும்பக்கூடிய நாடாகவும் பன்முக கலாச்சாரத்தை போற்றக்கூடியதாகவும், நாகரிக மதிப்புகளுக்கு முக்கியத்துவம் அளிப்பதாகவும், பூகோள பாதுகாப்பை இயற்கையிலேயே கொண்டிருக்கும் நாடாகவும் சிறந்து விளங்குகிறது.

தூதுவத்தில் நாம் எவ்வாறு முக்கியத்துவம் அளித்திருக்கின்றோம் என்பது புது டெல்லியில் அமைந்திருக்கக் கூடிய சாணக்யா வீதியின் மூலமாக அறியலாம். 2500 வருடங்களுக்கு முன்பாக எழுதப்பட்ட அர்த்த சாஸ்திரத்தில் நாடுகளுக்கு இடையேயான உறவுகளை சாணக்கியர் போதித்து உள்ளார். இதனாலேயே புது டெல்லியில் சாணக்கியருக்கு என்று வீதி பெயரிடப்பட்டு காணப்படுகிறது.

அமெரிக்கா மற்றும் உலக அமைப்புகள் மட்டும் அல்லாது ரஷ்யா பிரான்ஸ் போன்ற நாடுகளுடனும் இந்தியா நல்லுறவை மேம்படுத்தி வருகிறது.

கிழக்கு ஆசியாவில் இந்தியாவினுடைய ஆதிக்கமானது நிலை பெற வேண்டும் என்பதை ராணுவத்திறன் அடிப்படையிலும், பொருளாதார தன்னிறைவை வைத்தும், அமெரிக்கா சீனா மற்றும் அண்டைய நாடுகள் நம்ப வேண்டும் என்பதை இந்தியா தெளிவுபடுத்தியுள்ளது. ஏனெனில்

1948 லே ஹைதராபாத், இந்திய யூனியனில் சேர்த்ததும்,

1961ல் கோவா சேர்க்கப்பட்டதும்,

ஸ்ரீலங்காவில் 1987ல் உள்நாட்டு கலவரங்களிலிருந்து மீட்டு அமைதியை ஏற்படுத்தியதிலும்,

மேலும் பாகிஸ்தான் உடனான நான்கு போர்களில் வெற்றி பெற்றதும் இந்தியாவினுடைய சிறப்பு மேலோங்கி உள்ளது எனலாம். இது மட்டுமல்லாமல் 1971ல் நடைபெற்ற போரிலே இந்தியா நினைத்திருந்தால் வங்காள தேசத்தை தன்னுடைய கட்டுப்பாட்டுக்குள் கொண்டு வந்திருக்க முடியும். ஆனால் வங்காளதேசத்திற்கு விடுதலையை ஏற்படுத்தி கொடுத்து விட்டு அந்த நாட்டிலிருந்து இந்திய ராணுவம் வெளியேறியது. இது நம் நாட்டினுடைய உயர்ந்த அரசியல் கலாச்சாரம் ஆகும்.

இந்திய அயல்நாட்டுக் கொள்கையின் பரிணாம வளர்ச்சி

ஜவஹர்லால் நேரு

இந்தியாவின் அயல் நாட்டுக் கொள்கை பழமை காலத்திலே படைக்கப்பட்ட பல வரலாறுகளில் இருந்து பரிணாம அடிப்படையில் உருவாக்கப்பட்ட ஆவணம் ஆகும். ராமாயணம், மகாபாரதம், அர்த்த சாஸ்திரம், திருக்குறள், தொல்காப்பியம்

போன்ற பல்வேறுபட்ட அறநெறி நூல்களில் இருந்தும் வரலாற்று காப்பியங்களில் இருந்தும் இந்திய நாட்டினுடைய கலாச்சாரம், பண்பாடு, சமூக கட்டமைப்பு, பழக்க வழக்கங்கள், மக்களுடைய அடையாளங்கள் போன்றவை அனைத்தும் அயல் நாட்டுக் கொள்கையிலே பாதிப்பை ஏற்படுத்தி உள்ளது. தேசிய ஒருமைப்பாட்டையும் பாதுகாப்பையும் நிலை நிறுத்துவது இந்திய வெளியுறவுக் கொள்கையின் முக்கியமான சாராம்சமாக கருதப்படுகிறது. பழமைக் காலத்து நாகரீகமாக இருக்கக்கூடிய இந்திய நாகரீகம் அமைதியையும், வளர்ச்சியையும் போற்றி வருகிறது என்பதை அனைவரும் அறிவர். விடுதலைப் போராட்டத்தில் அயல் நாட்டின் காலனியாதிக்கத்திற்கும், ஏகாதிபத்தியத்திற்கும் எதிராக உண்டாக்கப்பட்ட இந்திய தேசிய விடுதலை இயக்கமானது அதன் நேர்மறை பாதிப்பை வெளியுறவு கொள்கையில் உட்புகுத்தியது.

நேருவின் காலத்திலே இந்திய வெளியுறவு கொள்கையை உருவாக்குவதற்கு முன்பாக இரண்டு விஷயங்கள் கருத்தில் முன் நிறுத்தப்பட்டது.

ஒன்று - இந்தியாவின் வலிமையற்ற நிலை

இரண்டு - இந்தியா ஒரு அசாதாரணமான சக்தியாக எதிர்காலத்தில் உருவாகும்.

ஜவஹர்லால் நேரு முதல் பிரதமர் அமைச்சராக இருந்த காலத்தில் முதன்மை வாதத்தை எதிர்த்து அனைத்து கொள்கைகளையும் நிறுவினார். மேலும் இந்தியாவிற்கு என்று சுய விருப்பங்களை புறக்கணித்து "ஞானம் பெற்ற சுய விருப்பங்களை" கொள்கைகளின் மையமாக ஆக்கினார். விடுதலை பெற்ற இந்தியா காலனியாதிக்கத்திற்கும், ஏகாதிபத்தியத்திற்கும் எதிராக எவ்வாறு போர் தொடுத்ததோ, அதே எதிர்ப்பை அயல்நாட்டு கொள்கையின் சாராம்சமாக நிறுவினார்.

மேலும் உலக முறைமையில் அமெரிக்காவினுடைய ராணுவ மற்றும் பொருளாதார அசுர வளர்ச்சியையும் கவனத்தில் கொண்டார். இது மட்டுமல்லாமல், ஐரோப்பாவினுடைய ராணுவ வளர்ச்சியானது மட்டுப்படுவதையும் கருத்தில் கொண்டார். மேலும் சீனாவில் நடக்கப்பெற்ற கலாச்சார புரட்சியும், தேசிய கட்டுமானத்தையும் இந்தியாவின் வெளியுறவு கொள்கையை நிர்ணயிப்பதற்கு முன்பாக கூர்ந்து கவனித்தார். உலக முறைமையில் அமெரிக்காவை எதிர்க்கக் கூடிய ஒரே வல்லமை படைத்த அரசாக ரஷ்யா விளங்கியது. இவ்விரு நாடுகளும் அணு ஆயுத வளர்ச்சியை விரும்புகின்றன என்பதும் அனைவரும் அறிந்ததே. மேலும் ரஷ்யாவின் கம்யூனிஸ கொள்கையை தடுப்பதற்கு என்று உண்டான முயற்சிகள் அனைத்தும் அமெரிக்கா மேற்கொண்டது. எக்காரணத்தைக் கொண்டும் இந்திய நாடானது தேசத்தினுடைய விருப்பங்களை விட்டுக் கொடுக்க அனுமதிக்காதவாறு ஜவஹர்லால் நேரு கொள்கைகளை அமைத்தார்.

மேலும் இந்திய அயல்நாட்டு கொள்கையானது தேச கட்டுமானத்திற்காகவும் பயன்படுத்தப்பட்டது எனலாம். நேருவினுடைய பார்வை இந்தியா அண்டைய நாடுகளுடன் நல்லுறவை பேணி பாதுகாக்க வேண்டும் என்ற விஷயங்களில் முதன்மை கவனம் பெற்றது. மேலும் ஆப்பிரிக்கா கண்டத்தில் இருக்கக்கூடிய நாடுகள் காலனியாதிக்கத்திற்கும், இன வேறுபாட்டிற்கும் ஆட்கொண்டு வந்ததை எதிர்த்தார். ஆனாலும் சர்வதேச அளவிலே இருக்கக்கூடிய சர்ச்சைகளும், பிரச்சனைகளும் இந்திய வெளியுறவு கொள்கையில் எதிர்மறையாக பாதிக்கவில்லை.

உலக அமைதியும் ஸ்திரத்தன்மையும் இரு கண்களாக இந்திய நாட்டின் வெளியுறவு கொள்கையில் அமைந்தது. மேலும் பாகிஸ்தான் நாட்டின் கொள்கையானது காஷ்மீரில் அத்து மீறுவதாக இருந்த பட்சத்தில் நேரு அவ்விடயத்தை ஐக்கிய நாட்டு சபையின் கவனத்திற்கு கொண்டு வந்தார்.

வட கிழக்கு மாகாணங்களில் உருவான தீவிரவாத குழுமங்களுக்கு ரஷ்யாவின் ஆயுத ஆதரவு இருப்பதையும் கருத்தில் கொண்டார். மேலும் சீனாவில் இருந்து வரக்கூடிய ஆயுதங்களும் இந்திய ஒருமைப்பாட்டையும் பாதுகாப்பையும் பாதிக்கிறது என்பதையும் அறிந்தார். சீனாவுடனான உறவை மேம்படுத்த நேரு பல்வேறு கொள்கைகளை உருவாக்கினார். அதில் பிரதானமான கொள்கையாக பஞ்ச சீல கொள்கை கையெழுத்திடப்பட்டு நடைமுறைப்படுத்தப்பட்டது. ஆனாலும் நில வரையறை இந்தியாவிற்கும் சீனாவிற்கும் சரிவர குறிக்கப்படாததால், அக்டோபர் 1962லே இந்திய -சீன போர் நடைபெற்றது. இதனாலேயே ஜவஹர்லால் நேருவின் உயரிய நிலை பாழானது. இந்திய சீன போரிலே பல ஆயிரம் மைல்கள் நில பரப்பானது சீனாவிடம் சென்று விட்டது. இந்த போர் இந்தியாவிற்கு மிகப்பெரிய தோல்வியாக அமைந்தது.

இந்திரா காந்தி

ஜவஹர்லால் நேருவிற்கு பிறகு லால் பகதூர் சாஸ்திரி அவர்கள் பிரதம அமைச்சராக பதவி ஏற்றார். இவருடைய சீரிய முயற்சியால் பாகிஸ்தானின் பிரதமரோடு தாஷ்கண்ட் ஒப்பந்தம் ரஷ்யாவில் கையெழுத்திடப்பட்டது. 1966 ஜனவரி நாலாம் நாள் அன்று நிறைவேறிய இந்த ஒப்பந்தம் ரஷ்ய பிரதமர் ஜனாதிபதி தலைமையிலே நடைபெற்றது. இதற்குப் பிறகு இந்திரா காந்தியின் அயல் நாட்டுக் கொள்கையானது அண்டை நாடுகள் மட்டுமல்லாது, அமெரிக்கா, ரஷ்யா போன்ற பல நாடுகளுடனும் நல்லுறவை ஏற்படுத்த முயற்சிகள் தொடர்ந்தன. 1966 ல் இந்திரா காந்தி நேபால் சென்று நல்லுறவை மேம்படுத்தினார். ஆனாலும் நேபால் அரசாங்கமானது சீனாவையும் இந்தியாவையும் எவ்வாறு பயன்படுத்துவது என்பதை சிந்திக்க தொடங்கியது. அதே ஆண்டிலேயே இந்திரா காந்தி அவர்கள் யுகோஸ்லோவியா மற்றும் அரபு நாடுகளுக்கு சென்று அணிசேரா இயக்கத்தின் கொள்கைகளை பரப்ப தொடங்கினார். அமெரிக்காவிடம் உதவி கோரிய இந்திய அரசாங்கம் அதே சமயத்தில் வியட்நாமில்

அமெரிக்காவின் அத்துமீறலை சாடியது. அமெரிக்காவின் நிதி உதவியை பெற்று பல்வேறு புதிய பொருளாதார நலன் திட்டங்களை இந்திரா காந்தி தொடங்கினார். இதில் முக்கியமாக இறக்குமதியை குறைத்தல், பசுமை புரட்சி, போன்றவை இந்திய பொருளாதார நிலையை அடுத்தக்கட்ட வளர்ச்சி நிலையை நோக்கி அடி எடுத்து வைக்க உதவியது. மேலும் 1971 ல் வங்காளதேசத்திற்கு விடுதலை பெற்று கொடுத்தது இந்திரா காந்தியின் வெற்றிகளிலே ஒரு மைல் கல்லாகும். 1971ல் இந்தியாவிற்கும் ரஷ்யாவிற்கும் நட்பு மற்றும் கூட்டுறவு ஒப்பந்தத்தில் கையெழுத்திட்டு வெற்றிகரமாக நல்லுறவை மேம்படுத்தினார். மேலும் 1972லே சிம்லா ஒப்பந்தத்தில் பூட்டோவுடன் சமரச உடன்படிக்கை செய்து, இரு நாட்டு உறவுகளில் மாபெரும் மாற்றத்தை தருவித்தார்.

அதற்க்கடுத்தார் போல் 1974 மே 18-ல் பொக்ரானில் அணு ஆயுத சோதனையை மேற்கொண்டார். இதனால் அமெரிக்காவின் எதிர்ப்பை சந்திக்க நேர்ந்தது. இந்திய அரசாங்கம் 1975 ல் இந்திரா காந்தியின் தலைமையில் அவசரகால பிரகடன நிலை அமல்படுத்தப்பட்டது. இது உலக தரப்பில் பெரும் எதிர்மறை பாதிப்பை ஏற்ப்படுத்தியது. பின்னே 1981ல் அமெரிக்க ஜனாதிபதி ரீகனை சந்தித்து இந்திய தரப்பில் இருக்கக்கூடிய கொள்கை முடிவுகளையும் நியாயங்களையும் பேச்சுவார்த்தை நடத்தினார். அதன் பின்னே "கிழக்கு நோக்கிய பார்வை" கொள்கையையும் வலியுறுத்தி உறவை மேம்படுத்தினார். மேலும் அமெரிக்க பிரதமரிடம் சீனா மற்றும் ரஷ்யா தொடர்பான கொள்கைகளை முன்னிறுத்தினார். கச்சத்தீவு ஸ்ரீலங்கா விற்கு தாரை வார்த்து கொடுக்கப்பட்டது இந்திரா காந்தியின் காலமாகும்.

ராஜீவ் காந்தி

இந்திரா காந்திக்கு பிறகு ஆட்சிப் பொறுப்பை ராஜீவ்காந்தி ஏற்றுக்கொண்டு அணிசேரா இயக்கத்தினுடைய சமகாலத்திய போக்கை கடைபிடித்தார். ஸ்ரீலங்காவிற்கு அமைதி காக்கும்

படையை தன்னிச்சையாக அனுப்பி வைத்து அங்கு அமைதியை ஏற்படுத்த முனைந்தது சர்வதேச தலைவர்களை இந்தியாவின் பக்கம் திரும்ப வைத்தது.. மேலும் இந்திய சோவியத் உறவுகளை மேம்படுத்துவதற்காக பொருளாதார வர்த்தக துறைகளில் முயற்சிகளை மேற்கொண்டார். அமெரிக்காவுடனான உறவுகளை மேம்படுத்த அமெரிக்காவிலிருந்து மென்பொருள் தொழில்நுட்பத்தை இறக்குமதி செய்தார்.

வல்லரசுகள் மட்டுமல்லாது ராஜீவ் காந்தி ஆட்சியிலே பொருளாதார உறவுகள் பல நாடுகளுடனும் மேம்படுத்தப்பட்டது. முக்கியமாக அண்டை நாடுகளாக இருக்கக்கூடிய பாகிஸ்தான் மற்றும் ஸ்ரீலங்காவுடன் நல்லுறவை மேம்படுத்துவதற்கு ராஜீவ் காந்தி பல முயற்சிகளை எடுத்தார். பாகிஸ்தான் பிரதமர் அவர்களுடன் அணு ஆயுத ஒப்பந்தத்தில் கையெழுத்திட்டார். எக்காரணத்தை முன்னிட்டும் அணு ஆயுத உற்பத்தி கூடங்களை தாக்குதல் செய்யக் கூடாது என்பது அதனுடைய சாராம்சமாகும்.

மேலும் பெனசீர் பூட்டோ பாகிஸ்தானுடைய பிரதமராக பதவி அமர்ந்ததும் இந்தியாவுக்கும் பாகிஸ்தானுக்கும் இடையேயான உறவுகள் மேம்பட தொடங்கியது. ஆனாலும் ராணுவம், ஜஎஸ்ஜ போன்ற அமைப்புகள் ஆதிக்கம் செலுத்தி வந்த பாகிஸ்தானில், பெனசீர் பூட்டோவினால் தன்னிச்சையாக முடிவெடுக்க முடியாமல் இருந்தது.

இலங்கையிலே பெருவாரியான தமிழர்கள் உணவு பற்றாக்குறையில் பாதிக்க பட்டிருந்தபோது இந்தியாவில் இருந்து தமிழ் மக்களுக்கு உணவு பொட்டலங்கள் அளித்தது இந்திய அரசு. இது இலங்கைய மக்களை அதிர்ச்சியடைய செய்தது. 1987ல் இந்திய-இலங்கை உறவு மேம்பட ஒப்பந்தம் செய்யப்பட்டது. வடக்கு மற்றும் கிழக்கு பிராந்தியங்களில் இந்தியாவின் அமைதி காக்கும் படை அமைதியை நிலை நாட்டுவதற்காக சென்றது. ஆனால் இந்தியாவினுடைய ராணுவ

வீரர்கள் இலங்கையில் செயல்படுவது இலங்கை மக்களுக்கு ஒவ்வாததாக இருந்தது.

1985 லே ரஷ்யா சென்ற ராஜீவ் காந்தி பல வளர்ச்சி திட்டங்களுக்கான ஒப்பந்தத்தில் உடன்பட்டு கையெழுத்திட்டார். ரஷ்ய அதிபர் கார்பசேவ்வுடன் அணு ஆயுத அமைதி நோக்கம் தொடர்பான ஒப்பந்தத்தில் கையெழுத்திட்டார். இதனை தொடர்ந்து 1986 லே கார்பசேவ் இந்தியாவிற்கு வருகை புரிந்தார். மேலும் காந்திய கொள்கைகளை பன்னாட்டு அரசியலில் பின்பற்ற வேண்டும் என்றும் கூறினார். அணு ஆயுதம், விண்வெளி போன்ற பல்வேறு அறிவியல் நுட்பம் சார்ந்த துறைகளில் ஒப்பந்தம் மேற்கொள்ளப்பட்டது. ஆப்கானிஸ்தானில் புரட்சி நடந்த பொழுது இந்திய அரசாங்கம் சோவியத் ரஷ்யாவின் ஆதரவை நாடியது. மேலும் இஸ்ரேல்-பாலஸ்தீன் பிரச்சனைகளில் பாலஸ்தீன மக்களுக்கு இந்திய அரசாங்கம் தன்னுடைய ஆதரவு கரத்தை நீட்டியது. ஆப்பிரிக்கா கண்டத்தில் இன வெறியானது தலை தூக்கிய பொழுது அதற்கு எதிராக கொள்கை தீர்மானங்களை கொண்டு வந்தது. மற்றும் பல உலக அமைப்புகளில் இந்தியாவினுடைய கொள்கை திட்டங்கள் அனைத்தையும் பறைசாற்றியது ராஜீவ் காந்தியை சாரும்.

நரசிம்மராவ் மற்றும் வாஜ்பாய் காலம் 1992- 2004

1990 களின் தொடக்க காலகட்டத்திலே அரபு போர் மூலம் இந்தியா உடனான பாகிஸ்தான் உறவுகளும், அமெரிக்கா சீனா ரஷ்யா போன்ற அனைத்து நாடுகளிலுமே அமைதி குலைந்த நிலை உருவானது. 2001 ல் அமெரிக்காவின் முக்கியமான இரட்டை கோபுரங்கள் மற்றும் பென்டகன் போன்ற நிறுவனங்கள் ஆகாய மார்க்கமாக தாக்கப்பட்டது. இதற்கு எதிராக அமெரிக்கா ஆப்கானிஸ்தான் மீது போர் தொடுத்தது. இவ்வாறான சூழ்நிலையில் வி. பி. சிங்கிற்கு அடுத்தார் போல நரசிம்ம ராவ் பதவி ஏற்றார். அவருடைய காலகட்டத்தில் நிதி அமைச்சராக

செயலாற்றிய மன்மோகன் சிங் மூலமாக உலகமயமாக்கல், தாராளமயமாக்கல் தனியார்மயமாக்கல் போன்ற பொருளாதார புதிய கொள்கைகள் நிறைவேற்றப்பட்டது. இதன் மூலமாக பன்னாட்டு அளவில் இந்தியாவிற்கும் ஏனைய நாடுகளுக்கும், உலக வர்த்தக அமைப்புகளுக்கும், வங்கிகளுக்கும் இடையேயான உறவு மேம்படுத்தப்பட்டது.

மேலும் எதிர்மறையாக பார்க்கிற பொழுது, ஈராக்கினால் ஆக்கிரமிப்பு செய்யப்பட்ட குவைத், அதன் தொடர்ச்சியாக அமெரிக்காவும் ஈராக்கும் "கல்ப் போரில்" இறங்கின. இதனால் இந்திய பொருளாதாரமானது கடுமையான ஒரு வீழ்ச்சியை சந்தித்தது. ஏனெனில் ஈராக் நாட்டில் இந்தியாவின் பெருவாரியான தொழில்கள் பாதிப்பை அடைந்தன. இந்தியாவிற்கு உண்டான எண்ணெய் போக்குவரத்து பெரும்பாலும் ஈராக்கில் இருந்து இறக்குமதி செய்யப்பட்டது. மேலும் ஈராக் நாட்டு அரசாங்கம் காஷ்மீர் பிரச்சனையை நன்கு புரிந்து கொண்டது. எனவே ஐக்கிய நாட்டு சபை மற்றும் ஏனைய அமைப்புகளில் காஷ்மீர் பிரச்சினைக்கு ஈராக் அரசாங்கமானது இந்தியாவிற்கு ஆதரவாகவே செயல்பட்டது. அரபு நாட்டு போர் நடைபெற்றபோது, இந்தியா ஈராக்கில் இருந்து இந்திய மக்களை பாதுகாப்பாக வெளிக்கொணர்ந்தது. இதற்கிடையே பனிப்போர் முடிவடைந்த சூழ்நிலையிலே ஒரு துருவ உலக முறைமையாக மாறும் காட்சி ஆரம்பித்தது.

ஈராக்-அமெரிக்கா போர் நடக்கின்ற பொழுது ஐ. நா ஓட்டெடுப்பில், இந்தியா போருக்கு ஆதரவு அளித்தது. இந்தியா அமெரிக்காவுடன் நல்லுறவை ஏற்படுத்த முனைந்தாலும் காஷ்மீரில் இருக்கக்கூடிய மனித உரிமை மீறல்களை பற்றிய அமெரிக்காவின் பார்வை எதிர்மறையாகவே இருந்தது. மேலும் கிளிண்டன் அவர்களின் நிர்வாகத்தின்போது பாகிஸ்தானிற்கு ஆதரவாக பொருளாதார வளர்ச்சிமேம்பட பல சட்டங்கள் தீட்டப்பட்டது. ரஷ்யாவின் அதிபர் எல்ஸ்டின் காஷ்மீர் விவகாரத்தில் இந்தியோவிற்கு ஆதரவாக தன்னுடைய கருத்தை வெளியிட்டார். மேலும் எல்ஸ்டின்

அவர்களுடைய தலைமையிலே இந்தியாவும் ரஷ்யாவும் நட்புறவு மற்றும் கூட்டுறவு ஒப்பந்தத்தில் கையெழுத்திட்டன. இந்த அறிக்கையிலே சுமார் 14 அம்சங்கள் உருவாக்கம் பெற்று, வரைவு செய்யப்பட்டு நட்புறவு மேம்படுத்தப்பட்டது.

இந்த ஒப்பந்தத்தின்படி இரு நாடுகளும் தங்களுடைய பாதுகாப்பிற்கு அச்சுறுத்தல் ஏற்படாதவாறு நடவடிக்கைகளை நேர்மறையாக மேற்கொள்ள வேண்டும். இதன் தொடர்ச்சியாக ராவ் பிரதமராக இருக்கின்ற பொழுது மத்திய ஆசியாவில் இருக்கக்கூடிய நாடுகளுக்கு இருமுறை பயணம் மேற்கொண்டார். அப்பொழுது இந்தியாவிற்கும் மத்திய ஆசியாவிற்கும் இடையே பட்டு வழி சாலை கட்டுமானத்தை ஏற்படுத்துவது குறித்து பேச்சுவார்த்தை நடத்தினார். ஏனெனில் மத்திய ஆசியாவிற்கு இந்தியாவிலிருந்து செல்லுவதற்கு நேரடியான சாலைகள் இல்லாத சூழ்நிலையிலே பொருளாதார உறவுகள் அதிகம் பாதிப்படைந்தது. மேலும் இந்தியாவுக்கும் பாகிஸ்தானுக்கும் இடையேயான தீவிரவாத மற்றும் அணு ஆயுத தொடர்பான அச்சுறுத்தல் இரு நாடுகளுக்கும் இடையே சந்தேகத்தையும் வெறுப்பையும் ஏற்படுத்தியது. இதற்கு அப்பாற்பட்டு பாபரி மசூதி இடிப்பு, 1993ல் நடைபெற்ற மும்பை குண்டுவெடிப்பு போன்றவை எதிர்மறையான நிகழ்வுகளை நடத்தின. இதன் விளைவாக பாகிஸ்தானால், தெற்கு ஆசியாவில் அணு ஆயுத போர் உருவாகும் என்ற செய்தி அத்துனை நாடுகளுக்கும் அச்சுறுத்தலை ஏற்படுத்தியது.

குஜ்ரால் 1997

நேருவின் பாதையிலே அண்டை நாடுகளுடன் நட்புறவை ஏற்படுத்தும் பொருட்டு குஜ்ரால் பிரதமர் அமைச்சராக பதவி ஏற்ற பிறகு "குஜ்ரால் கொள்கைத்துவம்" என்ற வரைவை ஏற்படுத்தினார். இதன் மூலமாக இந்தியாவிற்கு அருகே இருக்கக்கூடிய ஸ்ரீலங்கா, பாகிஸ்தான் பங்களாதேஷ், நேபால், பூட்டான் போன்ற நாடுகளுடன் நட்புறவை ஏற்படுத்த முனைந்தார்.

1992லே பாபர் மஸ்ஜித் இடிக்கப்பட்ட பிறகு இந்தியாவிற்கும் பங்களாதேஷுக்கும் இடையேயான நட்பு சிதைந்தது. இதனால் நட்புறவை பலப்படுத்துவதற்கு அடித்தளமாக இந்தியாவின் மாநிலமான மேற்கு வங்காளத்துடன் பங்களாதேஷுக்கு, 30 வருட கங்கை நீர் பகிர்வு ஒப்பந்தத்தை ஏற்படுத்தினார். இது ஒரு சிறந்த மைல்கல்லாக அமைந்தது. இந்தியாவிற்கும் சீனாவிற்கும் இடையேயான எல்லை தொடர்பான பிரச்சனைகள் நீண்டு கொண்டே இருந்தது. இதையும் நிவர்த்தி செய்வதற்கு குஜராத் கொள்கைத்துவம் மூலம் முயற்சிகளும் பேச்சு வார்த்தைகளும் நடைபெற்றது. சிடிபிடியில்(CTBT) இந்தியா கையெழுத்திடாததற்கு காரணத்தை அமெரிக்காவில் குஜராத் அவர்கள் வெளிப்படுத்தி அந்நாட்டு அரசாங்கத்தை அமைதிபடுத்தினார். இவ்வாறு குஜரால் இயற்றிய குஜரால் டாக்டரின், அண்டைய நாடுகளுடன் உறவுகளை சுமூக படுத்துவதற்கு உண்டான பல முயற்சிகளை எடுத்திருந்தது.

வாஜ்பாய்

குஜராலுக்கு பிறகு வாஜ்பாய் அவர்கள் பிரதம அமைச்சராக பதவி ஏற்று, பின்னர் அணு ஆயுத சோதனையை நடத்தினார். இதன் பிறகு இடை நிறுத்து காலம்-மாரடோரியம் அறிவிக்கப்பட்டது. இதன்படி எக்காரணத்தை கொண்டும் இந்தியா முதலில் அணு ஆயுதத்தை பயன்படுத்தாது என்ற உத்தரவாதத்தை நிலை நிறுத்தியது. ஆனாலும் சர்வதேச அளவில் இந்தியாவிற்கு எதிராக பொருளாதார தடைகளும் இன்ன பிற தடைகளும் விதிக்கப்பட்டது. உலக வங்கியும் சர்வதேச நிதி அமைப்பும் இந்தியாவிற்கு அளித்து வந்த நிதி உதவியை நிறுத்திக் கொண்டது. இச்சூழ்நிலையிலே ரஷ்யாவும், பிரான்சும் இந்தியாவிற்கு சில உதவிகளை நட்பு ரீதியாக செய்தன. இதன் பின்னே கார்கில் போர் உருவானது. அதற்கு இந்தியாவினுடைய உளவுத்துறையின் தோல்வியாக குறை கண்டுபிடிக்கப்பட்டது. டெல்லிக்கும் லாகூருக்கும்

இடையேயான பஸ் போக்குவரத்து 1999 பிப்ரவரி மாதத்தில் இருந்து நட்பு ரீதியாக தொடங்கப்பட்டது. பாகிஸ்தானின் அரசியலிலே இராணுவ புரட்சி ஏற்பட்டு 1999 டிசம்பர் 13ம் நாளில் பர்வஸ் முஷாரப் பதவியேற்றார். இது பாகிஸ்தானில் செயல்படுத்தப்பட்ட நான்காவது இராணுவ புரட்சியாகும். பிரதமர் வாஜ்பாய்க்கும் முஷாரப்பிற்கும் இடையேயான பேச்சுவார்த்தை "ஆக்ரா உச்ச மாநாடு" ஜூலை 2001 ல் கையெழுத்திடப்பட்டது. இது 1999ல் இந்திய விமானம் கடத்தப்பட்டதற்கு துரதிருஷ்டமான சம்பவத்திற்கு பிறகு உருவான நல்லுறவு கொள்கை திட்டமாகும். ஆனாலும் இந்தியாவிற்கும் பாகிஸ்தானுக்கும் இடையேயான உறவுகள் 9/11 தாக்குதல் மற்றும் 13 டிசம்பர் தாக்குதலின் மூலமாக எதிர்மறையாக மாறியது. இதே சமயத்தில் இரண்டாயிரத்தில் இந்தியாவினுடைய தொழில் வளர்ச்சி அடிப்படையாகக் கொண்டும், அதனுடைய வல்லரசு ஆகக்கூடிய தன்மையை அடிப்படையாகக் கொண்டும் அமெரிக்க அதிபர் கிளிண்டன் இந்தியா வருகை புரிந்தார். ஏனெனில் ஆப்கானிஸ்தானில் தலிபான்களை எதிர்க்க கூடியதற்கு இந்தியாவினுடைய ஆதரவு மிகவும் தேவைப்பட்டது. ஆனாலும் பாகிஸ்தானையும் இந்தியாவையும் ஒப்பிட்டு நோக்கும்பொழுது பாகிஸ்தானே முதன்மையான ஆதரவாளராக அமெரிக்காவிற்கு அமைந்தது. அமெரிக்காவிற்கும் பாகிஸ்தானுக்கும் இடையேயான உறவுகளில், இந்திய அமெரிக்க உறவானது முக்கியத்துவம் இல்லாத இரண்டாம் பட்ச உறவாக கருதப்பட்டது.

அடுத்ததாக அமெரிக்க அரசாங்கத்தில் ஏற்பட்ட திருப்பதின் மூலமாக புஷ் அவர்கள் ஜனாதிபதியாக நியமிக்கப்பட்டார். இந்தியா மீது விதிக்கப்பட்ட தடைகள் நீக்கப்பட்டது. மேலும் நட்புறவுக்கு உண்டான அடித்தளங்கள் உருவாக்கப்பட்டது. அணு ஆயுதம், தொழில்நுட்பம், விண்வெளி, உயர்ரக தொழில்நுட்ப வாணிபம் போன்ற துறைகளில் இந்தியாவிற்கும் அமெரிக்காவிற்கும் இடையே பேச்சுவார்த்தை நடத்தப்பட்டது.

2003 ம் ஆண்டில் பிப்ரவரி 6, உயர் ரக வணிகம் தொடர்பாக இந்தியாவிற்கும் அமெரிக்காவுக்கும் இடையே, ஒப்பந்தம் கையெழுத்திடப்பட்டது.

மன்மோகன் சிங் 2004- 2014

இந்தியாவின் அயல் நாட்டு கொள்கை மன்மோகன் சிங் பதவி ஏற்ற பின்பு புதிய மாற்றங்களை சந்தித்தது. சீனா உடனான நட்புறவு உருவாவதில் தொடங்கி, இந்திய அமெரிக்க அணு ஆயுத குடிமை கூட்டுறவு, ரஷ்யாவை நோக்கிய கூட்டுறவு ஆகிய அம்சங்களில் கூர்நோக்கு அமைந்தது. மேலும் காஷ்மீரில் இந்திய ராணுவத்தினுடைய அளவானது குறைக்கப்பட்டது. இது மட்டுமல்லாமல் 24 ஆயிரம் கோடி நிதி உதவி காஷ்மீரின் வளர்ச்சிக்கு ஒதுக்கப்பட்டது. அணு ஆயுதம் தொடர்பான நம்பிக்கை கட்டுமான திட்டம் மற்றும் இந்தியாவுக்கும் பாகிஸ்தானுக்கும் இடையேயான பிரச்சனைகளுக்கு தீர்வு காணுதல் ஆகியவையும் உடனடியாக முறைபடுத்தப்பட்டது. காஷ்மீரில் ஹரியாத் குழுமத்தின் பிரச்சினைகளையும் மன்மோகன் சிங் ஆட்சியானது சந்திக்க நேரிட்டது. இது தொடர்பான நல்லுறவு கொள்கை திட்டங்களிலே வாகா முதல் அட்டாரி வரை சம்ஜுக்தா ரயில்வண்டி தொடங்கப்பட்டது. மேலும் ராஜஸ்தானில் இருந்து சிந்து வரை தார் எக்ஸ்பிரஸ் தொடர் வண்டி இயக்கப்பட்டது. 2005ல் ஐக்கிய நாட்டு பொது சபையில் பிரதமர் மன்மோகன்சிங் மற்றும் முஷாரப் அவர்களுடைய பேச்சு வார்த்தை தொடங்கப்பட்டது. மேலும் சீக்கியர்களுக்கான உதவியாக பாகிஸ்தானில் இருக்கக்கூடிய நானா சாஹிப் என்ற புனித ஸ்தலத்திற்கு அமரீஸ்டரில் இருந்து பேருந்து வசதி தொடங்கியது. ஹவானாவில் நடைபெற்ற அணிசேரா இயக்கத்தின் உச்ச மாநாட்டில் அமைதி தொடர்பான கட்டுமான நடவடிக்கைகளும் மேற்கொள்ளப்பட்டது.

2005ல் பரஸ்பரம் இந்திய சீன தலைவர்களுடைய பயணமானது கல்வி, அறிவியல், தொழில்நுட்பம், சுகாதாரம், சுற்றுலா போன்ற

துறைகளில் பல புதிய கொள்கை திட்டங்கள் உருவாக்கப்பட்டு உறவு மேம்படுத்தப்பட்டது. இது தவிர்த்து இந்தியாவின் பாதுகாப்புத்துறை அமைச்சர் பிரணாப் முகர்ஜி 2006 ல் நம்பிக்கை கட்டுமான திட்டமாக சீனாவிற்கும் இந்தியாவிற்கும் இடையே பல திட்டங்களை அறிமுகப்படுத்தினார். மேலும் ஜி-8 மாநாட்டில் சீனா ரஷ்யா இந்தியா போன்ற நாடுகள் பீட்டர்ஸ்பர்கில் சந்தித்து கொண்டு கொள்கை திட்டங்களை வழிமொழிந்தனர். 2006 ஜூலை, சிக்கிம் மாநிலத்தில் நாதுலா பாஸ் என்கிற வணிக வழி இணைப்பை திறந்தது மன்மோகன் சிங்கின் அரசாங்கம். இதன் மூலமாக ஆற்றல் பாதுகாப்பு மற்றும் இதர வணிகத்தை இவ்வழியானது தீர்மானித்தது. ஆனாலும் எல்லை சம்பந்தப்பட்ட சர்ச்சைகள் மேலும் தொடர்ந்து சவாலாக அமைந்தது.

இந்திய ரஷ்ய உறவுகளில் பொருளாதார வளர்ச்சி, தீவிரவாதம், ஆற்றல் பிரச்சினை, அணு ஆயுதம் குடிமை உபயோகம் போன்றவற்றில் பல உடன்படிக்கைகள் முடிவானது. இந்திய-அமெரிக்க உறவுகளில் (NSSP) யுக்தி ரீதியான கூட்டு பங்கான்மையில் அடுத்த கட்ட ஒப்பந்தமானது கையெழுத்திடப்பட்டது. மேலும் அணு ஆயுத குடிமை நடவடிக்கைகள், விண்வெளி திட்டங்கள், ஹை டெக்னாலஜி வணிகம், ஏவுகணை பாதுகாப்பு போன்றவற்றில் நல்லுறவு தொடர வேண்டி ஒப்பந்தம் கையெழுத்திடப்பட்டது. மன்மோகன் சிங் ஆட்சி காலத்தில் 2005ல், அமெரிக்காவின் அரசு செயலர், காண்டலிசா இந்தியாவிற்கு வருகை தந்து பல உடன்படிக்கைகளை உருவாக்கினார். 2005ல் ஒன்டேர்ரீ (123) ஒப்பந்தமானது கையெழுத்திடப்பட்டது. இதன் மூலம் இந்தியா அணு ஆயுத வசதிகளில் குடிமையையும் ராணுவத்தையும் தனி தனியே பிரித்து செயல்படுத்துவதாக உறுதி அளித்தது. அமெரிக்காவும் அணு ஆயுத குடிமை கூட்டுறவிற்கு ஒத்துழைப்பு தருவதை உறுதி செய்தது. இவ்வனைத்து நடவடிக்கைகளும் ஒப்பந்தங்களும் இந்தியாவை, வளர்ந்து வரக்கூடிய மாபெரும்

சக்தியாக பாவித்து அனைத்து நாடுகளும் தொடர்ச்சியாக உறவுகளை மேம்படுத்தின. இது மட்டுமல்லாமல் ஆசிய கண்டத்தில் சீனாவின் வளர்ச்சியை அதனோடு சரிநிகர் சமமாக பாவிப்பதற்கும் இது உதவியது எனலாம்.

பிரதமர் மோடி

மன்மோகன் சிங் பிரதமர் அமைச்சராக இருந்த காலத்தில் பிஜேபி கட்சியானது அதற்கடுத்தார் போல் நடந்த தேர்தலில் அதிக வாக்குகள் பெற்று மோடி பிரதமர் அமைச்சராக 2014 ல் இருந்து இன்று வரை அதாவது 2023 வரை தொடர்ந்து ஆட்சி பொறுப்பிலே இருக்கக்கூடிய சூழ்நிலை அமைந்துள்ளது. ஆட்சி பொறுப்பேற்றவுடன் அண்டைய நாடான பூட்டானிற்கு பயணம் செய்தது அனைத்து நாடுகளையும் திரும்பி பார்க்க வைத்தது. பூட்டான் பொருளாதார வளர்ச்சி மற்றும் உள் விவகார பாதுகாப்பு போன்ற துறைகள் மேம்படுவதற்கு ஒப்பந்தமானது கையெழுத்திடப்பட்டது. மேலும் தீவிரவாத நடவடிக்கைகளை இந்தியாவில் செயலாற்றிவிட்டு பூட்டான் நாட்டிலே அவர்கள் தஞ்சம் புகுவதால், அவர்களுக்கு எதிரான நடவடிக்கைகள் எடுப்பதற்கும் திட்டம் தீட்டப்பட்டது.

2014 நவம்பர் மாதத்தில் "கிழக்கு பார்வை" என்ற திட்டமானது "கிழக்கு செயல்பாடு" என மாற்றப்பட்டது. இது ஆசியான் மாநாட்டிலே செயல்படுத்தப்பட்டது. மேலும் ஆசியான் அமைப்பிலேயே இருக்கக்கூடிய நாடுகள் அத்துனைக்கும் தொடர்பை ஏற்படுத்தும் பொருட்டு கொள்கைகள் உருவாக்கப்பட்டன. ஆர். சி. இ. பி (RCEP), பொருளாதார ஒருமைப்பாடு மற்றும் வள விரிவாக்க அமைப்பும் தொடங்கப்பட்டது. ஆசியா நாடுகளுக்கும் இந்தியாவுக்கும் இடையே சோலார் எனர்ஜி தொடர்பான ஒப்பந்தமும் நிறைவேற்றப்பட்டது. ஸ்ரீலங்காவில் ராஜபக்சே, தேர்தலிலே தோல்வியுற்றதால் ஆட்சி மாற்றமானது இந்தியாவை பெருமளவு பாதித்தது. 2015 ல் மோடி ஒபாமா பேச்சுவார்த்தை

இணக்கமாக நட்புறவை மேம்படுத்தும் நோக்கத்தோடு நடைபெற்று ஒரு மிகச்சிறந்த புதிய பாதையை உருவாக்கியது. அணு ஆயுத ஒப்பந்தத்தில் புதிய புரிதலை இந்தியாவிற்கும் அமெரிக்காவுக்கும் இடையிலே இரு நாட்டின் தலைவர்கள் ஏற்படுத்தினார்கள். மேலும் ஆசியா பைவோட்(ஆசிய முன்னிலைப்படுத்தல்) என்ற புதிய கொள்கை ஆசிய கண்டத்தில் சீனாவை எதிர்ப்பதற்கு ஒரு யுக்தியாக வரைவு செய்யப்பட்டது.

இந்திய அயல்நாட்டு கொள்கையின் சிறப்பம்சங்கள்

முன்னுரை

வெளிநாட்டுக் கொள்கைகள் என்பது சர்வதேச நாடுகள் மற்றும் உலக அமைப்புகளுடனான இராஜதந்திர பரிவர்த்தனைகள் மற்றும் பிராந்திய குழுக்களுக்கான செயல்திட்டத்தின் தொகுப்பாகும்.

வெளியுறவுக் கொள்கைகள் சித்தாந்தத்தால் உந்தப்பட்டதாகக் கூறப்படுகின்றன. இந்த சித்தாந்தம், நிச்சயமாக, வெளியுறவுக் கொள்கை இலக்குகள் மற்றும் நகர்வுகளை திட்டமிடுவதற்கும் சட்டப்பூர்வமாக்குவதற்கும் பயன்படுத்தப்படுகிறது. இந்த நகர்வுகள் என்பது முதன்மையாக, சம்பந்தப்பட்ட நாடுகள் மற்றும் அவற்றின் ஆட்சிகளின் உணரப்பட்ட திட்டம் மற்றும் பொருள் நலன்களை அடிப்படையாகக் கொண்டவை. முதல் இரண்டு உலகப் போர்கள் மற்றும் பனிப்போர் அனைத்தும் சித்தாந்தத்தின் அடிப்படையில் ஆய்வு செய்யப்பட்டு விளக்கப்பட்டன. இதேபோல், பனிப்போரின் முடிவு, பொருளாதாரம் மற்றும் அரசியல் சுதந்திரத்தின் மீதான கம்யூனிச அரசின் கட்டுப்பாட்டிற்கு எதிரான தாராளவாத அரசியல் மற்றும் திறந்த பொருளாதாரங்களின் கருத்தியல் வெற்றியாக கணிக்கப்பட்டுள்ளது.

பனிப்போருக்குப் பிந்தைய காலம் ஒற்றைத்துருவ ஒழுங்குமுறை, மனித உரிமைகள், ஜனநாயகம் மற்றும் பொருளாதார சுதந்திரம் ஆகியவற்றின் உயர்ந்த தார்மீக விழுமியங்களை அடிப்படையாகக்

கொண்ட ஒன்றாகவும் கணிக்கப்பட்டுள்ளது. ஆனால் இந்த உலகளாவிய மோதல்கள் அனைத்தும் சம்பந்தப்பட்ட நாடுகளின் மூலோபாய மற்றும் பொருள் நலன்களின் மோதலால் துரிதப்படுத்தப்பட்டன. மேலும் ஒவ்வொரு நாட்டின் தேச விருப்பங்கள் மட்டுமே அந்தந்த வெளியுறவுக் கொள்கைகளை இயக்கின. பல நூற்றாண்டுகளாக கூட சர்வதேச அரசியல் பற்றிய சொற்பொழிவில் யதார்த்தவாதிகள் மற்றும் தாராளவாதிகள் இடையே சித்தாந்தம் மற்றும் நலன்கள், நெறிமுறைகள் பற்றிய கேள்விகள் விவாதிக்கப்படுகின்றன.

பனிப்போர் முடிவடைந்து சோவியத் ஒன்றியத்தின் பிரிவினைக்குப் பிறகு, சர்வதேச ஒழுங்கானது அடிப்படை மாற்றங்களைச் சந்தித்தது. உலகமயமாக்கல் இந்த மாற்றங்களை மேலும் தீவிரப்படுத்தியது. எவ்வாறாயினும், இந்தியாவின் வெளியுறவுக் கொள்கை இந்த மாற்றங்களைக் கவனத்தில் கொண்டு புதிய வளர்ந்து வரும் ஒழுங்குமுறைக்கு இணங்கியது.

பொருளாதாரம் மற்றும் பொது இராஜதந்திரம் மீதான முக்கியத்துவம், அமெரிக்கா மற்றும் மேற்குத் நாடுகளின் மீதுள்ள நம்பிக்கை, கிழக்கு நோக்கிய கொள்கை, ஒரு புதிய நடைமுறைவாதம் ஆகியவை சமகால சூழலில் இந்தியாவின் வெளியுறவுக் கொள்கையின் மாறும் தன்மையை அடிக்கோடிட்டுக் காட்டுகின்றன. ஆனாலும், இந்திய வெளியுறவுக் கொள்கையின் முன் புதிய சவால்கள் தற்போது உள்ளன. சுதந்திரம் முதல் 1980 களின் பிற்பகுதி வரை, இந்தியாவின் வெளியுறவுக் கொள்கையின் இலக்குகள் ஒரு சுதந்திரமான சர்வதேச அடையாளத்தை செதுக்க உதவியது.

அணி சேரா இயக்கம்(NAM) மூலம் வளரும் நாடுகளுக்கு இந்தியா தலைமையை நிலை நிறுத்தியது. இது காலனித்துவம் மற்றும் நிறவெறிக்கு முடிவும் கட்டியது. அனைத்து நாடுகளின் இறையாண்மை, சமத்துவம், வளரும் நாடுகளின் கூட்டு சுயசார்பு

மற்றும் சர்வதேச நிறுவனங்களின் ஜனநாயகமயமாக்கல் போன்ற அம்சங்களை எழுச்சி பெற செய்தது.. புதிதாக விடுவிக்கப்பட்ட வளரும் நாடுகளுக்கு இந்த பிரச்சினைகள் மிக முக்கியமானவை.

அணிசேராக் கொள்கையானது, மூன்றாம் உலக நாடுகளின் அமைதியான வளர்ச்சிக்குத் தேவையான ஆயுதக் குறைப்பு மற்றும் உலக அமைதி ஆகியவற்றில், இந்தியா ஆக்கப்பூர்வமான பங்கை வகிக்க உதவியது. தனது பாதுகாப்புத் தேவைகளை நிவர்த்தி செய்வதற்காக, இந்தியா 1971ல் சோவியத் யூனியனுடன் நட்புறவு மற்றும் ஒத்துழைப்பு ஒப்பந்தத்தில் கையெழுத்திட்டது. பிராந்திய ரீதியாக, அதன் நிலபரப்பு, மக்கள் தொகை மற்றும் அதன் வளர்ந்து வரும் இராணுவ வலிமை ஆகியவற்றின் காரணமாக இந்தியா முதன்மையான சக்தியாக பரிணாம அடிப்படையில் உருவாகிறது எனலாம்.

இருப்பினும், அதன் அண்டை நாடுகளுடனான உறவுகள், குறிப்பாக பாகிஸ்தானுடன், அடிக்கடி பதட்டமானதாகவும் மோதல்கள் நிறைந்ததாகவும் இருந்து வருகிறது. மற்ற அண்டை நாடுகளுடன் நட்புறவை வளர்த்துக் கொள்வதில் இந்தியா வெற்றி பெற்றது மற்றும் 1971 ல் பங்களாதேஷின் விடுதலைக்கு முக்கியப் பங்காற்றியது.

இருப்பினும், 1962ல் சீனாவுக்கு எதிரான இந்தியாவின் தோல்வி அண்டை நாடுகளுடனான நட்புறவு கொள்கைக்கு பின்னடைவை ஏற்படுத்தியது. 1990 களில் இருந்து, சோவியத் யூனியனின் சிதைவின் காரணமாக இந்தியாவின் பொருளாதார பிரச்சனைகள் மற்றும் இருதுருவ உலக அரசியல் அமைப்பின் அழிவு ஆகியவை இந்தியாவின் வெளியுறவுக் கொள்கையில் ஆழமான தாக்கத்தை ஏற்படுத்தியது.

இதன் விளைவாக இந்தியாவின் வெளியுறவுக் கொள்கையை மறுபரிசீலனை செய்வதற்கும், வளர்ந்து வரும் உலகளாவிய ஒழுங்கின் அடிப்படையில் அதன் வெளிநாட்டு உறவுகளை

சரிசெய்வதற்கும் வாய்ப்பளித்தது. இந்தியாவின் வெளியுறவுக் கொள்கையில் இதனால் புதிய மாற்றங்களை ஏற்படுத்தப்பட்டு, அமெரிக்காவுடனான நெருக்கமான மூலோபாய உறவுகள் மற்றும் கிழக்கு நோக்கிய கொள்கையின் கீழ் கிழக்கு ஆசியாவுடனான ஈடுபாட்டை விரிவுபடுத்தியது.

இந்தியா, ஆப்பிரிக்கா மற்றும் மத்திய ஆசியாவுடன் புதுப்பிக்கப்பட்ட ஈடுபாடுகளை உருவாக்கியுள்ளது. சீனாவுடனான உறவுகளை இயல்பாக்கும் முன்னேற்றத்தில் உள்ளது. இந்தியாவின் அண்டை நாடு கொள்கை மிகவும் செயல்திறன் மிக்கதாக மாறியுள்ளது. இருப்பினும் பாகிஸ்தானுடனான உறவில் எந்த முன்னேற்றமும் இல்லை.

1990 க்குப் பிந்தைய கட்டத்தில் இந்தியாவின் வெளியுறவுக் கொள்கை மிகவும் பரந்த அடிப்படையிலான மற்றும் தேசிய நலன்களில் கூர்மையான கவனம் செலுத்துவதாகத் தெரிகிறது. மற்ற நாடுகளைப் போலவே, இந்தியாவின் வெளியுறவுக் கொள்கையின் முக்கிய அங்கமாக பொருளாதார இராஜதந்திரம் வெளிப்பட்டுள்ளது.

இந்தியா 1947 ல் சுதந்திரத்திற்குப் பிறகு ஒரு சுதந்திரமான வெளியுறவுக் கொள்கையை ஏற்றுக்கொண்டாலும், சுதந்திர இயக்கத்தின் தலைவர்கள், குறிப்பாக ஜவஹர்லால் நேரு, இந்தியாவின் சுதந்திரத்திற்கு முன்பே சர்வதேச முன்னேற்றங்களை உன்னிப்பாகக் கவனித்து வந்தனர். அவரது முயற்சியின் பேரில், இந்திய தேசிய காங்கிரஸ் 1925 ல் வெளிநாட்டுத் தொடர்புகளை ஏற்படுத்தவும் அதன் மூலமாக சுதந்திரப் போராட்டத்தை வெளிப்படுத்தவும் ஒரு சிறிய வெளியுறவுத் துறையை நிறுவியது. அப்போதிருந்து, நேரு பல்வேறு சர்வதேச பிரச்சினைகளில் காங்கிரஸின் நிலைப்பாட்டை வெளிப்படுத்துவதில் முன்னணியில் இருந்தார். 1946 ல் இடைக்கால அரசாங்கத்தின் தலைவராக நேரு சுதந்திர இந்தியாவின் வெளியுறவுக் கொள்கையின் அடித்தளத்தை

அமைப்பதில் முக்கிய பங்கு வகித்தார். அவர் அடிக்கடி செல்லும் வெளிநாட்டுப் பயணங்கள், வெளிநாட்டு விவகாரங்களில் ஆர்வம் கொண்டதால் சர்வதேச விவகாரங்கள் குறித்த நியாயமான அளவு வெளிப்பாடும், புரிதலும் அவருக்கு உண்டு. அவர் பிரதமராக இருந்த காலத்தில் வெளியுறவுத் துறையை தன்னுடன் வைத்திருந்ததால் இந்தியாவின் முதல் வெளியுறவு அமைச்சராகவும் இருந்தார்.

இந்திய தேசிய நலன்கள் மற்றும் வெளியுறவுக் கொள்கை நோக்கங்களின் வரையறையில் உள்நாட்டு ஒருமித்த கருத்தை உருவாக்குவதில் நேரு வெற்றி பெற்றார். இந்த நோக்கங்களில் சில:

- ✓ மதச்சார்பற்ற மற்றும் ஜனநாயகக் கொள்கைகளின் அடிப்படையில் ஒருங்கிணைந்த மற்றும் ஒருங்கிணைக்கப்பட்ட தேசத்தை உருவாக்குதல்.

- ✓ இந்தியப் நிலப்பரப்பை பாதுகாத்தல் மற்றும் அதன் பாதுகாப்பு நலன்களைப் போற்றுதல்.

- ✓ அணிசேராதலின் மூலம் இந்தியாவின் வெளியுறவுக் கொள்கை சுதந்திரத்தை சர்வதேச அளவில் உறுதி செய்தல்.

- ✓ தேசிய பொருளாதார வளர்ச்சியை ஊக்குவித்தல்.

வெளியுறவுக் கொள்கையை உருவாக்குவது என்பது பல்வேறு பங்குதாரர்களின் பங்கேற்பால் மத்தியஸ்தம் செய்யப்படும் ஒரு சிக்கலான செயல்முறையாகும். இந்தியா ஒரு கூட்டாட்சி நாடு மற்றும் வெளியுறவு விவகாரங்கள் மத்திய அரசாங்கத்தின் அதிகார வரம்பிற்கு உட்பட்டது. பிரதமர் மற்றும் வெளியுறவு அமைச்சகம் போன்ற அரசாங்க அமைப்புகள்,, அரசியல் கட்சிகள், ஊடகங்கள் மற்றும் அழுத்தக் குழுக்களும் வெளியுறவுக் கொள்கையை வகுப்பதில் முக்கிய பங்கு வகிக்கின்றன.

எனவே இந்தியா ஜனநாயக நாடாக இருப்பதால், அரசு அல்லாத அமைப்புகளின் பங்கு படிப்படியாக அதிகரித்து வருகிறது. அரசாங்கம் தனது வெளியுறவுக் கொள்கை அணுகுமுறைகளுக்கு உள்நாட்டு மற்றும் வெளிநாட்டு மக்களின் ஆதரவைப் பெற தொடங்கியுள்ளது. மேலும், புதிய வடிவிலான தகவல் மற்றும் தகவல் தொடர்பு, தொழில்நுட்பத்தின் வளர்ச்சியானது வெளியுறவுக் கொள்கையை உருவாக்கி நடத்தும் விதத்தில் குறிப்பிடத்தக்க மாற்றங்களைக் கொண்டு வந்துள்ளது.

இந்திய வெளியுறவுக் கொள்கையின் முக்கிய கோட்பாடுகள்

இந்திய வெளியுறவுக் கொள்கையின் கோட்பாடுகள் பின்வருமாறு -

1. பஞ்சசீல் 2. அணிசேராக் கொள்கை 3. காலனித்துவ எதிர்ப்பு மற்றும் இனவெறி எதிர்ப்பு கொள்கை 4. சர்வதேச சர்ச்சைகளுக்கு அமைதியான தீர்வு 5. வெளிநாட்டு பொருளாதார உதவி - ஐ. நா, சர்வதேச சட்டம், நியாயமான மற்றும் சமமான உலக ஒழுங்கிற்கு ஆதரவு.

இந்தியக் கொள்கை வகுப்பாளர்கள் அமைதிக்கும், வளர்ச்சிக்கும், மனிதகுலத்தின் உயிர்வாழ்வுக்கும் இடையே உள்ள தொடர்பைப் புரிந்து கொண்டனர். உலக அமைதி இல்லாமல், சமூக மற்றும் பொருளாதார வளர்ச்சி பின்னுக்கு தள்ளப்படும் வாய்ப்பு உள்ளது. இரண்டு உலகப் போர்களால் ஏற்பட்ட அழிவைக் கருத்தில் கொண்டு, ஒரு தேசத்தின் முன்னேற்றத்திற்கு நீடித்த உலக அமைதி தேவை என்பதை தலைவர்கள் உணர்ந்தனர். எனவே, இந்தியாவின் வெளியுறவுக் கொள்கையின் நிறுவனர் நேரு தனது கொள்கைத் திட்டத்தில் உலக அமைதிக்கு மிகுந்த முக்கியத்துவம் அளித்தார்.

இந்தியா அனைத்து நாடுகளுடனும், குறிப்பாக வல்லரசுகள் மற்றும் அண்டை நாடுகளுடன் அமைதியான மற்றும் நட்புறவை

விரும்புகிறது. சீனாவுடன் சமாதான உடன்படிக்கையில் கையெழுத்திடும்போது, பஞ்சசீல் எனப்படும் ஐந்து வழிகாட்டும் கொள்கைகளை கடைபிடிப்பதை நேரு பரிந்துரைத்தார்.

அமைதியான சகவாழ்வின் ஐந்து கோட்பாடுகள் என்றும் அழைக்கப்படும் பஞ்சசீல் ஏப்ரல் 29, 1954 ல் கையெழுத்திட்டது. அதன் பின்னர் இது மற்ற நாடுகளுடனான இந்தியாவின் இருதரப்பு உறவுகளுக்கு வழிகாட்டும் கொள்கையாக மாறியுள்ளது.

பஞ்சசீல் பின்வரும் ஐந்து வெளியுறவுக் கொள்கைகளை உள்ளடக்கியது

1. பிராந்திய ஒருமைப்பாடு மற்றும் இறையாண்மைக்கு பரஸ்பர மரியாதை. 2. ஆக்கிரமிப்பில் ஈடுபடாது இருத்தல் 3. உள் விவகாரங்களில் தலையிடாமை. 4. சமத்துவம் மற்றும் பரஸ்பர நன்மை. 5. அமைதியான சகவாழ்வு.

பஞ்சசீலின் இந்தக் கொள்கைகள் பின்னர் 1955 ல் இந்தோனேசியாவில் நடைபெற்ற ஆப்ரோ-ஆசிய மாநாட்டில் கையெழுத்திடப்பட்ட பாண்டுங் பிரகடனத்தில் இணைக்கப்பட்டன. அவை அணிசேரா இயக்கத்தின் (NAM) முக்கிய கொள்கைகளாகும்.

இந்திய அரசியலமைப்பு

இந்திய அரசியலமைப்பின் அரசியலமைப்பு கோட்பாடுகள் பிரிவு 51, சர்வதேச அமைதி மற்றும் பாதுகாப்பை மேம்படுத்துதல் குறித்த நாட்டுக் கொள்கையின் சில வழிகாட்டுதல் கோட்பாடுகளை வகுத்துள்ளது. அவையே,

(அ) சர்வதேச அமைதி மற்றும் பாதுகாப்பை மேம்படுத்துதல்

(ஆ) நாடுகளுக்கிடையே நியாயமான மற்றும் கௌரவமான உறவுகளைப் பேணுதல்.

(இ) ஒழுங்கமைக்கப்பட்ட மக்கள் குழுமங்களை கையாள்வதில் சர்வதேச சட்டம் மற்றும் ஒப்பந்தக் கடமைகளுக்கு மரியாதையை வளர்ப்பது.

(ஈ) நடுவர் மன்றத்தின் மூலம் சர்வதேச பிரச்சினைகளை தீர்ப்பதை ஊக்குவிப்பது.

வெளியுறவு அமைச்சகம்

வெளிவிவகார அமைச்சகம் என்பது வெளிவிவகாரங்களில் நேரடியாக அக்கறை கொண்ட அமைப்பு ஆகும். முறையாக, வெளியுறவுக் கொள்கை உருவாக்கம், கொள்கையின் உண்மையான செயல்படுத்தல் மற்றும் சர்வதேச உறவுகளின் தினசரி நடத்தை ஆகியவற்றிற்கு இது பொறுப்பாகும்.

வெளியுறவு அமைச்சகத்தின் செயலக ஊழியர்கள், பிரதமர் மற்றும் வெளியுறவு அமைச்சருக்கு தகவல் மற்றும் பகுப்பாய்வுகளை வழங்குகிறார்கள், தேவைப்படும் போது குறிப்பிட்ட நடவடிக்கைகளை பரிந்துரைக்கிறார்கள். எதிர்காலத்திற்கான கொள்கைகளை திட்டமிடுகிறார்கள் மற்றும் இந்தியாவில் உள்ள வெளிநாட்டு தூதரகங்கள், பிற இடங்களில் உள்ள இந்திய தூதரகங்களுடன் வழக்கமான தொடர்புகளை பராமரிக்கிறார்கள்.

வெளிவிவகார அமைச்சகம் (MEA) வெளிநாடுகளில் 171 இந்திய தூதரகங்களை (2010) பராமரிக்கிறது. பெரும்பாலும் இந்திய வெளியுறவு பணி அதிகாரிகளால் நிர்வகிக்கப்படுகிறது. இந்த அமைச்சகம் ஒரு கேபினட் அமைச்சரின் தலைமையில் உள்ளது மற்றும் துணை வெளியுறவு அமைச்சரின் உதவியோடு உள்ளது. வெளிநாட்டு சேவை பணி நிறுவனம், புது தில்லி 1986 ல் நிறுவப்பட்டது மற்றும் இந்திய வெளியுறவு பணி (IFS) அதிகாரிகளுக்கு பயிற்சி அளிக்கிறது.

இது அடிப்படை தொழில்முறை பாடநெறியில் பயிற்சி, இராஜதந்திரம், சர்வதேச உறவுகள் பற்றிய விரிவான படிப்பு, வணிக பிரதிநிதிகளுக்கான புத்துணர்ச்சி படிப்பு, வெளிநாட்டு மொழிகளில் பயிற்சி ஆகியவற்றை உள்ளடக்கியது. வெளியுறவு அமைச்சகத்தின் (MEA), நிர்வாகக் கட்டமைப்பு இரண்டு வகையான பிரிவுகளைக் கொண்டுள்ளது. அவை முறையே பிராந்தியப் பிரிவுகள் மற்றும் செயல்பாட்டுப் பிரிவுகள். இது பதிமூன்று பிராந்திய பிரிவுகளைக் கொண்டுள்ளது. ஒவ்வொன்றும் உலகின் ஒரு பெரிய பகுதியை உள்ளடக்கியது. ஒவ்வொரு பிரிவும் அந்தந்த பகுதியில் கொள்கை ஒருங்கிணைப்புக்கு பொறுப்பாகும். வெளி விளம்பரம், நெறிமுறை, தூதரக விவகாரங்கள், வெளிநாட்டில் உள்ள இந்தியர்கள், ஐக்கிய நாடுகள் சபை (UN) மற்றும் பிற சர்வதேச நிறுவனங்கள், சர்வதேச மாநாடுகள் ஆகியவற்றைக் கையாளும் செயல்பாட்டுப் பிரிவுகளையும் வெளியுறவு துறை அமைச்சகம் கொண்டுள்ளது.

இந்தியாவின் வெளியுறவுக் கொள்கையில் வளர்ந்து வரும் முக்கியத்துவத்தின் காரணமாக மூன்று செயல்பாட்டுப் பிரிவுகள் சிறப்புக் குறிப்புக்குத் தகுதியானவை. 1. கொள்கை திட்டமிடல் மற்றும் ஆராய்ச்சிப் பிரிவு2. கொள்கை வகுப்பாளர்களுக்கான ஆராய்ச்சி மற்றும் சுருக்கங்கள், பின்னணி ஆவணங்களை தயாரிப்பது3. இறுதியாகக் பின்னணி ஆவணங்கள் சர்வதேச முன்னேற்றங்கள் தொடர்பான பல்வேறு பிரச்சினைகள் பற்றிய தகவல்களை வழங்குகின்றன.

இந்தியாவின் வெளியுறவுக் கொள்கை மற்றும் மாறிவரும் சர்வதேச சூழலில், அதன் பங்கு தொடர்பான பரந்த அளவிலான, சிக்கல்களை உள்ளடக்கியது. வெளிநாட்டு பொருளாதார உறவுகளை நிர்வகிக்கும் மற்றும் நடத்தும் பொறுப்பை பொருளாதாரப் பிரிவு கொண்டுள்ளது. உலகமயமாக்கல் காலத்தில், பொருளாதாரப் பிரிவு மிகவும் முக்கியமானதாகிவிட்டது. அதன் செயல்பாடுகள் அரசாங்கத்தின்

பொருளாதாரக் கொள்கை மற்றும் சர்வதேசப் பொருளாதாரச் சூழலில் ஏற்படும் மாற்றங்களைப் பிரதிபலிக்கின்றன. ஈராக் குவைத்தின் மீதான படையெடுப்பு, கிழக்கு ஐரோப்பா மற்றும் சோவியத் யூனியனில் ஏற்பட்ட மாற்றங்கள், ஐரோப்பிய நாடுகளில் ஒரே சந்தையை உருவாக்குதல் போன்ற பல நிலைகளில் முடிவெடுக்கும் தன்மை படைத்தது.

இந்திய தொழில்நுட்ப மற்றும் பொருளாதார ஒத்துழைப்பு திட்டம் (ITEC), மற்றும் சிறப்பு காமன்வெல்த் ஆப்பிரிக்க உதவித் திட்டம் உள்ளிட்ட இந்தியாவின் வெளிநாட்டு உதவித் திட்டங்களையும் பொருளாதாரப் பிரிவு நடத்தி, ஒருங்கிணைக்கிறது. இந்த ITEC திட்டம் 1964 ல் தொடங்கப்பட்டது. இது பொருளாதாரத்திற்கான இந்தியாவின் முதன்மைத் திட்டமாகும். இந்தியாவின் வெளியுறவுக் கொள்கை நடவடிக்கைகளுக்கு பிரபலமான உள்நாட்டு மற்றும் சர்வதேச ஆதரவைப் பெறுவதற்கான திட்டங்களைத் தொடங்க 2006 ல் பொது இராஜதந்திரப் பிரிவு நிறுவப்பட்டது. இந்தியாவின் வெளியுறவுக் கொள்கையை மக்களிடம் திறம்பட முன்னிறுத்துவதற்கு, இந்தியாவிற்குள்ளும் வெளியேயும் வெளிச்செல்லும் நடவடிக்கைகளை ஏற்பாடு செய்வதே இந்தப் பிரிவின் ஆணையாய் இருகிறது. இவ்வகையான நோக்கங்களை அடைய ஆராய்ச்சியாளர்கள், சிந்தனைக் குழுக்கள், குடிமை சமூகம், ஊடகம் மற்றும் தொழில்துறை ஆகியவற்றுடன் நெருக்கமான ஒத்துழைப்புடன் செயல்படுகிறது. இது மற்ற நாடுகளுடன் TRACK II தொடர்புகளை ஆதரிக்கிறது. TRACK II இராஜதந்திரம் என்பது வெளிநாட்டு உறவுகளை நடத்துவதில் அதிகாரப்பூர்வமற்ற உறுப்பினர்கள் மற்றும் குழுக்களின் ஈடுபாட்டைக் குறிக்கிறது.

இந்திய கலாச்சார உறவுகளுக்கான கவுன்சில் (ICCR) மற்றும் இந்திய உலக விவகார கவுன்சில் (ICWA) ஆகியவையும் வெளி நாட்டு அமைச்சகத்தின் மூலமாக நடத்தப்படுகின்றன. ICCR மற்ற நாடுகளுடன் கண்காட்சிகள், வருகைகள் மற்றும் கலாச்சார பரிமாற்றங்களை ஏற்பாடு செய்கிறது மற்றும் இந்தியாவில்

உள்ள வெளிநாட்டு கலாச்சார மையங்களின் செயல்பாடுகளை மேற்பார்வையிடுகிறது. இந்திய உலக நிகழ்வுகளுக்கான அமைப்பு (ICWA) ஒரு சிந்தனைக் குழுவை உருவாக்குவதை நோக்கமாகக் கொண்டுள்ளது மற்றும் இந்தியாவின் வெளிநாட்டு விவகாரங்களின் பல்வேறு அம்சங்களைப் பற்றிய விவாதத்திற்கான ஒரு முக்கிய தளமாக செயல்படுகிறது.

ஆப்ரோ-ஆசிய ஒற்றுமை

ஆப்ரோ-ஆசிய ஒற்றுமையில் அதன் அளவு, இருப்பிடம் மற்றும் ஆற்றல் திறன் ஆகியவற்றைக் கருத்தில் கொண்டு, நேரு உலக விவகாரங்களில் குறிப்பாக ஆசிய விவகாரங்களில் இந்தியாவுக்கு ஒரு முக்கிய பங்கைக் ஏற்படுத்தினார். நேருவால்தான் இந்தியாவிற்கும் ஆசியா மற்றும் ஆபிரிக்காவில் உள்ள பிற புதிய சுதந்திர நாடுகளுக்கும் இடையே தொடர்புகளை விரிவுபடுத்த முடிந்தது. 1940 மற்றும் 1950களில் முழுவதும், நேரு ஆசிய ஒற்றுமையின் தீவிர பிரதிநிதயாக செயல்பட்டார். அவரது தலைமையில், இந்தியா சுதந்திரம் அடைவதற்கு ஐந்து மாதங்களுக்கு முன்னதாக, மார்ச் 1947 ல் ஆசிய உறவுகள் மாநாட்டைக் கூட்டினார். டச்சு காலனித்துவ ஆட்சியில் இருந்து இந்தோனேசியாவின் சுதந்திரத்தை முன்கூட்டியே உணர்ந்து கொள்வதற்கு இந்தியா தனது சுதந்திரப் போராட்டத்தை ஆதரிக்க 1949 ல் ஒரு சர்வதேச மாநாட்டைக் கூட்டுவதற்கு தீவிர முயற்சிகளை மேற்கொண்டது.

1955 ம் ஆண்டு இந்தோனேசியாவின் பாண்டுங் நகரில் நடைபெற்ற ஆப்ரோ-ஆசிய மாநாடு, பொதுவாக பாண்டுங் மாநாடு என்று அழைக்கப்படுகிறது. இது புதிதாக சுதந்திரம் பெற்ற ஆசிய மற்றும் ஆப்பிரிக்க நாடுகளுடன் இந்தியாவின் ஈடுபாட்டின் உச்சக்கட்டத்தைக் குறித்தது. பாண்டுங் மாநாடு பின்னர் அணி சேரா இயக்கத்தை நிறுவ வழிவகுத்தது. இவ்வியக்கத்தின் முதல் உச்சிமாநாடு செப்டம்பர் 1961 ல் பெல்கிரேடில் நடைபெற்றது.

மற்ற அரசு நிறுவனங்கள்

பிரதம அமைச்சர் அலுவலகம்(PMO) மற்றும் வெளி நாட்டு அமைச்சகம் (MEA) போன்ற அரசு அமைப்புகள் வெளியுறவுக் கொள்கை வகுப்பதில் முக்கிய பங்கு வகிக்கின்றன என்பதை பார்த்தோம். பாதுகாப்பு, வர்த்தகம் மற்றும் நிதி அமைச்சகங்கள் வெளியுறவுக் கொள்கை முடிவெடுப்பதில் உள்ளீட்டை வழங்குகின்றன. தற்போதைய சூழலில், அவர்கள் வழங்கும் உள்ளீடுகள் வெளியுறவுக் கொள்கையில் முக்கியமான தாக்கத்தை ஏற்படுத்துகின்றன. இருப்பினும், வெளியுறவுக் கொள்கை வகுப்பதில் பல்வேறு மத்திய அரசு நிறுவனங்களின் பங்கை ஒருங்கிணைக்கும் பிரதம மந்திரி அல்லது அவரது அலுவலகமான PMO ஆகும். வெளிநாட்டு விவகாரங்கள் மற்றும் பிரச்சினைகள் குறித்து நாடாளுமன்றத்தில் நடைபெறும் விவாதம், இந்தியாவில் வெளியுறவுக் கொள்கையை உருவாக்குவதற்கான உள்ளீட்டையும் வழங்குகிறது. ஆனால் பாராளுமன்றத்தின் பங்கு நடைமுறை அடிப்படையில் வரையறுக்கப்பட்டுள்ளது. அரசாங்கத்தால் கையொப்பமிடப்பட்ட சர்வதேச ஒப்பந்தங்கள் சட்டப்பூர்வமாக பிணைக்கப்படுகின்றன. அவை பாராளுமன்றத்தின் சட்டத்தால் நிறைவேற்றப்படும் வரை உள்நாட்டு சட்டத்தின் ஒரு பகுதியாக மாறாது. லோக்சபாவின் வெளிவிவகாரக் குழு நாடாளுமன்றத்திற்கும் அமைச்சரவைக்கும் இடையே ஒரு முக்கியமான இணைப்பாகும்.

அரசியல் கட்சிகள் மற்றும் ஆர்வ குழுக்கள்

இந்தியா ஜனநாயக நாடாக இருப்பதால், வெளியுறவுக் கொள்கை வகுப்பதில் அரசியல் கட்சிகள், ஊடகங்கள் மற்றும் பிற ஆர்வமுள்ள குழுக்களின் பங்கு கவனம் பெறுகிறது. தேசிய அரசியல் கட்சிகள் தேர்தலின் போது வெளியிடப்படும் தேர்தல் அறிக்கையில் தங்கள் வெளியுறவுக் கொள்கைக் கண்ணோட்டத்தை வெளிப்படுத்துகின்றன. கட்சிகளின் சித்தாந்தம், அவர்களின் வெளியுறவுக் கொள்கை முன்னோக்கை

பாதிக்கிறது. உதாரணமாக, கம்யூனிஸ்ட் கட்சிகள் அமெரிக்கா மற்றும் பிற மேற்கத்திய நாடுகளுடன் நெருக்கமான மூலோபாய உறவுகளை ஆதரிக்கவில்லை. பாரதிய ஜனதா கட்சி அணுசக்தி மற்றும் தாராளமயமாக்கல் கொள்கையை ஆதரிக்கிறது. இந்தியாவில் உள்ள அரசியல் கட்சிகள் உலகமயமாக்கலுக்கு ஆதரவாக பரந்த ஒருமித்த கருத்தை உருவாக்கியுள்ளன என்று தோன்றுகிறது. 2008 ம் ஆண்டில், கம்யூனிஸ்ட் கட்சிகள் அமெரிக்காவுடனான அணுசக்தி ஒப்பந்தத்தை எதிர்த்தன மற்றும் காங்கிரஸ் அரசாங்கத்தின் ஆதரவை வாபஸ் பெற்றன. அரசாங்கம் நம்பிக்கையில்லா வாக்கெடுப்பில் தப்பிப்பிழைத்த போதிலும், அணுசக்தி ஒப்பந்தம் இந்தியாவில் உள்ள அரசியல் கட்சிகளிடையே சர்ச்சைக்குரியதாக மாறியது.

செயல்திறன் மிக்க மற்றும் பாரபட்சமற்ற உதவி: சாத்தியமுள்ள இடங்களில் ஜனநாயகத்தை மேம்படுத்துவதில் இந்தியா தயங்குவதில்லை. இது, சம்பந்தப்பட்ட அரசாங்கத்தின் வெளிப்படையான ஒப்புதலுடன் இருந்தாலும், திறன் மேம்பாடு மற்றும் ஜனநாயக அமைப்புகளை வலுப்படுத்துவதில் முன்கூட்டியே உதவிகளை வழங்குவதன் மூலம் செயல்படுத்துகிறது. (எ. கா. ஆப்கானிஸ்தான்).

உலகளாவிய பிரச்சனைகளை தீர்க்கும் அணுகுமுறை: உலக வர்த்தக ஆட்சி, காலநிலை மாற்றம், பயங்கரவாதம், அறிவுஜீவி போன்ற பரிமாணங்களில் உலகளாவிய விவாதம் மற்றும் உலகளாவிய ஒருமித்த கருத்தை இந்தியா பரிந்துரைக்கிறது.

இந்தியாவின் வெளியுறவுக் கொள்கையின் முக்கிய நோக்கங்கள்

பிராந்திய ஒருமைப்பாடு மற்றும் வெளிநாட்டு ஆக்கிரமிப்பிலிருந்து தேசிய எல்லைகளைப் பாதுகாப்பது ஒரு நாட்டின் முக்கிய நலன். நீண்ட காலத்திற்குப் பிறகு அந்நிய ஆட்சியில் இருந்து இந்தியா கடினமான போராட்டத்திற்கு பிறகு சுதந்திரம் பெற்றது.

எனவே, வெளியுறவுக் கொள்கையின் சுதந்திரத்திற்கு உரிய முக்கியத்துவம் கொடுப்பது இயல்பாக இருந்தது. பிற நாடுகளின் உள்விவகாரங்களில் தலையிடாத கொள்கைகளின், ஆப்ரோ-ஆசிய ஒற்றுமையை வலுப்படுத்துவதற்கான இந்தியாவின் முயற்சி மற்றும் இறுதியாக அணிசேராக் கொள்கையை ஏற்றுக்கொள்வதை இந்த வெளிச்சத்தில் பார்க்க வேண்டும். நாட்டின் வளர்ச்சிப் பாதையைத் தக்கவைக்க, மேக் இன் இந்தியா, ஸ்கில்ஸ் இந்தியா, ஸ்மார்ட் சிட்டிகள், உள்கட்டமைப்பு மேம்பாடு, டிஜிட்டல் இந்தியா போன்ற திட்டங்கள் மற்றும் திட்டங்களுக்கு அன்னிய நேரடி முதலீடுகள், நிதி உதவி, தொழில்நுட்ப பரிமாற்றம் போன்றவற்றை இந்தியா தனது வெளிநாட்டு நண்பர்களுடன் தொடர்பு கொண்டு செயல்படுகிறது. எனவே, சமீபத்திய ஆண்டுகளில், இந்தியாவின் வெளியுறவுக் கொள்கையானது பொருளாதார இராஜதந்திரத்தை அரசியல் இராஜதந்திரத்துடன் ஒருங்கிணைத்து ஒரு அணுகுமுறையை ஏற்றுக்கொண்டதைக் குறிப்பிடலாம்.·உலகம் முழுவதும் பரவியுள்ள சுமார் 20 மில்லியன் வெளிநாடு வாழ் இந்தியர்கள் மற்றும் இந்திய வம்சாவளியைச் சேர்ந்தவர்களை உள்ளடக்கிய உலகிலேயே மிகப்பெரிய புலம்பெயர்ந்தோர் இந்தியாவிற்கு நற்பெயரை உண்டாக்குகின்றனர்.. எனவே, அவர்களை மக்கள் நலனில் ஈடுபடுத்துவதும், வெளிநாட்டில் அவர்கள் இருப்பதன் மூலம் அதிகபட்ச நன்மைகளைப் பெறுவதும், அதே நேரத்தில் அவர்களின் நலன்களை முடிந்தவரை பாதுகாப்பதும் முக்கிய நோக்கங்களில் ஒன்றாகும்.

இந்தியாவும் - அண்டை நாடுகளும்

இந்தியா தெற்காசியாவில் அமைந்துள்ள ஒரு நாடு, மேற்கில் பாகிஸ்தான், வடக்கே சீனா மற்றும் நேபாளம், வடகிழக்கில் பூட்டான், கிழக்கில் பங்களாதேஷ் மற்றும் கிழக்கில் மியான்மர் (பர்மா) எல்லைகளாக உள்ளது. இந்தியாவின் தெற்கே இந்தியப் பெருங்கடல் உள்ளது.

இந்தியா தனது அண்டை நாடுகளுடன் கலாச்சார, பொருளாதார மற்றும் அரசியல் தொடர்புகளின் நீண்ட வரலாற்றைக் கொண்டுள்ளது. மேலும் இந்த உறவுகள் பிராந்தியத்தின் தற்போதைய மற்றும் எதிர்கால இயக்கவியலை வடிவமைப்பதில் தொடர்ந்து முக்கிய பங்கு வகிக்கின்றன என்பது கவனிக்கத்தக்கது.

இந்தியா நிலப்பரப்பில் ஏழாவது பெரிய நாடாகவும், 1.4 பில்லியனுக்கும் அதிகமான மக்களைக் கொண்ட முதலாவது (2023) அதிக மக்கள்தொகை கொண்ட நாடாகவும் உள்ளது. பல்வேறு மொழிகள், மதங்கள் மற்றும் பழக்கவழக்கங்களைக் கொண்ட வளமான கலாச்சார பாரம்பரியத்தையும், பலதரப்பட்ட மக்களையும் கொண்டுள்ளது.

இந்தியா-பாகிஸ்தான்

பாகிஸ்தான் இந்தியாவின் மேற்கில் அமைந்துள்ளது மற்றும் 220 மில்லியனுக்கும் அதிகமான மக்கள்தொகை கொண்ட உலகின் ஐந்தாவது அதிக மக்கள்தொகை கொண்ட நாடாகும். இந்நாடு

ஒரு வளமான கலாச்சார பாரம்பரியம் மற்றும் பல்வேறு மொழிகள், மதங்கள், பழக்கவழக்கங்களைக் கொண்டதாக உள்ளது.

இந்தியாவும் பாகிஸ்தானும் சிக்கலான மற்றும் அடிக்கடி பதட்டமான உறவைக் கொண்டுள்ளன என்பதை ஏற்கனவே முன் பகுதியில் பார்த்தோம். இந்நாடுகளுக்கு இடையேயான அரசியல், இராணுவ மற்றும் பொருளாதார போட்டிகள், பிராந்திய மோதல்கள் மற்றும் எல்லை தாண்டிய பயங்கரவாதத்தின் நீண்ட வரலாறு ஆகியவற்றால் குறிக்கப்படுகிறது. 1947 ல் பிரிட்டிஷ் ஆட்சியிலிருந்து சுதந்திரம் பெற்றதில் இருந்து இரு நாடுகளும் நான்கு போர்களில் ஈடுபட்டுள்ளன. மேலும் காஷ்மீர் பிராந்தியத்தின் நிலை, பிற பிரச்சினைகள் குறித்து தொடர்ந்து சர்ச்சைகள் உள்ளன.

இந்தியா ஒரு மதச்சார்பற்ற ஜனநாயக நாடு. சந்தை அடிப்படையிலான பொருளாதாரதை உடையதாக விளங்குகிறது. பாகிஸ்தான் ஒரு கலப்பு பொருளாதாரம் கொண்ட இஸ்லாமிய குடியரசு ஆகும். அமைதிப் பேச்சுக்கள் மற்றும் நம்பிக்கையை வளர்க்கும் நடவடிக்கைகள் உள்ளிட்ட உறவுகளை மேம்படுத்துவதற்கான முயற்சிகள் இருந்தபோதிலும், இரு நாடுகளுக்கும் இடையிலான உறவுகள் அடிக்கடி எல்லை தாண்டிய சண்டைகள், பயங்கரவாத தாக்குதல்கள் மற்றும் பிற சம்பவங்களால் குறிக்கப்படுகிறது.

காஷ்மீர் சுதந்திரம் அடைந்ததில் இருந்து இரு நாடுகளுக்கும் இடையே மோதல்கள் என்பது முக்கிய பிரச்சனையாக உள்ளது. இந்தியா மற்றும் பாகிஸ்தான் ஆகிய இரு நாடுகளும் இப்பகுதியை முழுவதுமாக உரிமை கொண்டாடி, அப்பகுதியின் கட்டுப்பாட்டில் பல போர்களில் ஈடுபட்டுள்ளன. இப்பகுதி இரு நாடுகளுக்கு இடையே பிளவுபட்டுள்ளது. இந்திய அரசானது பெரும்பகுதியைக் கட்டுப்படுத்துகிறது, மேலும் பிரிவினைவோத இயக்கங்கள், எல்லை தாண்டிய பயங்கரவாதம் உள்ளிட்ட வன்முறைகளின் தளமாகத் தொடர்கிறது.

சமீப ஆண்டுகளில், அமைதிப் பேச்சுக்கள் மற்றும் பிற இராஜதந்திர முயற்சிகள் உட்பட, இந்தியாவுக்கும் பாகிஸ்தானுக்கும் இடையிலான உறவுகளை மேம்படுத்த முயற்சிகள் மேற்கொள்ளப்பட்டு வருகின்றன. இருப்பினும், இந்த முயற்சிகள் வரையறுக்கப்பட்ட வெற்றியைப் பெற்றன, மேலும் இந்த உறவு அவநம்பிக்கை மற்றும் பகைமையால் வகைப்படுத்தப்படுகிறது. இரு நாடுகளும் பெரிய அணுசக்தி வல்லரசுகளாக உள்ளன. மேலும் இவர்களுக்கு இடையே நடந்து வரும் மோதல்கள் பிராந்தியத்தின் ஸ்திரத்தன்மை மற்றும் பாதுகாப்பு குறித்த கவலைகளை எழுப்பியுள்ளன.

முக்கிய ஒப்பந்தங்கள் & உடன்படிக்கைகள்

கராச்சி ஒப்பந்தம்

1947 ஆம் ஆண்டின் இந்திய-பாகிஸ்தான் போரைத் தொடர்ந்து காஷ்மீரில் போர்நிறுத்தக் கோட்டை நிறுவுவதற்காக, இந்தியா மற்றும் பாகிஸ்தானுக்கான ஜக்கிய நாடுகள் ஆணையத்தின் மேற்பார்வையில், இவ்விரு நாடுகளின் இராணுவப் பிரதிநிதிகளால் 1949 ஆம் ஆண்டு கராச்சி ஒப்பந்தம் கையெழுத்தானது. இது ஒரு போர்நிறுத்தக் கோட்டை நிறுவியது மட்டுமல்லாமல் இது ஜக்கிய நாடுகள் சபையிலிருந்து ஜக்கிய நாடுகள் சபையின் பார்வையாளர்களால் கண்காணிக்கப்பட்டது.

ஏப்ரல் 1948 இன் பாதுகாப்பு கவுன்சில் தீர்மானம் 39, காஷ்மீரில் சண்டையை நிறுத்துவதற்கும், ஒரு பிரபலமான பொது வாக்கெடுப்புக்கான ஏற்பாடுகளைச் செய்வதற்கும் இந்தியாவிற்கும் பாகிஸ்தானுக்கும் இடையில் மத்தியஸ்தம் செய்ய ஒரு ஐநா ஆணையத்தை (இந்தியா மற்றும் பாகிஸ்தானுக்கான ஜக்கிய நாடுகள் ஆணையம் - UNCIP) நிறுவியது. இரு தரப்புடனும் பேச்சுவார்த்தைக்குப் பிறகு, கமிஷன் ஆகஸ்ட் 1948 இல் மூன்று பகுதி தீர்மானத்தை நிறைவேற்றியது, போர்நிறுத்தம், போர்நிறுத்தத்திற்கான விதிமுறைகள் மற்றும்

வாக்கெடுப்பு தொடர்பான பேச்சுவார்த்தைக்கான நடைமுறைகள் ஆகிய மூன்று பகுதிகளும் கையாளப்பட்டன. இரு நாடுகளும் தீர்மானத்தை ஏற்று 1948 டிசம்பர் 31 அன்று போர் நிறுத்தத்தில் ஈடுபட்டது..

ஜம்மு மற்றும் காஷ்மீர் மாநிலத்தில் போர்நிறுத்தக் கோடு அமைப்பது தொடர்பாக இந்தியா மற்றும் பாகிஸ்தானின் ராணுவப் பிரதிநிதிகளுக்கு இடையேயான ஒப்பந்தம் என அழைக்கப்படும் கராச்சி ஒப்பந்தம் 27 ஜூலை 1949 அன்று UNCIPன் துணைக் குழுவால் மேற்பார்வையிடப்பட்டது.

இந்தியாவிற்கும் பாகிஸ்தானுக்கும் இடையிலான கராச்சி ஒப்பந்தம் இராணுவ பார்வையாளர்களால் கண்காணிக்கப்படும் ஒரு போர்நிறுத்தக் கோட்டை நிறுவியது. இந்த பார்வையாளர்கள், இராணுவ ஆலோசகரின் கட்டளையின் கீழ், இந்தியா மற்றும் பாகிஸ்தானில் உள்ள ஐக்கிய நாடுகளின் இராணுவ பார்வையாளர் குழுவின் (UNMOGIP) மையத்தை உருவாக்கினர். 30 மார்ச் 1951 அன்று, இந்தியா மற்றும் பாகிஸ்தானுக்கான ஐக்கிய நாடுகளின் ஆணையம் (UNCIP) நிறுத்தப்பட்டதைத் தொடர்ந்து, பாதுகாப்பு கவுன்சில், தீர்மானம் 91 (1951) மூலம் காஷ்மீரில் போர்நிறுத்தப் பாதையை UNMOGIP தொடர்ந்து கண்காணிக்க வேண்டும் என்று முடிவு செய்தது. UNMOGIP இன் செயல்பாடுகள் போர்நிறுத்த மீறல்கள் பற்றிய புகார்களை அவதானித்து அறிக்கையிடுவது, விசாரணை செய்தல் மற்றும் அதன் முடிவுகளை ஒவ்வொரு தரப்பினருக்கும் பொதுச் செயலாளருக்கும் சமர்ப்பிப்பதாகும்.

காஷ்மீர் மோதல்

காஷ்மீர் ஒரு முஸ்லீம் பெரும்பான்மையான சமஸ்தானமாக இருந்தது, இது இந்து மன்னன் மகாராஜா ஹரி சிங்கால் ஆளப்பட்டது. இந்தியாவின் பிரிவினையின் போது, மாநிலத்தின் ஆட்சியாளரான மகாராஜா ஹரி சிங், சுதந்திரமாக இருக்க விரும்பினார், மேலும் இந்தியாவின் டொமினியன் அல்லது பாகிஸ்தானின் டொமினியன் ஆகியவற்றில் சேர

விரும்பவில்லை. பாகிஸ்தானுடனான ஒப்பந்தம் நிறுத்தப்பட்ட போதிலும், பாகிஸ்தான் படைகளின் குழுக்கள் காஷ்மீருக்கு அனுப்பப்பட்டன. பாகிஸ்தானிய துணை ராணுவப் படைகளின் ஆதரவுடன், பஷ்டூன் மெஹ்சுத் பழங்குடியினர் காஷ்மீரைக் கைப்பற்ற "ஆபரேஷன் குல்மார்க்" என்ற குறியீட்டு பெயரில் அக்டோபர் 1947 இல் காஷ்மீர் மீது படையெடுத்தனர். மகாராஜா இந்தியாவிடம் இராணுவ உதவியைக் கோரினார். இந்தியாவின் கவர்னர் ஜெனரல் மவுன்ட்பேட்டன் பிரபு, இந்தியா துருப்புக்களை அனுப்புவதற்கு முன் மகாராஜாவை இந்தியாவுடன் இணைக்கும்படி கோரினார். அதன்படி, 26-27 அக்டோபர் 1947 ல் கையெழுத்திடப்பட்டு ஏற்றுக்கொள்ளப்பட்டது.

பாக்கிஸ்தான் இந்தியாவுடன் மாநில இணைவை ஏற்க மறுத்து, கிளர்ச்சியாளர்களுக்கும், பழங்குடியினருக்கும் முழு ஆதரவு அளித்து மோதலை அதிகரித்தது. பஷ்டூன் பழங்குடியினரின் தொடர்ச்சியான நிரப்புதல் ஏற்பாடு செய்யப்பட்டது, மேலும் ஆயுதங்கள் மற்றும் வெடிமருந்துகள் மற்றும் இராணுவத் தலைமையை வழங்கியது. இந்திய துருப்புக்கள் காஷ்மீர் பள்ளத்தாக்கிலிருந்து படையெடுக்கும் பழங்குடியினரை வெளியேற்ற முடிந்தது, ஆனால் குளிர்காலத்தின் ஆரம்பம் மாநிலத்தின் பெரும்பகுதியை கடக்க முடியாததாக மாற்றியது. 1947 டிசம்பரில், இந்தியா இந்த மோதலை ஐக்கிய நாடுகளின் பாதுகாப்புச் சபைக்கு அனுப்பி, இரண்டு வளர்ந்து வரும் நாடுகளுக்கு இடையே ஒரு பொதுப் போர் வெடிப்பதைத் தடுக்கக் கோரியது.

இரண்டாவது கட்டமாக இந்தியா தனது படைகளின் பெரும்பகுதியை திரும்பப் பெற வேண்டும் என்று கேட்டுக்கொண்டது மற்றும் மக்களின் விருப்பங்களை தீர்மானிக்க பொது வாக்கெடுப்பு நடத்த முன்வந்தது ஐ. நா. இந்தியா இந்த தீர்மானத்தை நிராகரித்த போதிலும், 1948 ஆம் ஆண்டின் இறுதியில் பாகிஸ்தானைப் போலவே ஐ. நா. கமிஷன் மூலம் பேச்சுவார்த்தை நடத்தப்பட்ட அதன் பொருத்தமான திருத்தப்பட்ட

பதிப்பை ஏற்றுக்கொண்டது. ஜனவரி 1 ஆம் தேதி போர் நிறுத்தம் அறிவிக்கப்பட்டது. எவ்வாறாயினும், வாக்கெடுப்புக்கு முன்னோடியாக இராணுவமயமாக்கலுக்கான பொருத்தமான நடவடிக்கைகளை இந்தியாவும் பாகிஸ்தானும் ஏற்றுக்கொள்ள முடியவில்லை. ஆசாத் காஷ்மீரின் கிளர்ச்சிப் படைகளை 32 பட்டாலியன்கள் கொண்ட முழு அளவிலான இராணுவமாக பாகிஸ்தான் ஏற்பாடு செய்தது, மேலும் இராணுவமயமாக்கலின் ஒரு பகுதியாக அது கலைக்கப்பட வேண்டும் என்று இந்தியா வலியுறுத்தியது. இறுதியாக உடன்பாடு எட்டப்படவில்லை மற்றும் வாக்கெடுப்பும் நடக்கவில்லை.

லியாகத்-நேரு ஒப்பந்தம்

லியாகத்-நேரு ஒப்பந்தம் (அல்லது டெல்லி ஒப்பந்தம்) என்பது இந்தியாவிற்கும் பாகிஸ்தானுக்கும் இடையிலான இருதரப்பு ஒப்பந்தமாகும், இதில் அகதிகள் தங்கள் சொத்துக்களை அப்புறப்படுத்த திரும்ப அனுமதிக்கப்பட்டனர், கடத்தப்பட்ட பெண்கள் மற்றும் கொள்ளையடிக்கப்பட்ட சொத்துக்கள் திரும்பப் பெறப்பட வேண்டும், கட்டாய மதமாற்றங்கள் அங்கீகரிக்கப்படவில்லை, மற்றும் சிறுபான்மை உரிமைகள் உறுதி செய்யப்பட்டன.

இந்த ஒப்பந்தம் ஏப்ரல் 8, 1950 அன்று இந்தியப் பிரதமர் ஜவஹர் லால் நேரு மற்றும் பாகிஸ்தான் பிரதமர் லியாகத் அலி கான் ஆகியோரால் புது தில்லியில் கையெழுத்திடப்பட்டது. இந்தியப் பிரிவினைக்குப் பிறகு இரு நாடுகளிலும் உள்ள சிறுபான்மையினரின் உரிமைகளை உத்தரவாதப்படுத்தவும், அவர்களுக்கிடையேயான மற்றொரு போரைத் தடுக்கவும் முயன்ற ஆறு நாட்கள் பேச்சு வார்த்தையின் விளைவுதான் இந்த ஒப்பந்தம்.

இந்த ஒப்பந்தம் அகதிகளுக்கான விசா முறையை அறிமுகப்படுத்தியது மற்றும் எல்லைக்கு அப்பால் அகதிகள் இலவசமாக செல்வது தடைசெய்யப்பட்டது. இரு

நாடுகளிலும் சிறுபான்மை ஆணையங்கள் அமைக்கப்பட்டன. ஒரு மில்லியனுக்கும் அதிகமான அகதிகள் கிழக்கு பாகிஸ்தானிலிருந்து (தற்போது வங்காளதேசம்) இந்தியாவில் உள்ள மேற்கு வங்காளத்திற்கு இடம்பெயர்ந்தனர்.

சிந்து நதி நீர் ஒப்பந்தம் (IWT)

சிந்து நதி நீர் ஒப்பந்தம் என்பது இந்தியாவிற்கும் பாகிஸ்தானுக்கும் இடையிலான நீர் விநியோக ஒப்பந்தமாகும். இது சிந்து நதி மற்றும் அதன் துணை நதிகளில் கிடைக்கும் தண்ணீரைப் பயன்படுத்த உலக வங்கியால் ஏற்பாடு செய்யப்பட்டு பேச்சுவார்த்தை நடத்தப்பட்டது. 1960 செப்டம்பர் 19 அன்று கராச்சியில் அப்போதைய இந்தியப் பிரதமர் ஜவஹர்லால் நேரு மற்றும் அப்போதைய பாகிஸ்தான் ஜனாதிபதி அயூப் கான் ஆகியோர் கையெழுத்திட்டனர்.

இந்த ஒப்பந்தம் மூன்று "கிழக்கு நதிகளின்" நீரின் மீதான கட்டுப்பாட்டை வழங்குகிறது - பியாஸ், ரவி மற்றும் சட்லெஜ். சிந்து நதி மூலம் எடுத்துச் செல்லப்படும் மொத்த நீரில் 20% இந்தியாவிடம் உள்ளது, பாகிஸ்தானிடம் 80% உள்ளது. இந்த ஒப்பந்தம் மேற்கு நதி நீரை வரையறுக்கப்பட்ட நீர்ப்பாசன பயன்பாட்டிற்கும், மின் உற்பத்தி, வழிசெலுத்தல், மீன் வளர்ப்பு போன்ற பயன்பாடுகளுக்கு வரம்பற்ற நுகர்வு அல்லாத பயன்பாட்டிற்கும் பயன்படுத்த அனுமதிக்கிறது.

மேற்கு நதிகளின் மீது கட்டுமானத் திட்டங்களை இந்தியாவிற்கான விரிவான விதிமுறைகளை இது வகுத்துள்ளது. நல்லெண்ணம், நட்பு மற்றும் ஒத்துழைப்பு ஆகியவற்றின் உணர்வில் சிந்து அமைப்பிலிருந்து தண்ணீரை உகந்த முறையில் பயன்படுத்துவதில் ஒவ்வொரு நாட்டின் உரிமைகள் மற்றும் கடமைகளை ஒப்பந்தத்தின் முன்னுரை அங்கீகரிக்கிறது. இது பாகிஸ்தானில் வெள்ளம் அல்லது வறட்சியை ஏற்படுத்தக்கூடும் என்ற பாகிஸ்தானின் அச்சத்தை குறைக்கவில்லை, குறிப்பாக போர் காலங்களில்.

1948 ம் ஆண்டில், நதி அமைப்பின் நீர் உரிமைகள் இந்திய-பாகிஸ்தான் நீர் சர்ச்சையின் மையமாக இருந்தன. 1960ல் ஒப்பந்தம் கையெழுத்தானதில் இருந்து, இந்தியாவும் பாகிஸ்தானும் பல ராணுவ மோதல்களில் ஈடுபட்டாலும், தண்ணீர்ப் போர்களில் ஈடுபடவில்லை. பெரும்பாலான கருத்து வேறுபாடுகள் மற்றும் தகராறுகள் ஒப்பந்தத்தின் கட்டமைப்பிற்குள் வழங்கப்படும் சட்ட நடைமுறைகள் மூலம் தீர்க்கப்படுகின்றன.

சிந்து நதி நீர் ஒப்பந்தம் இன்று உலகின் மிக வெற்றிகரமான நீர்ப் பகிர்வு முயற்சிகளில் ஒன்றாகக் கருதப்படுகிறது, ஆய்வாளர்கள் சில தொழில்நுட்ப விவரக்குறிப்புகளைப் புதுப்பிக்க வேண்டியதன் அவசியத்தை ஒப்புக் கொண்டாலும், காலநிலை மாற்றத்தை எதிர்கொள்ள ஒப்பந்தத்தின் நோக்கத்தை விரிவுபடுத்த வேண்டும்.

2003 ல், J&K மாநில சட்டமன்றம் இந்த ஒப்பந்தத்தை ரத்து செய்வதற்கான ஒருமனதாக தீர்மானம் நிறைவேற்றியது. மீண்டும் ஜூன் 2016 ல், ஜம்மு மற்றும் காஷ்மீர் சட்டமன்றம் சிந்து நதி நீர் ஒப்பந்தத்தை மறுசீரமைக்கக் கோரியது. இந்த ஒப்பந்தம் மக்களின் உரிமைகளை சிதைத்ததாகவும், ஜம்மு மற்றும் காஷ்மீர் மாநிலத்தை ஒரு அரசு அல்லாத மாநிலமாக கருதுவதாகவும் சட்டமன்ற உறுப்பினர்கள் கருதுகின்றனர்.

2023 ஆம் ஆண்டில், ஒப்பந்தத்தை மறுபரிசீலனை செய்யுமாறு பாகிஸ்தானுக்கு இந்தியா அதிகாரப்பூர்வமாக அறிவித்தது. அது ஒப்பந்தத்தின் ஆன்மா மற்றும் நோக்கத்திற்கு எதிரான செயல்களில் மீண்டும் மீண்டும் ஈடுபடுவதாகக் குற்றம் சாட்டியுள்ளது.

1965 ன் இந்திய-பாகிஸ்தான் போர்

ஏப்ரல் 1965 முதல் செப்டம்பர் 1965 வரையிலான மோதல்களின் உச்சக்கட்டத்தை தொடர்ந்து 1965 இன் இந்திய-பாகிஸ்தான் போர் தொடங்கியது. மேலும் பாகிஸ்தானின் ஆபரேஷன்

ஜிப்ரால்டர், ஜம்மு மற்றும் காஷ்மீருக்குள் படைகளை ஊடுருவி இந்தியாவின் ஆட்சிக்கு எதிரான கிளர்ச்சியைத் தூண்டுவதற்காக வடிவமைக்கப்பட்டது. இதற்கு பதிலடி கொடுக்கும் விதமாக மேற்கு பாகிஸ்தான் மீது இந்தியா முழு அளவிலான ராணுவ தாக்குதல் நடத்தியது. பதினேழு நாள் போரில் இரு தரப்பிலும் ஆயிரக்கணக்கானோர் உயிரிழந்தனர் மற்றும் கவச வாகனங்களின் மிகப்பெரிய ஈடுபாடு மற்றும் இரண்டாம் உலகப் போருக்குப் பிறகு மிகப்பெரிய டாங்கிப் போரைக் கண்டனர். சோவியத் யூனியன் மற்றும் அமெரிக்காவின் இராஜதந்திர தலையீட்டைத் தொடர்ந்து ஐக்கிய நாடுகள் சபையின் கட்டாய போர்நிறுத்தம் அறிவிக்கப்பட்ட பின்னர் இரு நாடுகளுக்கும் இடையேயான பகைமை முடிவுக்கு வந்தது, அதைத் தொடர்ந்து தாஷ்கண்ட் பிரகடனம் வெளியிடப்பட்டது. ஐந்து வார கால யுத்தத்தில் இரு தரப்பிலும் ஆயிரக்கணக்கானோர் உயிரிழந்தனர். பெரும்பாலான போர்கள், காலாட்படை மற்றும் கவசப் பிரிவுகளை எதிர்த்து, விமானப் படைகள் மற்றும் கடற்படை நடவடிக்கைகளின் கணிசமான ஆதரவுடன் நடத்தப்பட்டன. இது ஐக்கிய நாடுகள் சபையின் (UN) கட்டாய போர்நிறுத்தத்தில் முடிவடைந்தது.

தாஷ்கண்ட் பிரகடனம்

1965 ஆம் ஆண்டு நடந்த இந்திய-பாகிஸ்தான் போரைத் முடிவுக்கு கொண்டு வருவதற்காக 1966 ம் ஆண்டு ஜனவரி 10 ஆம் தேதி இந்தியாவிற்கும் பாகிஸ்தானுக்கும் இடையில் தாஷ்கண்ட் பிரகடனம் கையெழுத்தானது. சோவியத் யூனியன் மற்றும் அமெரிக்காவின் தலையீடுகள் மூலம் செப்டம்பர் 23 அன்று அமைதி நிலை நாட்டப்பட்டது. போர்நிறுத்தம் மற்றும் தீர்வை நோக்கி உஸ்பெகிஸ்தானின் தாஷ்கண்ட் நகரில் 1966 ஜனவரி 4 முதல் 10 வரை சோவியத் யூனியனால் போரிடும் தரப்புகளுக்கு இடையே ஒரு நிரந்தரமான தீர்வை உருவாக்கும் முயற்சியில் இந்த சந்திப்பு நடத்தப்பட்டது.

சோவியத் பிரதமர் அலெக்ஸி கோசிஜின், இந்தியப் பிரதமர் லால் பகதூர் சாஸ்திரி மற்றும் பாகிஸ்தான் ஜனாதிபதி முஹம்மது அயூப் கான் ஆகியோருக்கு இடையே இந்த பிரகடனம் உருவாக்கப்பட்டது.

சிம்லா ஒப்பந்தம்

இது இந்திய மாநிலமான ஹிமாச்சல பிரதேசத்தின் தலைநகரான சிம்லாவில் 2 ஜூலை 1972 அன்று இந்தியாவிற்கும் பாகிஸ்தானுக்கும் இடையில் கையெழுத்திடப்பட்ட அமைதி ஒப்பந்தமாகும். இது 1971 இன் இந்திய-பாகிஸ்தான் போரைத் தொடர்ந்து, வங்காளதேச விடுதலைப் போரில் பாகிஸ்தானிய அரச படைகளுக்கு எதிராகப் போராடிய வங்காள கிளர்ச்சியாளர்களின் கூட்டாளியாக கிழக்கு பாகிஸ்தானில் இந்தியா தலையிட்ட பிறகு தொடங்கியது. இந்தியத் தலையீடு போரில் தீர்க்கமானதாக நிரூபித்தது மற்றும் மேற்கு பாகிஸ்தானுடனான அதன் ஒன்றியத்திலிருந்து கிழக்கு பாகிஸ்தான் பிரிந்து சுதந்திர நாடான வங்காளதேசம் உருவாக வழிவகுத்தது.

டில்லி ஒப்பந்தம்

1971 வங்காளதேசப் போரின்போது, ஆயிரக்கணக்கான வங்காள அதிகாரத்துவத்தினர் மற்றும் ராணுவ வீரர்கள் மேற்கு பாகிஸ்தானில் அவர்களது குடும்பத்தினருடன் பாகிஸ்தான் அரசால் சிறையில் அடைக்கப்பட்டனர். பங்களாதேஷில், உருது மொழி பேசும் சமூகத்தைச் சேர்ந்த பலர் பாகிஸ்தானுக்கு இடம்பெயர விரும்பினர். 1971 டிசம்பர் 16 அன்று பாகிஸ்தான் சரணடைந்த பிறகு இந்தியா பல ஆயிரம் பாகிஸ்தான் போர்க் கைதிகளை வைத்திருந்தது, இதில் நடத்தை விதிமீறலுக்காக கைது செய்யப்பட்ட 195 ராணுவ அதிகாரிகள் உட்பட இருந்தனர்.

பாகிஸ்தான் போர்க்குற்றவாளிகள் என்று குற்றம் சாட்டப்படுவதற்கு வங்காளதேசம் திட்டமிட்டால், வங்காள

அதிகாரிகளை விசாரணைக்கு உட்படுத்துவதாக ஜனாதிபதி சுல்பிகர் அலி பூட்டோ மிரட்டினார். இந்த ஒப்பந்தம் 28 ஆகஸ்ட் 1973 ல் நடைமுறைக்கு வந்தது மற்றும் 1 ஜூலை 1974 ல் முடிவடைந்தது. ஒப்பந்தத்தின் விதிமுறைகளின் கீழ், ஐ நா அகதிகள் உயர் மட்ட குழு (UNHCR), பங்களாதேஷ் மற்றும் பாகிஸ்தானிய குடிமக்களை திருப்பி அனுப்புவதை மேற்பார்வையிட்டது. ஐக்கிய நாடுகள் சபையின் கூற்றுப்படி, 121,695 வங்காளிகள் பாகிஸ்தானில் இருந்து பங்களாதேஷுக்கு மாற்றப்பட்டனர். அவர்களில் உயர்மட்ட பெங்காலி அரசு ஊழியர்கள் மற்றும் இராணுவ அதிகாரிகள் அடங்குவர். 108,744 வங்காளம் அல்லாத குடிமக்கள் மற்றும் அரசு ஊழியர்கள் பங்களாதேஷில் இருந்து பாகிஸ்தானுக்கு மாற்றப்பட்டனர். இந்தியா 6,500 பாகிஸ்தானிய போர்வீரர்களை விடுவித்தது, அவர்கள் பெரும்பாலும் பாகிஸ்தானுக்கு ரயிலில் கொண்டு செல்லப்பட்டனர். 1974 ல், வாகா எல்லை வழியாக அடையாளமாக திருப்பி அனுப்பப்பட்ட கடைசி பாகிஸ்தான் அதிகாரி ஜெனரல் நியாசி ஆவார்.

கார்கில் போர்

1998-99 குளிர்கால மாதங்களில், காஷ்மீரில் உள்ள கார்கில் செக்டாரில் உள்ள மிக உயரமான சிகரங்களின் மூலம் ஊடுருவல் நடந்தது. எல்லைக் கட்டுப்பாட்டுக் கோடு வழியாக பாகிஸ்தான் ராணுவம் அத்துமீறி நுழைந்து நிலைகளை ஆக்கிரமித்தது. 1999 மே மாதம் பனி உருகிய போது இந்திய ராணுவம் இதைக் கண்டுபிடித்தது. இதன் விளைவாக கார்கில் போர் எனப்படும் இந்திய-பாகிஸ்தான் படைகளுக்கு இடையே கடுமையான சண்டை ஏற்பட்டது. இந்திய விமானப்படையின் ஆதரவுடன், பாகிஸ்தான் ஆக்கிரமித்திருந்த பல பகுதிகளை இந்திய ராணுவம் மீட்டது. பின்னர் சர்வதேச அழுத்தம் மற்றும் அதிக உயிரிழப்புகள் காரணமாக மீதமுள்ள பகுதியிலிருந்து பாகிஸ்தான் வெளியேறியது.

லாகூர் பிரகடனம்

லாகூர் பிரகடனம் என்பது இந்தியாவுக்கும் பாகிஸ்தானுக்கும் இடையிலான இருதரப்பு ஒப்பந்தமாகும். லாகூரில் நடந்த வரலாற்று சிறப்புமிக்க உச்சிமாநாட்டின் முடிவில், 21 பிப்ரவரி 1999 அன்று இந்த ஒப்பந்தம் கையெழுத்தானது, அதே ஆண்டு இரு நாட்டு நாடாளுமன்றங்களால் அங்கீகரிக்கப்பட்டது.

ஆக்ரா உச்சிமாநாடு

ஆக்ரா உச்சிமாநாடு என்பது இந்தியாவிற்கும் பாகிஸ்தானுக்கும் இடையிலான வரலாற்று சிறப்புமிக்க இரண்டு நாள் உச்சி மாநாடு ஆகும், இது 14-16 ஜூலை 2001 வரை நீடித்தது. இது இந்தியாவிற்கும் பாகிஸ்தானுக்கும் இடையிலான நீண்டகால பிரச்சினைகளை தீர்க்கும் நோக்கத்துடன் ஏற்பாடு செய்யப்பட்டது. இந்தக் கூட்டத்தில், அணு ஆயுதங்களை பெருமளவில் குறைக்கவும், காஷ்மீர் பிரச்னை, எல்லை தாண்டிய பயங்கரவாதம் உள்ளிட்ட பிரச்னைகள் தொடர்பாகவும் முன்மொழிவு செய்யப்பட்டது. ஆனால் பேச்சுவார்த்தை முறிந்து ஆக்ரா ஒப்பந்தம் கையெழுத்திடப்படவில்லை.

முன்னதாக 1999 ல், இந்தியப் பிரதமர் அடல் பிஹாரி வாஜ்பாயின் பாகிஸ்தான் பயணத்தின் போது, இரு நாடுகளும் லாகூர் பிரகடனத்தை ஏற்றுக்கொண்டு வெற்றிகரமாக ஒப்புதல் அளித்தன. இந்த ஒப்பந்தத்தில் தெற்காசியாவில் அமைதி மற்றும் ஸ்திரத்தன்மைக்கு கூட்டு முயற்சிகளை மேற்கொள்வதாக உறுதியளித்தன. கார்கில் போர், லாகூர் ஒப்பந்தத்திற்கு ஒரு பெரிய அடியாக இருந்தது மற்றும் இரு நாடுகளுக்கிடையேயான உறவுகள் கடுமையான பின்னடைவை சந்தித்ததால் அது ஒப்பந்தத்தை நிறுத்தியது.

11 மார்ச் 2001 அன்று, ஐநா பொதுச்செயலாளர் கோஃபி அன்னான், லாகூர் பிரகடனத்தின் உணர்வைத் தக்க வைத்துக் கொள்ளுமாறு இந்தியா மற்றும் பாகிஸ்தான்

ஆகிய இரு நாடுகளுக்கும் அழைப்பு விடுத்தார். அதற்கு இரு தரப்பிலிருந்தும் கட்டுப்பாடு, விவேகம் மற்றும் ஆக்கபூர்வமான நடவடிக்கைகள் தேவைப்படும் என்று கூறினார். இறுதியாக, ஜூலை 2001 ல் ஜனாதிபதி பர்வேஸ் முஷாரப் மற்றும் பிரதமர் அடல் பிஹாரி வாஜ்பாய் ஆகியோருக்கு இடையே புதுதில்லியில் நடந்த பேச்சுவார்த்தையில் ஆக்ரா ஒப்பந்தத்தின் பேச்சுவார்த்தைகளுக்கான கட்டமைப்பு தொடங்கியது.

பல இராஜதந்திர முயற்சிகளுக்குப் பிறகு, நிரந்தர மற்றும் பழமையான காஷ்மீர் பிரச்சினை உட்பட இரு நாடுகளுக்கும் இடையிலான பல்வேறு சர்ச்சைகளைத் தீர்ப்பதற்கான அதிக நம்பிக்கைகளுக்கு மத்தியில் ஆக்ரா உச்சி மாநாடு தொடங்கியது. இரு தரப்பும் உச்சிமாநாட்டை நம்பிக்கையுடனும் நல்லெண்ண உணர்வுடனும் தொடங்கினர்; குறிப்பாக ஜனாதிபதி முஷாரப் உச்சிமாநாட்டிற்கான தனது கருத்துக்களை விவரிக்க "எச்சரிக்கையான நம்பிக்கை, நெகிழ்வு மற்றும் திறந்த மனம் போன்ற சொற்றொடர்களைப் பயன்படுத்தினார். இந்திய ஜனாதிபதி, கே. ஆர். நாராயணன், "தைரியமான மற்றும் புதுமையான" நடவடிக்ககளை எடுப்பதாகவும், இரு நாடுகளுக்கு இடையேயான முக்கிய பிரச்சனை பற்றி விவாதிப்பதாகவும் உறுதியளித்தார்.

அதிபர் முஷாரப்புக்கும், பிரதமர் வாஜ்பாய்க்கும் இடையே பல்வேறு சுற்று பேச்சுவார்த்தை நடத்தப்பட்டது. முதல் நாளில், 90 நிமிட நேருக்கு நேர் அமர்வு நடைபெற்றது மற்றும் இரு தலைவர்களும் காஷ்மீர் பிரச்சினை, எல்லை தாண்டிய பயங்கரவாதம், அணு ஆயுத அபாயத்தைக் குறைத்தல், போர்க் கைதிகளின் விடுதலை மற்றும் வர்த்தக உறவுகள் குறித்து விவாதித்தனர். இரு தலைவர்களும் ஒரு உடன்படிக்கைக்கு வருவார்கள் என்றும், இரு தலைவர்களும் தீவிர பேச்சுவார்த்தையில் மூழ்கியதால், உச்சிமாநாட்டின் முடிவில் ஒரு கூட்டு அறிக்கை அல்லது அறிவிப்பு வெளியிடப்படும் என்றும் பாகிஸ்தானில் அதிக நம்பிக்கை இருந்தது. இந்திய

அரசாங்கத்தின் இடஒதுக்கீடு இருந்தபோதிலும், ஜனாதிபதி முஷாரப் அனைத்துக் கட்சிகளின் ஹூரியத் மாநாட்டின் பிரதிநிதித்துவம் வாய்ந்த காஷ்மீர் தலைமையுடன் நேருக்கு நேர் சந்திப்புகளை நடத்தினார்.

இந்தியா-பாகிஸ்தான் உச்சிமாநாட்டில் பிரதமர் அடல் பிஹாரி வாஜ்பாயின் மிக முக்கியமான நிகழ்ச்சி நிரல் காஷ்மீர் மக்களின் பொருளாதார முன்னேற்றத்தை வலியுறுத்துவதாகும், அதற்காக அவர் அனைத்து கட்சி ஹூரியத் மாநாட்டுடன் உரையாடலை அழைத்தார்.

எவ்வாறாயினும், பேச்சுவார்த்தைகள் மற்றும் சமாதான செயல்முறைகள் முறிந்து போனது மற்றும் ஆக்ரா ஒப்பந்தத்தில் கையெழுத்து பெறப்படவில்லை. பேச்சுக்கள் பல தடைகளை எதிர்கொண்டன. இந்திய அறிஞரான கெளரவ் கம்பனியின் கூற்றுப்படி, பாகிஸ்தானின் உறுதிமொழிகளை முக மதிப்பில் ஏற்க இந்திய அரசாங்கம் தயங்குவதற்கு மூன்று முக்கிய காரணங்கள் இருந்தன. முதலாவதாக, ஜனாதிபதி பர்வேஸ் முஷார.்ப் மற்றும் அவர் டெல்லியில் பிரதிநிதித்துவப்படுத்தும் ஸ்தாபனத்தை வாஜ்பாய் அரசாங்கம் நம்பவில்லை. 1999 இல் லாகூர் உச்சிமாநாட்டில் பாகிஸ்தான் பிரதமர் நவாஸ் ஷெரீப் மற்றும் இந்தியப் பிரதமர் அடல் பிஹாரி வாஜ்பாய் ஆகியோரின் கூட்டு அமைதி முயற்சிகளுக்கு முஷார.்ப்தான் நாசமாக்கினார் என்பது இந்தியாவில் மட்டும் பரவலாக உணரப்பட்டது. இரண்டாவதாக, எல்லை தாண்டிய ஊடுருவலைத் தடுக்கும் பாகிஸ்தானின் உறுதிமொழியில் இந்தியா திருப்தி அடையவில்லை; மூன்றாவதாக, இந்திய அரசாங்கம் அக்டோபர் 2002 இல் இந்திய காஷ்மீரில் பிராந்தியத் தேர்தல்களை நடத்துவதற்கான திட்டங்களைக் கொண்டிருந்தது. இதேபோல், காஷ்மீரில் எல்லை தாண்டிய கிளர்ச்சிக்கு ஆதரவை கைவிட முஷார.்ப் மறுத்ததே ஜூன் 2001 ல் ஆக்ரா உச்சிமாநாட்டின் தோல்விக்குக் காரணம் என்று இந்தியத் தலைமை கருதியது.

பேச்சுவார்த்தை தோல்வியடைந்த போதிலும், ஜெனரல் பர்வேஸ் முஷாரப் வாஜ்பாயுடன் இணைந்து இரு நாடுகளும் தங்கள் கடந்த காலத்தை புதுப்பிக்க அழைப்பு விடுத்தார். பாகிஸ்தானுக்கும் இந்தியாவுக்கும் இடையிலான பிரச்சினைகள் மிகவும் சிக்கலானவை என்றும், குறுகிய காலத்தில் தீர்க்க முடியாது என்றும் அவர் உணர்ந்ததால், இந்தியப் பிரதமரை பாகிஸ்தானுக்குச் வருமாறு அவர் அழைப்பு விடுத்தார்.

ஆகஸ்ட் 2001 ஆக்ரா உச்சிமாநாட்டைத் தொடர்ந்து, சிம்லா ஒப்பந்தம் மற்றும் லாகூர் பிரகடனத்தை அமல்படுத்த வேண்டியதன் அவசியத்தை இந்தியா மீண்டும் வலியுறுத்தியது. சிம்லா ஒப்பந்தம், லாகூர் பிரகடனம் மற்றும் எல்லை தாண்டிய பயங்கரவாத பிரச்சினைக்கு இந்தியா ஆதரவளிக்கும் என்று அது கூறியது.

அணுசக்தி அல்லாத ஆக்கிரமிப்பு ஒப்பந்தம்

அணுசக்தி அல்லாத ஆக்கிரமிப்பு ஒப்பந்தம் என்பது இரு தெற்காசிய நாடுகளான இந்தியா மற்றும் பாக்கிஸ்தான் இடையே அணு ஆயுதங்களைக் குறைப்பது பற்றிய இருதரப்பு மற்றும் அணு ஆயுதக் கட்டுப்பாட்டு ஒப்பந்தமாகும். இந்த ஒப்பந்தம் 1988 ல் வரைவு செய்யப்பட்டது. மேலும் 21 டிசம்பர் 1988 அன்று பிரதமர் பெனாசிர் பூட்டோ மற்றும் இந்தியப் பிரதமர் ராஜீவ் காந்தி ஆகியோர் கையெழுத்திட்டனர். இது ஜனவரி 1991 இல் நடைமுறைக்கு வந்தது.

இந்திய இலங்கை உறவுகள்

இந்தியாவிற்கும் இலங்கைக்குமான உறவானது மிகவும் பழமை வாய்ந்ததாக உள்ளது. கிட்டத்தட்ட 2500 வருடங்களுக்கு மேலாக நட்புறவும், பொருளாதார கூட்டுறவும் பரஸ்பரம் இரு நாடுகளும் போற்றி வருகின்றன. பல்லாயிரம் ஆண்டுகளுக்கு முன்னதாகவே, இந்தியாவின் உதவிகளும் இந்திய மக்களின் இடம்பெயர்தல்களும் நடந்து வருகின்றன.

இலங்கையில் உள்ள பெருவாரியான மக்கள் தங்கள் உயர் கல்வியை இந்தியாவிலே பயின்றுள்ளனர். மதரீதியாகவும் ராமாயணத்தில் இடம்பெற்றுள்ள சம்பவங்களும் நடந்தேறி உள்ள நாடுகளாக இந்தியாவும், இலங்கையும் விளங்குகின்றன. இதே போல எண்ணற்ற இயற்கை சீற்றத்தின் பேரழிவுகளில் இந்தியாவின் உதவிகள் இலங்கையிலே போற்றப்பட்டுள்ளன. சமீபத்திலே பொருளாதார சிக்கல்களில் தவித்து வருகிறது இலங்கை. இப்போதும் பல நாடுகளின் உதவிகள் கிடைத்தாலும் இந்தியாவின் உதவியை பிரதானமாக கருதுகிறது இலங்கை அரசு. அரசியல் ரீதியாக இலங்கையிலே தனிநாடு கேட்கின்ற பிரச்சனைகளின்போது, இந்தியா தனது அமைதி காக்கும் படையை அனுப்பி வைத்து அமைதியை நிலைநாட்டுவதற்கு முயற்சித்தது. இப்பகுதியில் இன்னும் விரிவாக இரு நாடுகளுக்கு இடையேயான உறவுகளையும் பரஸ்பர வளர்ச்சி பணிகளையும் பார்ப்போம்.

சமீபத்திலே இந்திய வெளியுறவுத்துறை அமைச்சர் ஜெய்சங்கர் "பொருளாதார மீட்டெடுப்பில் இலங்கைக்கு முதலிடம் அதிகம் வழங்க வேண்டும்" என்று உறுதி தெரிவித்துள்ளார். சீனாவை தற்போது பல நாடுகளும் இலங்கையின் இந்நிலைக்கு சாடுகின்றனர். இலங்கையின் தற்போதைய கீழ்நோக்கிய நிலைக்கு சீன அரசிடம் அதிகம் கடன் பெற்று விட்டதாகவும், அதை அடைப்பதற்கு வழி இல்லாமல் பல துறைகளை சீன அரசாங்கத்தின் கட்டுப்பாட்டிற்கு கீழ் செயல்படுவதாகவும் செய்திகள் வந்த வண்ணம் உள்ளது. கருத்துக்களும், செய்திகளும் வேறுபட்டதாக இருந்தாலும் இலங்கை தற்போது பொருளாதார நெருக்கடியில் உள்ளது என்பது உண்மையாகும். விக்ரமசிங்கே கூறும் பொழுது இலங்கைக்கு வேண்டிய உதவிகள் உணவு, எண்ணெய், மருந்து போன்றவைகள் இந்தியா மட்டுமே வழங்க முடியும் என்று கூறியுள்ளார். மாணவர்கள் பரிட்சை எழுதுவதற்கு கூட தாள்கள் இல்லாத சூழ்நிலை இன்று இலங்கையில் உள்ளது. சர்வதேச நிதி அமைப்பு, உலக

வங்கி போன்ற நிதி நிறுவனங்களில் இருந்து கடன் வாங்கி உள்ளது இலங்கை அரசு. இதனால் மக்களிடையே கொந்தளிப்பு ஏற்பட்டு அரசாங்கத்திற்கு எதிராக புரட்சி நடைபெற்று குழப்பம் எழுந்துள்ளது.

தனிநாடு கோரிய எல்டிடிஇ அமைப்பு 2009இல் சிதிலமடைந்தது. இதன் பிறகு உள் இடம்பெயர்ந்த மக்களுக்கு உண்டான பெரும் உதவிகளை இந்திய அரசாங்கம் செய்து வருகிறது. 2009 ஆண்டு வரை எல்டிடிஇ அமைப்பை எதிர்த்து போரிடுவதற்கு இந்தியா அதிகமான உதவிகளை அளித்தது. இந்திய அமைதி காக்கும் படை இலங்கைச் சென்று அந்நாட்டுக்கு உதவிய செயல்பாடு பல்வேறு சர்ச்சையை கிளப்பியது. உள்நாட்டிலேயே தமிழக மக்கள் இந்திய அரசாங்கத்தை எதிர்த்து போராட்டங்கள் நடத்தினர். இதேபோல இலங்கையிலும் எதிர்கட்சிகள் இந்திய ராணுவப் படைக்கு எதிராக சர்ச்சைகளை எழுப்பினர். பின்னே இந்திய அமைதிப்படை வாபஸ் பெறப்பட்டது. இலங்கை அரசுக்கு இம்மாதிரியான உதவியை செய்ததாலேயே இந்திய தரப்பிலே பாரத பிரதமர் ராஜீவ் காந்தியை தீவிரவாத செயல்பாட்டின் விளைவாக இந்திய நாடு இழந்தது. இலங்கை அரசிற்கு உதவிய அதே நேரத்தில் தமிழ் மக்களின் உரிமைகளையும் நலனையும் மையப்படுத்த இந்திய அரசாங்கம் தவறவில்லை.

வாணிப உறவுகள் என்று எடுத்துக் கொள்ளும் பொழுது, இந்திய இலங்கை சுதந்திர வர்த்தக உடன்படிக்கை(ISFTA) மூலமாக இருநாட்டில் இருந்து உற்பத்தி ஆகும் பொருட்களுக்கு வரி குறைக்கப்பட்டு வர்த்தக உறவு வலிமைப்படுத்தப்பட்டது. 2003ல் பொருளாதார கூட்டு உடன்படிக்கை ஒப்பந்தம் மேற்கொள்ளப்பட்டு அதன் மூலமாக இரு நாடுகளும் பொருளாதார வளர்ச்சியை உயர்த்தினார்கள். மேலும் தொழில்நுட்பம், ஆராய்ச்சி, அறிவியல், உலக சந்தை போன்ற விவகாரங்களில் ஒரு குறிப்பிட்ட வரைவு ஏற்படுத்தப்பட்டு இரு நாடுகளும் செயல்பட்டு வருகின்றன. உலக வர்த்தகத்தில் இலங்கையின் பங்கானது 16 விழுக்காடாக இருந்து வருகிறது.

இது பல நாடுகளின் பங்களிப்பை விட குறைவானதே ஆனாலும் இலங்கையின் வர்த்தகம் முதன்மையாகவே இந்தியவில் கருதப்படுகிறது. ஏனெனில் இலங்கையில் விளையக்கூடிய ரப்பர், காபி, தேயிலை, மிளகு போன்ற பொருட்கள் இலங்கையிலே தரமானதாக உள்ளது. இரண்டாயிரத்தில் இருந்து 2011 வரையிலான இருநாட்டு வாணிபம் ஒன்பது மடங்கு அதிகரித்துள்ளதாக பொருளாதார திட்ட வல்லுநர்கள் கூறுகின்றார்கள். இது உண்மையும் கூட.

2018-2019 ல் இந்தியாவின் ஏற்றுமதி ஆனது கனிம எரிபொருள், கப்பல் மற்றும் படகுகள் போன்றவை அதிமுக்கியமாக கருதப்பட்டது. மேலும் 43 விழுக்காடு வாகன ஏற்றுமதி இலங்கையுடன் பரிவர்த்தனை செய்யப்பட்டுள்ளது என்றும் வெளியுறவுத்துறை கூறுகிறது. இலங்கையில் இருந்து மூன்று முக்கிய பொருட்களான காபி, தேயிலை மற்றும் மிளகு சார்ந்த பொருட்கள் 56 விழுக்காடு இறக்குமதி செய்யப்படுகிறது. இந்தியாவை ஒப்பிடும்பொழுது இலங்கையிலே விளையக்கூடிய மிளகு சார்ந்த பொருட்கள் தரமாகவும், அதிகமாக விளைவதாகவும் அறிக்கை கூறுகிறது.

வளர்ச்சி திட்ட கூட்டுறவு இலங்கையின் வளர்ச்சி சார்ந்த திட்டங்களுக்கு தற்போது 570 மில்லியன் டாலர் உதவியை இந்தியா வழங்கி உள்ளது இது ஒட்டுமொத்த 3.5 பில்லியனில் ஒரு பகுதியாகும்.

ஜூன் 16 2021ல் சோலார் திட்டங்களுக்கு இந்தியாவின் எக்ஸிம் வங்கியுடன் இலங்கை அரசு 100 மில்லியன் அமெரிக்க டாலருக்கு ஒப்பந்தம் செய்துள்ளது. இது மட்டுமல்லாமல் பாதிக்கப்பட்ட தமிழ் மக்களுக்கு ஐம்பதாயிரம் வீடுகள் கட்டித்தரும் பணியும் இந்தியாவால் உறுதி செய்யப்பட்டுள்ளது. டிக்கோயா மருத்துவமனைக்கு 150 படுக்கை கொண்ட வசதிகள் தற்போது செயல்படுத்தப்பட்டுள்ளது.

ஹம்மாண்டோட்டாவில் 70 ஆயிரம் மக்களின் வாழ்வாதாரம் இந்திய அரசாங்கத்தால் பாதுகாக்கப்பட்டு பல வளர்ச்சி திட்டங்கள் செயல்படுத்தப்பட்டு வருகிறது.

வவுனியா மருத்துவமனையில் மருத்துவ உபகரணங்கள், 150 படகுகள், முல்லைத்தீவு மீனவர்களுக்கு மீன் பிடிக்கும் உபகரணங்கள் போன்றவையும் இந்திய அரசாங்கத்தால் நிறைவேற்றப்பட்டுள்ளது.

மட்டாராவில் உள்ள ரூஹானா பல்கலைக்கழகத்தில் தாகூர் அவர்களின் பெயரில் 1500 இருக்கைகள் கொண்ட மாபெரும் கலையரங்கம் கட்டித் தரப்பட்டுள்ளது.

இலங்கை ரயில்வே துறைக்கு 318 மில்லியன் செலவில் ரயில் பாதை மேம்படுத்தவும், இருப்புப் பாதை இயக்கு பொறிகளுக்கு உண்டான திட்டங்களும் நிறைவேற்றப்பட்டு வருகிறது.

கலாச்சார ரீதியாகவும் இரு நாடுகளுக்கு இடையேயான பிணைப்பு அதிகம் உள்ளது. 1977ல் இவ்விரு நாடுகளும் கலாச்சார பரிமாற்ற நிகழ்ச்சிகளை செயல்படுத்துவது என்று ஒப்பந்தம் மேற்கொள்ளப்பட்டது. அசோகர் காலத்திலேயே தன்னுடைய குழந்தைகளான பஹிந்ரா மற்றும் சங்கமித்ராவை, தேவனம்பரியா மன்னர் இலங்கையிலே ஆட்சி செய்யும்பொழுது, புத்த கொள்கைகளை பரப்புவதற்காக அனுப்பி வைத்தார். தற்போதைய காலத்தில் 2020 செப்டம்பர் 26 ல், பிரதமர் மோடி அவர்கள் புத்த மதத்தை பாதுகாப்பதற்கும், பரப்புவதற்கும் 15 மில்லியன் அமெரிக்க டாலர்களை அளிப்பதாக உறுதி கூறியுள்ளார்.

மேலும் விவேகானந்தா கலாச்சார மையம் உருவாவதற்கும் இலங்கை அரசிற்கு உறுதியளித்தார். 2015ல் இருந்து கணினி முறை சுற்றுலா விசாவை அளிப்பதற்கு உண்டான திட்டங்கள் செயல்படுத்தப்பட்டு வருகிறது. இது இலங்கை மக்களின் இந்திய சுற்றுலாப் பயணத்தை அதிகப்படுத்தி வருகிறது.

நிலுவையில் உள்ள பிரச்சனைகள்

இலங்கைக்கு இந்தியா சார்பில் அத்தனை உதவிகள் செய்து வந்தாலும் இரு நாட்டு உறவுகளை பாதிக்க கூடிய விதத்தில் பல பிரச்சனைகள் எழுந்த வண்ணம் உள்ளன.

இனப்பிரச்சினை தற்போதைய காலகட்டத்தில் முடிவுக்கு வந்துள்ளது. சிங்கள-தமிழின வேறுபாடு காரணமாக எழுந்த பிரச்சனை எல்டிடியின் செயல்பாடுகள் முடிவடைந்ததை தொடர்ந்து தனிநாடு கேட்கும் அமைப்புகள் குறைந்துள்ளன. ஆனாலும் தமிழ் மக்களுக்கு எதிரான இலங்கையின் எதிர்மறை செயல்பாடுகள் தொடர்ந்து வண்ணம் உள்ளது. உள்நாட்டு இடம் பெயர்ந்தவர்களின் வாழ்வாதாரம் இன்னமும் கேள்விக்குரியதாகவே உள்ளது.

மேலும் இரு நாடுகளுக்கு இடையேயான பால்க் ஜலசந்தியில் மீனவர் பிரச்சனைகள் தொடர்ந்து கொண்டே இருக்கின்றன. மீனவர்களை சுடுவதும், அவர்களின் வலைகளை சீரழிப்பதும், படகுகளை சேதப்படுத்துவதும் ஆன படுபாதக செயல்கள் நடைபெற்று வருகிறது. கடலில் இருந்து 12 நாட்டிகல் மைல்கள் இவை அரங்கேறிக் கொண்டுதான் உள்ளன. சட்டங்களும் ஒப்பந்தங்களும் இப்பிரச்சனை தொடர்பாக எதுவுமே செய்ய முடியாத சூழ்நிலையில் உள்ளன.

ஆற்றல் துறையிலே பல ஒப்பந்தங்கள் இரு நாடுகளுக்கு இடையே கையெழுத்திட்ட சூழ்நிலையில், இந்திய எதிர்ப்புகள் வலுத்த வண்ணம் உள்ளன. எதிர்க்கட்சிகளானவை இந்தியாவை எதிர்க்க வேண்டுமே என்ற அற்ப காரணத்திற்காகவே எதிர்மறையான சூழ்நிலையை ஏற்படுத்துகின்றன. பல நாடுகளில் எதிர்க்கட்சிகள் இந்தியாவை உண்மையாகவே எதிர்க்கவில்லை என்றாலும் எதிர்க்கட்சியாக இருப்பதால் பல கொள்கைகளை அரசியல் ஆட்சி காரணங்களுக்காகவே எதிர்ப்பது நாடுகளுக்கு இடையேயான உறவுகளை வலிமை இழக்க செய்கிறது.

சீனாவின் முதலீடும் இணைப்பு மேம்பாட்டில் சீனாவின் ஆர்வமும் அதிகமாகி வருகிறது. ஒரு வழிச்சாலை(OBR) இலங்கையின் வழியாக செல்வதும், இந்திய பாதுகாப்பிற்கு அச்சுறுத்தலாக உள்ளது. இந்தியாவை சுற்றியுள்ள அண்டைய நாடுகள் அத்துனையிலும் சீனாவின் இவ்விதமான முதலீடும், ஆர்வமும், பொருளாதார வளர்ச்சியில் உதவிகளும் இருக்கின்ற பட்சத்தில் அண்டை நாடுகள் அனைத்தும் சீனாவின் சொல்லையே வாக்காக கருதக்கூடிய துர்ப்பாக்கிய நிலை உள்ளது. இதன் விளைவாக இந்தியாவின் மேம்பட்ட நிலையானது கீழ் செல்வதற்கு வாய்ப்பு அதிகமாக உள்ளது. ஆனாலும் சீனாவின் ஆதிக்கத்திற்கு எதிராக **குவாட்** அமைப்பு உருவாகி பல செயல்பாடுகளை நடத்துவது சீனா அறியும்.

மேலும் 13 வது சட்ட சீர்திருத்தமானது இந்திய இலங்கை ஒப்பந்தத்தில் கையெழுத்து இடப்பட்டுள்ளது. இது நடந்தது 29 ஜூலை 1987 ஆம் ஆண்டு ஆகும். ஆனால் இன்றுவரை இந்த சீர்திருத்தமானது நடைமுறைப்படுத்தப்படாமல் முக்கியத்துவம் அளிக்கப்படாமலும் கிடப்பில் போடப்பட்டுள்ளது. இந்த சட்ட சீர்திருத்தமானது நிறைவேற்றப்படுகின்ற பட்சத்தில் இந்தியாவிற்கும் இலங்கைக்கும் ஆன உறவுகள் மேலும் வலிமை படுவதற்கு சாத்திய கூறுகள் அதிகமாக உள்ளன.

இந்திய மாலத்தீவு உறவுகள்

பிரிட்டிஷ் ஆட்சியில் இருந்து மாலத்தீவானது 1965 ஆம் ஆண்டு விடுதலை பெற்று தனி நாடாக செயல்பட்டது. அனைத்து நாடுகளையும் போல விடுதலை பெற்றவுடன் பொருளாதார நிலை, அரசியல் கலாச்சாரம் போன்றவைகளில் கீழ்மட்டத்தில் மாலத்தீவு இருந்தது. பின்னே 1978 இலிருந்து 2005 வரை அதிபர் கயூம் ஆட்சியிலே ஜனநாயகத்திற்கு எதிரான அரசியல் நடைபெற்றதாக வரலாறு கூறுகிறது. பாதுகாப்பு துறை தொடர்பான உறவுகளை இந்தியாவுடன் எந்த ஆளும் கட்சி

செயல்படுத்தினாலும், எதிர் கட்சிகள் அதை சாடும் பழக்கம் மாலத்தீவில் உள்ளது.

மேலும் சீனாவுடனான நல்லுறவையும் எதிர்க்கட்சிகள் போதிப்பதால் மக்களின் சிந்தனை இந்தியாவை எதிர்ப்பதிலே முதன்மையாக இருந்ததுது எனலாம். இதனுடைய உச்சக்கட்டம் 2018 ல் வெளிப்படையாகவே தெரிந்தது. மாலத்தீவின் ஆளும் கட்சியானது அங்கு செயல்படும் பாதுகாப்பு சார்ந்த இந்திய ஹெலிகாப்டர்களையும், வீரர்களையும் நாட்டை விட்டு வெளியே செல்லுமாறு உத்தரவிட்டது. இந்திய வீரர்கள் உளவு வேலை பார்ப்பதாகவும் குற்றம் சாட்டியது. இதை இந்தியா வன்மையாக கண்டித்து எதிர்த்ததால், இந்திய எதிர்ப்பு போராட்டம் மாலத்தீவு மக்களிடையே மேலோங்கியது.

முன்னதாக சீனாவின் ஒரு வழிச்சாலை(OBR) கொள்கை திட்டத்தை மாலத்தீவு அரசு வரவேற்றது. பல தீவுகளிலும் சாலை பணி திட்டங்களையும், சீன அரசாங்கத்திற்கு குத்தகையாக அளித்தது மாலத்தீவு அரசாங்கம். மேலும் சீனாவும் மாலத்தீவும் சேர்ந்து கூட்டுக் கடல் பார்வை மையத்தை உருவாக்குவதற்கு ஒப்பந்தம் கையெழுத்திட்டனர். இவ்வாறான கடல் வழி சோதனை மையம் இந்தியாவிற்கு பெரும் அச்சுறுத்தலாக அமைந்தது. சீனா பெருமளவு கடன் வசதிகள், கொள்கை திட்டங்கள், சாலை மேம்பாட்டு திட்ட கொள்கைகள் போன்றவைகளில் முதலீடு செய்தது. இதன் விளைவாக சீனாவிடம் இருந்து மாலத்தீவு அரசாங்கம் 1.5 பில்லியன் கடன் வாங்கியது.

மாலத்தீவின் முக்கியத்துவம்

➢ முதன்மையாக மாலத்தீவின் பூகோள அமைப்பானது இந்திய பெருங்கடலில் உள்ளது. இந்தியாவின் மேற்கு கடற்பகுதியிலே மினி காயில் இருந்து சரியாக 70 நாட்டிகல் மைல்களில் இருப்பதால் இந்தியாவின் அண்டை நாடாக உள்ளது.

➢ மேலும் கடத்தல் தொடர்பான நடவடிக்கைகள், தேசத்திற்கு எதிராக பல நடவடிக்கைகள் இருப்பதால் கட்டுப்பாடானது மிகவும் அவசியமாகிறது.

➢ கடற்பகுதி-பாதுகாப்பு கேள்விக்குறியாகவே உள்ளது. ஏனெனில் கடல் வழியாக மாலத்தீவில் இருந்து எந்நேரமும் தாக்குவதற்கு உண்டான அபாயம் உள்ளது.

➢ ஐஎஸ்ஐஎஸ்(ISIS)தீவிரவாத அமைப்பின் பாதிப்பும் மாலத்தீவில் உள்ளது.

➢ *சீன ஆதிக்கமும் பாதிப்பும் மாலத்தீவில் உள்ளதால்,* இந்திய நாட்டின் பாதுகாப்பானது இந்த உறவிலே மேம்பட்டு நிற்கிறது.

இந்திய உறவுகள்

1965 லே மாலத்தீவு காலனியாதிக்கத்திலிருந்து விடுதலை பெற்றவுடன் முதல் முதலிலே இந்தியாவே மாலத்தீவை அங்கீகரித்து, உறவுகளை மேம்படுத்த ஆரம்பித்தது. 1980 ல் மாலத்தீவு நாட்டில் உயர்மட்ட கமிஷனரையும் நியமித்து இரு நாடுகளுக்கு இடையேயான பரஸ்பர உறவுகளை இந்தியா வளர்க்க ஆரம்பித்தது. 1988 "ஆபரேஷன் லாக்டஸ்" என்கிற ராணுவ புரட்சியை தடுத்து நிறுத்திய பெருமை இந்திய அரசாங்கத்திற்கு உண்டு. அந்நேரத்தில் சர்வாதிகார ஆட்சி மாலத்தீவில் நடைபெற்று வந்தது.

➢ அனைத்து இந்திய பிரதம அமைச்சர்களும் பதவியேர்ப்பின் பிறகு மாலத்தீவு பயணம் மேற்கொண்டு உறவுகளை சிறப்பித்துள்ளார்கள்.

➢ 1986 ம் ஆண்டு மலி(MAL'E) ல் சுமார் 42.5 கோடி செலவில் இந்திரா மருத்துவமனை கட்டப்பட்டு அந்நாட்டு மக்களுக்கு மருத்துவ உதவி செய்தது இந்தியா அரசாங்கம்.

➢ 1996ல் இரு நாடுகளின் கூட்டு ஒப்பந்தத்தின்படி வருடா வருடம் 200 மாணவர்கள் பொறியியல், தொழில்நுட்ப பயிற்சிக்கு உட்படுத்தப்பட்டு மாணவர்களின் அறிவுத்திறனை மேம்படுத்தியது.

➢ 2004 இல் சுனாமி பேரழிவின் போது இந்தியா முதன்மையாக நிவாரண பணியில் தன்னை ஈடுபடுத்தி அந்நாட்டுடன் உறவுகளை வலிமைப்படுத்தியது. நிவாரண பணிக்கு மட்டுமே 36.39 கோடி பணம் இந்திய தரப்பில் மாலைதீவு மக்களுக்கு அளித்தது.

➢ கொரோனா காலகட்டத்தில் இரு நாடுகள் அளிக்கும் தடுப்பூசி சான்றிதழ் பரஸ்பர நாடுகளில் செல்லுபடியாகும் என்ற அரசாணை பிறப்பிக்கப்பட்டது.

➢ மேலும் 2020 ல் ட்ரோனியர் விமானத் திட்டம் நிறைவேற்றப்பட்டது இதன்படி 25 இந்திய ஆயுதமில்லா வீரர்கள் மாலத்தீவு விமானிகளுக்கு பயிற்சி அளிப்பார்கள் என்றும் அந்நாட்டு விமானப்படையில் இவர்கள் பணிபுரிவார்கள் என்றும் ஒப்பந்தம் நிறைவேற்றப்பட்டது.

➢ 2001 ல் உதிருதிலபா(UTHURU THILAFAHU) உடன்படிக்கை கையெழுத்திடப்பட்டது. இதன்படி 15 வருடத்திற்கு மாலத்தீவின் கடலோர காவல் படையினருக்கு இந்தியா பயிற்சி அளிக்கும் என்று ஒப்பந்தத்தில் குறிப்பிடப்பட்டுள்ளது.

➢ 2009 ல் இந்தியா, மாலத்தீவிற்கு கூட்டு கண்காணிப்பிற்கு பயன்படும் ஹெலிகாப்டர் பரிசாக அளித்தது. இதன் மூலமாக தேச எதிர்ப்பு நடவடிக்கைகள் ஏதும் நடக்காமல் தடுப்பதற்கு செயல்பாடுகள் தொடங்கப்பட்டன.

➢ இதன் தொடர்ச்சியாக 2016 ல் பாதுகாப்பு ரீதியான விரிவான செயல்பாட்டு திட்டம் உருவாக்கப்பட்டு கையெழுத்திடப்பட்டது.

பொருளாதார உறவுகள்

இந்தியாவிற்கும் மாலத்தீவிற்குமான பொருளாதார ஏற்றுமதி இறக்குமதி உறவுகள் 1981லேயே ஆரம்பித்துவிட்டன. இவ்வாண்டிலே அத்தியாவசிய பொருட்கள் ஏற்றுமதி தொடர்பான இருநாட்டு உடன்படிக்கை கையெழுத்து இடப்பட்டது. இரு நாடுகளின் வர்த்தகமானது 2021ல் 323.29 மில்லியன் அளவில் உயர்ந்துள்ளது. மலியின் இணைப்பு வசதிகள் தொடர்பான திட்டங்களுக்கு 400 மில்லியன் நிதி உதவி வழங்கியது இந்திய அரசு. இதில் 100 மில்லியன் முன்னமே வழங்கி உள்ளது.

மேலும் எஸ்பிஜ வங்கி 1974ல் இருந்தே பொருளாதார வளர்ச்சிக்கான திட்டத்திற்காக மாலத்தீவில் உல்லாச விடுதிகள், கடல் சார் ஆராய்ச்சி கூடங்கள் மற்றும் வியாபார அமைப்புகளுக்கு கடன் வழங்கி வந்து கொண்டிருக்கிறது.

2010 லேயே இந்தியாவும் மலேசியாவும் இணைந்து மலி விமான நிலையம் சீர்படுத்தலுக்கான ஒப்பந்தம் செய்துள்ளது. மேலும் சோலார் திட்டத்திற்காக (25 மெகாவாட்) இந்திய அரசு, மாலத்தீவு அரசுடன் ஒப்பந்தம் செய்துள்ளது. சுற்றுலாத்துறையின் அறிக்கையின்படி இந்தியாவிற்கு 2021ல் வருகை புரிந்துள்ள மாலத்தீவு சுற்றுலா பயணிகளின் எண்ணிக்கையானது ரெண்டு லட்சத்து 91 ஆயிரத்து 787 ஆகும்.

கிட்டத்தட்ட 28 ஆயிரம் இந்தியர்கள் மாலத்தீவில் மருத்துவர்கள் ஆகவும் செவிலியர்கலாகவும் பிற துறைகளிலும் பணிபுரிந்து வருகின்றனர்.

நிலுவையில் உள்ள பிரச்சனைகள்

உள்நாட்டு அரசியலானது இந்திய எதிர்ப்பு மற்றும் ஆதரவு அடிப்படையில் பிரிந்து இரு அணிகளாக செயல்படுகிறது. இதனால் இந்திய எதிர்ப்புக் கட்சிகள் மக்களை ஒன்று திரட்டும் அபாயம் இரு நாட்டு உறவுகளை சீர்குலைக்கிறது.

ஹைட்ரோகிராபிக் சர்வே மூலம் மாலத்தீவின் கடல் சார்ந்த பாதுகாப்பிற்கு இடைஞ்சல் ஏற்படுமோ என அந்நாட்டு அரசாங்கம் அஞ்சுகிறது.

இது தவிர்த்து சீனாவின் ஆதிக்கம் மாலத்தீவில் பெருமளவு உள்ளது என்பதை நாம் முன்பே பார்த்தோம். சீனாவின் வளர்ச்சி சார்ந்த மூலதனமும், முதலீடுகளும் மாலத்தீவில் பில்லியன் கணக்கில் உள்ளன. இதனால் மாலத்தீவின் அரசு இந்தியாவை விட சீன பேச்சை கேட்பதற்கு வாய்ப்புகள் அதிகம் உள்ளன. சீனாவின் முதலீடுகள் எப்போதும் இந்தியாவின் வளர்ச்சிக்கு தெற்கு ஆசியாவில் தடையாகவே உள்ளது என்பது உண்மை.

இந்திய ஆப்கானிஸ்தான் உறவுகள்

இந்து சமவெளி நாகரிகம் தோன்றியதிலிருந்து இந்தியாவிற்கும் ஆப்கானிஸ்தானிற்கும் இடையேயான உறவுகள் மேம்பட ஆரம்பித்தது. ஏழாவது நூற்றாண்டில் இஸ்லாமிய மதம் அந்நாட்டில் வருவதற்கு முன்பு பௌத்தம், இந்து, சொராஸ்ட்ரியனிசம் போன்றவை மௌரிய மன்னர்களால் அறிமுகப்படுத்தப்பட்டது. மேலும் ஹிந்துகுஷ் தெற்கு பகுதிகளிலும் மௌரியர்களின் ஆதிக்கம் நிலைத்திருந்தது. ஆனாலும் அப்போதைய காலகட்டத்தில் அனைத்து மதத்தினரும் வேறுபாடுகளை மிகைப்படுத்தாமல் ஒன்றினைந்து வாழ்ந்து வந்ததாக வரலாற்று செய்தி குறிப்புகள் கூறுகின்றன.

பிரிட்டிஷ் இந்தியாவிற்கும் ஆப்கானிஸ்தானுக்கும் இரு போர்கள் முறையே 1839 லிருந்து 1842 வரை மற்றும் 1870 லிருந்து 1880 வரை நடைபெற்றன."டியூரன்ட் எல்லை" உருவாக்கப்பட்டு எல்லைகள் பாதுகாக்கப்பட்டன. ஆனாலும் பழங்குடியினர்களின் அத்துமீறல்களால் 1898 வரை சச்சரவுகள் நீடித்து வந்தன.

ஜனவரி 1950 ல் நேருவிற்கும் ஆப்கானிஸ்தானின் தூதுவர் முஹம்மத் நஜிபுல்லாவிற்கும் இடையேயான நட்புறவு ஒப்பந்தம் 5 வருடங்களுக்கு கையெழுத்திடப்பட்டது. 1979

லிருந்து 89 வரை சோவியத்தின் கீழ் ஆப்கானிஸ்தான் நாட்டை அங்கீகரித்த ஒரே நாடு இந்தியாவாகும். சோவியத் படை வாபஸ் பெற்ற போது இந்தியாவின் உதவிக்கரம் அனைத்து நிலைகளிலும், துறைகளிலும் ஆப்கானிஸ்தானில் இருந்தது. மேலும் இந்திய விடுதலைப் போராட்டங்களிலும் கான் அப்துல் க.ஃபார்க்கான் ஆதரவளித்தது இரு நாடுகள் இடையேயான நல்லுறவை ஊக்குவித்தது.

2001 இல் "ஆபரேஷன் என்டூரிங் பிரீடம்" நடைபெற்றபோது அமெரிக்க அணிக்கு இந்தியா, தகவல் தொடர்பு மற்றும் தளவாடங்கள் போன்ற துறைகளில் ஆதரவளித்தது. மேலும் தலிபான்கள் ஆட்சி கலைக்கப்பட்ட பின்பு நிவாரணம் மற்றும் மறுவாழ்வு அமைக்கும் பணிகளிலும் இந்தியா தன்னை ஈடுபடுத்திக் கொண்டது. இதன் தொடர்ச்சியாக 2005ல் சார்க் அமைப்பில் உறுப்பினராக சேர்த்துக் கொள்ள ஆப்கானிஸ்தானை இந்தியா சிபாரிசு செய்தது. 2006 ஆம் ஆண்டு குடியரசு தலைவர் கர்சாய் பயணத்தின் போது மூன்று புரிதல் ஒப்பந்தங்கள் கையெழுத்திடப்பட்டு கிராம வளர்ச்சி, கல்வி மற்றும் சீர்படுத்துதல் போன்ற துறைகள் மேம்படுத்தப்பட்டன.

2011 ம் ஆண்டு சாலை இணைப்பு, கல்வி போன்ற துறைகளில் தொழில்நுட்ப உதவியும் முதலீடும் ஊக்குவிக்கப்பட்டது. செப்டம்பர் 2016ல் புறநகர் பகுதிகளில் குடிமை மற்றும் வர்த்தகம் ஏற்படுத்துவது தொடர்பான புரிதல் ஒப்பந்தம் மேற்கொள்ளப்பட்டு இரு நாடுகளிடையே உறவு வலுப்படுத்தப்பட்டது. டிசம்பர் 2016 ம் ஆண்டு பாரத பிரதமர் பயணத்தின் போது ஆப்கானிஸ்தான் பாராளுமன்றத்தையும், போரில் இறந்த ஆப்கான் வீரர்களின் 500 குழந்தைகளுக்கு உதவித்தொகையும் அளிக்கப்பட்டது.

மேலும் ஆப்கானிஸ்தான் விமானப்படைக்கு நான்கு எம்ஜ(MI) 25 ரக ஹெலிகாப்டர்கள் பரிசாகவும் இந்தியாவால் அளிக்கப்பட்டது.

2018 பயணத்தின் போது இருநாட்டு வர்த்தகம் ஒரு பில்லியன் அமெரிக்க டாலர்களாக எட்டியதாக அறிக்கை

சமர்ப்பிக்கப்பட்டது. 2019 ம் ஆண்டு ஆப்கானிஸ்தானின் நூறாவது சுதந்திர நாள் அன்று பாரத பிரதமர் வாழ்த்து செய்தி அனுப்பி வைத்தார்.

மேலும் ஆப்கானிஸ்தானின் மாபெரும் ஏற்றுமதியின் இலக்கு இடமாக இந்தியா வளர்ச்சி பெற்று வருகிறது. இந்தியாவின் (TAPI) குழாய் திட்டத்தின் படி டர்க்மெனிஸ்தானிலிருந்து ஆப்கானிஸ்தானுக்கு இயற்கை வாயு கொண்டு வரும் ஒப்பந்தமும் உருவாக்கப்பட்டது. 2020 ஆகஸ்ட் நிலவரப்படி மொத்தம் 1710 இந்தியர்கள் ஆப்கானிஸ்தானில் வாழ்வதாக செய்து குறிப்பு கூறுகிறது.

வளர்ச்சி உதவிகள்

இந்தியா ஆப்கானிஸ்தான் உறவுகளை வளர்க்கும் பொருட்டு சல்மான் நீர் அணைக்கட்டு இந்திய அரசாங்கத்தால் கட்டிதரப்பட்டது.

இந்திய பெருங்கடலையும் ஆப்கானிஸ்தானின் ஜாபர் துறைமுகம் வழியாக இணைக்கும் 218 கிலோ மீட்டர் நீளமுள்ள சாரன்ஸ் டெலிராம் காரிடார் கட்டப்பட்டது.

ஹரிகாக் இரும்பு தாது அதிகம் உள்ள பகுதிகளில், இரும்பு உலை கட்டுவதற்கு உண்டான ஒப்பந்தத்தை இந்திய இரும்பு அமைப்பு(SAI) எடுத்துள்ளது. இதன்படி 90 மெகாவாட் மின்னாற்றலை உருவாக்கும் திட்டமும் அரங்கேற்கப்பட்டது. சார்க் பதினைந்தாவது மாநாட்டில் ஆப்கானிஸ்தான் வளர்ச்சி திட்டங்களுக்கு 750 மில்லியன் ஒதுக்கப்பட்டதோடு மட்டுமல்லாமல் 450 மில்லியன் அமெரிக்க டாலர்கள் அளிப்பதாக இந்திய அரசாங்கம் உறுதி கூறியது.

மே 2014 ல் ஆப்கானிஸ்தானின் படக்கூஷான் பகுதியில் வெள்ள நிவாரண நிதிக்காக ஒரு மில்லியன் அமெரிக்க டாலர்களை அளித்தது இந்திய அரசாங்கம்.

2016ல் காந்தகாரில் வேளாண்மை பல்கலைக்கழகம் இந்திய அரசாங்கத்தால் நிறுவப்பட்டது. இந்திய அரசாங்கம் மருத்துவ ரீதியான பொருட்களையும் மக்கள் வாங்குவதற்கு ஏதுவான எளிய விலையில் அளிக்க இரு நாடுகளும் புரிதல் ஒப்பந்தம் மேற்கொண்டது.

மேலும் ஜவுளித்துறை வளர்ச்சியிலும் இந்தியா ஆப்கானிஸ்தான் ஒப்பந்தம் கையெழுத்திடப்பட்டது. ஆப்கானிஸ்தானின் பருத்தி சில்க் மற்றும் கம்பளிகளுக்கு உலக அளவில் வரவேற்ப்பு இருப்பது அனைவரும் அறிந்ததே.

மேலும் காபுலில் உள்ள ஹபியார் பள்ளி மற்றும் இந்திரா காந்தி குழந்தை மருத்துவமனையின் வருடாந்திர பராமரிப்பும் இந்தியாவால் ஏற்றுக்கொள்ளப்பட்டது. 2017 ல் சாபர் துறைமுகத்தின் வழியாக 15000 டன் கோதுமை சார்ங்கிற்கு போய் சேர்ந்தது ஒரு வரலாற்று நிகழ்வாகும்.

தீவிரவாதம், போதைமருந்து கடத்தல், அமைப்பு சார்ந்த குற்றம் போன்றவைகளை எதிர்த்து ஆப்கானிஸ்தானிற்கு இந்தியா சார்பில் வேண்டிய உதவிகளை செய்யும் என்று ஒப்பந்தம் மேற்கொள்ளப்பட்டது. காபுலின் குடிநீர் திட்டங்களுக்காக ஷாதூர்ப் அணைக்கட்டு ஏற்படுத்தவும், ஆப்கானிஸ்தான் நாடு திரும்பும் அகதிகளுக்கு வீடு கட்டி தரவும் இந்திய அரசின் சார்பில் உடன்படிக்கை ஏற்படுத்தப்பட்டுள்ளது.

சமீபத்தில் இந்திய தூதரகம் வெகு நாட்களுக்குப் பிறகு திறக்கப்பட்டுள்ளது. ஆகஸ்ட் 2022 ல் தலிபான் அரசு இந்தியாவின் மூலம் கிடப்பில் போடப்பட்ட திட்டங்கள் யாவையும் உடனே முடிக்குமாறு வேண்டுகோள் விடுவித்துள்ளது. 2022 ஜனவரி மாதம் மனிதாபிமான அடிப்படையில் ஐந்து லட்சம் கோவிட் தடுப்பூசிகளை இந்திய அரசாங்கம் ஆப்கானிஸ்தானுக்கு அனுப்பி வைத்தது.

ஒவ்வொரு வருடமும் 3500 மாணவர்கள் ஆப்கானிஸ்தானிலிருந்து இந்தியாவில் படிப்பதற்கு அல்லது பயிற்சி பெறுவதற்கோ வருகை புரிகிறார்கள். தற்போது அதாவது 2023 ல் கிட்டத்தட்ட 15,000 மாணவர்கள் இந்தியாவில் கல்வியோ அல்லது பயிற்சியையோ பயின்று வருகின்றார்கள். பிப்ரவரி 2022ல், 50 டிரக்குகளில் 2500 மில்லியன் கோதுமை அனுப்பி வைக்கப்பட்டது.

நல்ல எண்ணத்தின் அடிப்படையிலும், நம்பிக்கை ஏற்படுத்தும் பொருட்டும் செயல்படுத்தப்பட்ட மேற்கூறிய நடவடிக்கைகளின் நேர்மறை பாதிப்பாக 69 விழுக்காடு ஆப்கன் மக்கள் இந்தியாவை நெருங்கிய நண்பராக கருதுகிறார்கள்.

இவை யாவும் இருந்த போதிலும் தீவிரவாதம், போதை மருந்து கடத்தல், ஜனநாயகம் அல்லாத ஆட்சி, அரசியல் ஸ்திரத்தன்மையற்ற நிலை, பினாமி யுத்தம் போன்ற நிகழ்வுகள் இரு நாடுகளுக்கும் இடையேயான உறவுகளை பாதிக்க கூடியதாக உள்ளது.

இந்தியா நேபாள உறவுகள்

இந்தியாவும் நேபாளமும் அவற்றின் புவியியல், கலாச்சார மற்றும் வரலாற்று உறவுகளால் தனித்துவமான மற்றும் சிக்கலான உறவைப் பகிர்ந்து கொள்கின்றன. இரு நாடுகளும் திறந்த எல்லை, கலாச்சார மற்றும் பொருளாதார பரிமாற்றத்தின் நீண்ட வரலாற்றைப் பகிர்ந்து கொள்கின்றன.

நேபாளம் இந்தியாவின் வடக்கே அமைந்துள்ளது மற்றும் இமயமலைப் பகுதியில் நிலத்தால் சூழப்பட்ட நாடாகும். எவரெஸ்ட் சிகரம் உள்ளிட்ட உயரமான மலைகள் மற்றும் செழிப்பான காடுகளுடன், இயற்கை அழகுக்காக இந்த நாடு அறியப்படுகிறது. நேபாளம் 29 மில்லியனுக்கும் அதிகமான மக்கள்தொகையைக் கொண்டுள்ளது மற்றும் பல்வேறு மொழிகள், மதங்கள், பழக்கவழக்கங்களைக் கொண்ட வளமான கலாச்சார பாரம்பரியத்தைக் கொண்டுள்ளது.

இந்தியாவும் நேபாளமும் 1947 முதல் இராஜதந்திர உறவுகளைக் கொண்டுள்ளன. இந்தியா எப்போதும் ஒரு குறிப்பிடத்தக்க வர்த்தக பங்காளியாகவும், நேபாளத்திற்கான முதலீடு மற்றும் உதவிக்கான முக்கிய ஆதாரமாகவும் உள்ளது. இரு நாடுகளும் வலுவான கலாச்சார உறவுகளைப் பகிர்ந்து கொள்கின்றன. இந்து மதம் மற்றும் பௌத்தம் ஆதிக்கம் செலுத்துகின்றன.

இருப்பினும், இரு நாடுகளுக்கு இடையேயான உறவு ஏற்ற தாழ்வுகளைக் கொண்டுள்ளது. பல ஆண்டுகளாக இந்தியாவிற்கும் நேபாளத்திற்கும் இடையே பல அரசியல் மற்றும் பிராந்திய மோதல்கள் உள்ளன. இவற்றில் மிக முக்கியமான ஒன்று, பல தசாப்தங்களாக இரு நாடுகளுக்கிடையேயான சர்ச்சைக்குரிய கலாபானி பகுதி தொடர்பான எல்லைப் பிரச்சனையாகும்.

சமீபத்திய ஆண்டுகளில், நேபாளத்தில் 2015 ல் ஒரு புதிய அரசியலமைப்பு நிறைவேற்றப்பட்டது. இது மாதேசி சமூகத்தின் (நேபாளத்தில் வசிக்கும் இந்திய வம்சாவளியினர்) எதிர்ப்புகளுக்கு வழிவகுத்தது. லிபுலேக் கணவாயின் உரிமையானது, சீனாவிற்கு வர்த்தக பாதையாக திறக்கப்பட்டது.

பெரும் சவால்கள் இருந்தபோதிலும், இரு நாடுகளும் அமைதியான மற்றும் நிலையான உறவைப் பேணுவதில் பகிரப்பட்ட ஆர்வத்தைக் கொண்டுள்ளன. மேலும் இரு அரசாங்கங்களும் தங்கள் கருத்து வேறுபாடுகளை உரையாடல் மற்றும் ஒத்துழைப்பு மூலம் தீர்க்க உறுதிபூண்டுள்ளன.

இருதரப்பு உறவுகளை வலுப்படுத்தவும் பல்வேறு துறைகளில் ஒத்துழைப்பை மேம்படுத்தவும் இந்தியாவும் நேபாளமும் பல ஆண்டுகளாக ஒப்பந்தங்களில் கையெழுத்திட்டுள்ளன.

சில குறிப்பிடத்தக்க ஒப்பந்தங்கள் இங்கே:

1950 **அமைதி மற்றும் நட்பு ஒப்பந்தம்:** இந்த ஒப்பந்தம் இந்தியாவிற்கும் நேபாளத்திற்கும் இடையிலான உறவின் அடித்தளமாகும். இது இரு நாடுகளுக்கும் இடையே நெருக்கமான

மற்றும் நட்புறவை ஏற்படுத்துகிறது மற்றும் பரஸ்பர ஒத்துழைப்பு மற்றும் உதவியை வழங்குகிறது.

வர்த்தகம் மற்றும் போக்குவரத்து ஒப்பந்தம்: இந்தியாவும் நேபாளமும் 1991 ல் இந்த ஒப்பந்தத்தில் கையெழுத்திட்டன. இது பொருட்கள் மற்றும் சேவைகளின் பரிமாற்றம், போக்குவரத்து வசதிகள் மற்றும் மூன்றாம் நாடுகளுடன் வர்த்தகம் செய்வதற்கு பரஸ்பர பிரதேசங்களைப் பயன்படுத்துவதற்கு வழங்குகிறது.

மகாகாளி நதி ஒப்பந்தம்: இந்தியாவும் நேபாளமும் 1996 ம் ஆண்டு மகாகாளி நதி நீர் பங்கீடு தொடர்பான சர்ச்சையைத் தீர்ப்பதற்காக இந்த ஒப்பந்தத்தில் கையெழுத்திட்டன. நீர்ப்பாசனம், நீர்மின்சாரம் மற்றும் பிற நோக்கங்களுக்காக நதியின் கூட்டு வளர்ச்சிக்கு இந்த ஒப்பந்தம் வழங்குகிறது.

மின் வர்த்தக ஒப்பந்தம்: இரு நாடுகளுக்கும் இடையே மின்சாரம் இறக்குமதி மற்றும் ஏற்றுமதியை எளிதாக்கும் வகையில் இந்தியாவும் நேபாளமும் 2014ல் இந்த ஒப்பந்தத்தில் கையெழுத்திட்டன. இது பரஸ்பரம் பயனளிக்கும் விகிதத்தில் மின்சார பரிமாற்றத்தை வழங்குகிறது மற்றும் நேபாளத்தை இந்தியாவிற்கு உபரி மின்சாரத்தை விற்க உதவுகிறது.

இருதரப்பு முதலீட்டு ஊக்குவிப்பு மற்றும் பாதுகாப்பு ஒப்பந்தம் (BIPPA): இந்தியாவும் நேபாளமும் 2011 ல் BIPPA ல் கையெழுத்திட்டன. இந்த ஒப்பந்தம் சாதகமான முதலீட்டுச் சூழலை உருவாக்குவதற்கும், இரு தரப்பிலிருந்தும் முதலீடுகளைப் பாதுகாப்பதற்கும் வழங்குகிறது.

இரட்டை வரி விதிப்பு தவிர்ப்பு ஒப்பந்தம் (டிடிஏஏ): இந்தியாவும் நேபாளமும் 1987 ல் இரட்டை வரி விதிப்பைத் தவிர்க்கவும், நிதி ஏய்ப்பைத் தடுக்கவும் டிடிஏஏவில் கையெழுத்திட்டன. வணிக லாபம், வட்டி, ராயல்டி மற்றும் மூலதன ஆதாயங்கள் உட்பட பல்வேறு ஆதாரங்களில் இருந்து வருமான வரிவிதிப்புக்கு ஒப்பந்தம் வழங்குகிறது.

ஒட்டுமொத்தமாக, இந்த ஒப்பந்தங்கள் இந்தியாவிற்கும் நேபாளத்திற்கும் இடையிலான நெருங்கிய உறவுகளையும் பகிரப்பட்ட நலன்களையும் பிரதிபலிக்கின்றன மற்றும் பல்வேறு துறைகளில் ஒத்துழைப்புக்கான கட்டமைப்பை வழங்குகின்றன.

வரலாற்று ரீதியாக, இந்தியாவும் நேபாளமும் நெருங்கிய கலாச்சார மற்றும் மத உறவுகளைப் பகிர்ந்து கொள்கின்றன. இந்திய சுற்றுலாப் பயணிகள் மற்றும் யாத்ரீகர்களுக்கு நேபாளம் முக்கிய இடமாகவும் உள்ளது.

பூட்டான் இந்தியா

பூட்டான் இந்தியாவின் வடகிழக்கில் அமைந்துள்ளது மற்றும் கிழக்கு இமயமலையில் நிலத்தால் சூழப்பட்ட ஒரு சிறிய நாடாகும். பாரம்பரிய உடை, கட்டிடக்கலை மற்றும் பண்டிகைகளை உள்ளடக்கிய அற்புதமான இயற்கை அழகு மற்றும் அதன் தனித்துவமான கலாச்சார பாரம்பரியத்திற்காக இந்த நாடு அறியப்படுகிறது. பூட்டானில் 700,000 க்கும் அதிகமான மக்கள்தொகை உள்ளனர். முடியாட்சி, பாராளுமன்ற ஜனநாயகம் கொண்ட தனித்துவமான அரசியல் அமைப்பு உள்ளது.

1910 ல் ஒப்பந்தத்தில் கையெழுத்திட்ட பிறகு பூட்டான் பிரிட்டிஷ் இந்தியாவின் பாதுகாவலராக மாறியது, அதன் வெளிநாட்டு விவகாரங்கள் மற்றும் பாதுகாப்பை "வழிகாட்ட" பிரிட்டிஷ் அனுமதித்தது. 1947 ல் இந்தியாவின் சுதந்திரத்தை அங்கீகரித்த முதல் நாடுகளில் பூட்டானும் ஒன்றாகும். மேலும் இரு நாடுகளும் நெருங்கிய உறவுகளை வளர்த்தன, 1950 ல் திபெத்தை சீன மக்கள் குடியரசு இணைத்தது. பூட்டான் மற்றும் இந்தியா ஆகிய இரு நாடுகளுடனான அதன் எல்லைப் பிரச்சினைகளால் அவற்றின் முக்கியத்துவம் அதிகரித்தது. பூட்டான் மற்றும் நேபாளம் அதன் "இமயமலை எல்லை" பாதுகாப்புக் கொள்கையின் மையமாக உள்ளது. இந்தியா பூட்டானுடன் 605 கிலோமீட்டர் எல்லையைப் பகிர்ந்து கொள்கிறது மற்றும் அதன் மிகப்பெரிய வர்த்தக நட்பு

நாடாகவும் உள்ளது. அதன் ஏற்றுமதியில் 98 சதவீதத்தையும் அதன் இறக்குமதியில் 90 சதவீதத்தையும் கொண்டுள்ளது. 2,000 வலிமையான இந்திய இராணுவப் பயிற்சிக் குழு (IMTRAT) மேற்கு பூட்டானில் நிரந்தரமாக ராயல் பூட்டான் இராணுவத்திற்கு பயிற்சியளிக்கிறது. மற்ற பிரிவுகள் ராயல் பூட்டான் இராணுவத்துடன் தொடர்ந்து ஒத்துழைக்கின்றன.

1949 ஒப்பந்தம்

ஆகஸ்ட் 9, 1949 ல், பூட்டானும் இந்தியாவும் நட்புறவு ஒப்பந்தத்தில் கையெழுத்திட்டன. இரு நாடுகளுக்கும் இடையே அமைதி மற்றும் பரஸ்பர உள் விவகாரங்களில் தலையிடக் கூடாது என்று ஒப்பந்தம் கையெழுத்தானது. இருப்பினும், பூடான் அரசு தனது வெளியுறவுக் கொள்கையை "வழிகாட்ட" இந்தியாவின் உதவியை ஒப்புக்கொண்டது. இரு நாடுகளும் வெளியுறவு மற்றும் பாதுகாப்பு விவகாரங்களில் ஒருவருக்கொருவர் நெருக்கமாக கலந்தாலோசிக்க முடிவும் செய்தது. இந்த ஒப்பந்தம் தடையற்ற வர்த்தகம் மற்றும் ஒப்படைப்பு நெறிமுறைகளையும் நிறுவியது

1958 ல், அப்போதைய இந்தியப் பிரதமர் ஜவஹர்லால் நேரு பூட்டானுக்கு விஜயம் செய்து, பூட்டானின் சுதந்திரத்திற்கு இந்தியாவின் ஆதரவை மீண்டும் வலியுறுத்தினார். பின்னர் இந்திய நாடாளுமன்றத்தில் பூட்டானுக்கு எதிரான எந்தவொரு ஆக்கிரமிப்பும் இந்தியாவிற்கு எதிரான ஆக்கிரமிப்பாகக் கருதப்படும் என்று அறிவித்தார். ஆகஸ்ட் 1959 ல், பூடான் மற்றும் சிக்கிமை "விடுதலை" செய்ய சீனா முயல்வதாக இந்திய அரசியல் வட்டாரத்தில் ஒரு வதந்தி பரவியது. பூட்டானின் பிராந்திய நேர்மை மற்றும் எல்லைகளைப் பாதுகாப்பது இந்திய அரசாங்கத்தின் பொறுப்பாகும் என்று மக்களவையில் நேரு கூறினார்.

இந்த காலகட்டத்தில் இந்தியாவின் பொருளாதாரம், இராணுவம் மற்றும் பூட்டானுக்கான அபிவிருத்தி உதவிகளில் பெரும்

அதிகரிப்பு காணப்பட்டது, அது அதன் பாதுகாப்பை மேம்படுத்த நவீனமயமாக்கல் திட்டத்தையும் மேற்கொண்டது. பூட்டானுக்கு இந்தியா தனது இராணுவ ஆதரவை மீண்டும் மீண்டும் வலியுறுத்தும் அதே வேளையில், பிந்தையது பாகிஸ்தான் சம்பந்தப்பட்ட இரு முனைப் போரைப் போரிடும் போது சீனாவிற்கு எதிராக பூட்டானைப் பாதுகாக்கும் இந்தியாவின் திறனைப் பற்றி கவலைகளை வெளிப்படுத்தியது. நல்லுறவு இருந்தபோதிலும், இந்தியாவும் பூடானும் 1973 மற்றும் 1984 க்கு இடைப்பட்ட காலம் வரை தங்கள் எல்லைகளின் விரிவான வரையறையை முடிக்கவில்லை. சர்பாங் மற்றும் கெய்லெக்.:பக் மற்றும் இந்திய மாநிலமான அருணாச்சலப் பிரதேசத்துடனான கிழக்கு எல்லை உட்பட பல சிறிய பிரிவுகளைத் தவிர, பொதுவாக இந்தியாவுடனான எல்லை வரையறை பேச்சுவார்த்தைகள் கருத்து வேறுபாடுகளைத் தீர்த்தன.

உறவுகள் நெருக்கமாகவும் நட்பாகவும் இருந்த போதிலும், பூட்டானின் இறையாண்மையை மேம்படுத்த ஒப்பந்தத்தின் சில பகுதிகளை மீண்டும் பேச்சுவார்த்தை நடத்த வேண்டிய அவசியத்தை பூட்டான் அரசாங்கம் வெளிப்படுத்தியது. பூட்டான் 1971 ல் ஐக்கிய நாடுகள் சபையில் இணைந்து, வங்காளதேசத்தை அங்கீகரித்து, 1972 ல் ஒரு புதிய வர்த்தக ஒப்பந்தத்தில் கையெழுத்திட்டதன் மூலம் வெளிவிவகாரங்களில் சுதந்திரமான அணுகுமுறையை மெதுவாக வலியுறுத்தத் தொடங்கியது. 1979 ம் ஆண்டு கியூபாவின் ஹவானாவில் நடந்த அணிசேரா நாடுகளின் (NAM) உச்சி மாநாட்டில், கம்போடியாவின் கெமர் ரூஜ் ஆட்சி அமைக்கும் வாக்கெடுப்பில், இந்தியாவுடன் வாக்களிக்காமல் சீனா மற்றும் சில தென்கிழக்கு ஆசிய நாடுகளுடன் வாக்களித்ததன் மூலம் பூடான் தனது சுயாதீனமான நிலைப்பாட்டை வெளிப்படுத்தியது.

இந்தியாவுடனான 1950 ஒப்பந்தம் நேபாளத்தில் இந்திய குடியேறியவர்கள் காரணமாக பெரும் அரசியல் சர்ச்சை மற்றும் தேசியவாத வெறுப்புக்கு உட்பட்ட நேபாளத்தைப் போலல்லாமல்,

இந்தியாவுடனான பூட்டானின் உறவின் தன்மை, ஒப்பந்த விதிகள் மீதான கவலைகளால் பாதிக்கப்படவில்லை. 2003 முதல் 2004 வரை, ராயல் பூட்டான் இராணுவம், பூட்டானில் இயங்கி வரும் ஐக்கிய விடுதலை முன்னணி அஸ்ஸாமின் (ULFA) இந்திய-எதிர்ப்பு கிளர்ச்சியாளர்களுக்கு எதிராக நடவடிக்கைகளை நடத்தியது.

2007 ஒப்பந்தம்

பூட்டானுடனான 1949 உடன்படிக்கையை இந்தியா மீண்டும் பேச்சுவார்த்தை நடத்தியது மற்றும் 2007 ல் ஒரு புதிய நட்பு ஒப்பந்தத்தில் கையெழுத்திட்டது. புதிய ஒப்பந்தம் பூட்டான் வெளியுறவுக் கொள்கையில் இந்தியாவின் வழிகாட்டுதலை பரந்த இறையாண்மையுடன் எடுத்துக் கொள்ள வேண்டும் என்ற விதியை மாற்றியது. 2008 ல், இந்தியாவின் அப்போதைய பிரதமர் டாக்டர். மன்மோகன் சிங் பூட்டானுக்குச் சென்று, ஜனநாயகத்தை நோக்கிய பூட்டானின் நகர்வுக்கு வலுவான ஆதரவைத் தெரிவித்தார். மற்ற நாடுகளுடன் பூட்டான் வர்த்தகத்திற்கு 16 நுழைவு மற்றும் வெளியேறும் புள்ளிகளை இந்தியா அனுமதிக்கிறது. மேலும் 2021 ஆம் ஆண்டுக்குள் பூட்டானிலிருந்து குறைந்தபட்சம் 10,000 மெகாவாட் மின்சாரத்தை உருவாக்கி இறக்குமதி செய்ய ஒப்புக்கொண்டுள்ளது.

2012-13 நிதியாண்டில், பூட்டானிற்காக இந்தியாவின் பட்ஜெட் ஆதரவு US$600 மில்லியன் ஆக இருந்தது. இது பல ஆண்டுகளாக படிப்படியாக உயர்ந்து 2015-16ல் 985 மில்லியன் அமெரிக்க டாலர்களை எட்டியது. இந்தியாவின் வெளிநாட்டு உதவியின் மிகப்பெரிய பயனாளியாக பூட்டானை உருவாக்கியது.

பூட்டானின் பிரதம மந்திரி, ஷேரிங் டோப்கே, ஆகஸ்ட் 2013 ல் புது தில்லிக்கு தனது விஜயத்தின் போது, தனது நாட்டிற்காக 54 பில்லியன் மதிப்புள்ள கூடுதல் உதவியை இந்தியாவிடம் கோரினார். இதில் ஆறில் ஒரு பங்கு

(INR 45 பில்லியன்) பூட்டானின் 11வது ஐந்தாண்டு திட்டத்திற்காக ஒதுக்கப்பட்டுள்ளது.

பூட்டானில் 1,416 மெகாவாட் திறன் கொண்ட மூன்று நீர் மின் திட்டங்களை இந்தியா செயல்படுத்துகிறது. மேலும் மூன்று 2,129 மெகாவாட் நீர் மின் திட்டங்கள் கட்டுமானத்தில் உள்ளது. பூட்டானின் மூன்றாவது பிரதம மந்திரி லோடே ஷேரிங் நவம்பர் 2018 ல் இந்தியாவிற்கு தனது முதல் வெளிநாட்டு பயணத்தின் போது 12வது ஐந்தாண்டு திட்டத்திற்காக சுமார் 45 பில்லியன் உதவிப் கடனைப் பெற்றார்.

21 ம் நூற்றாண்டில், இந்தியப் பிரதமர் நரேந்திர மோடி தனது முதல் வெளிநாட்டுப் பயணமாக பூட்டானைத் தேர்ந்தெடுத்தார். மோடி பூட்டானில் உச்ச நீதிமன்ற வளாகத்தை திறந்து வைத்தார். மேலும் பூடானுக்கு தகவல் தொழில்நுட்பம் மற்றும் டிஜிட்டல் துறைகளில் உதவி செய்வதாகவும் உறுதியளித்தார்.

. இந்த விஜயத்தைப் பற்றிப் பேசுகையில், இரு நாடுகளும் பகிர்ந்து கொண்ட "தனித்துவமான மற்றும் சிறப்பான உறவு" காரணமாக பூடான் தனது முதல் வெளிநாட்டு பயணத்திற்கு "இயற்கையான தேர்வாக" இருப்பதாக மோடி கூறினார். பூட்டானுடனான இந்தியாவின் சிறப்பு உறவுகளை வளர்ப்பதற்கும் மேலும் வலுப்படுத்துவதற்கும் ஆவலுடன் இருப்பதாகவும் அவர் கூறினார். அவரது பரிவாரங்களில் வெளியுறவு அமைச்சர் சுஷ்மா ஸ்வராஜ், தேசிய பாதுகாப்பு ஆலோசகர் அஜித் தோவல் மற்றும் வெளியுறவு செயலாளர் சுஜாதா சிங் ஆகியோர் அடங்குவர். வடகிழக்கு இந்தியா மற்றும் சீனாவில் உள்ள கிளர்ச்சி குறித்து அவர் மேலும் விவாதிக்க இருந்தார்

இருப்பினும், உறவு சில பதட்டங்களையும் சர்ச்சைகளையும் எதிர்கொண்டது. சமீப ஆண்டுகளாக, எல்லைப் பிரச்னை, வர்த்தகம், நீர்ப் பங்கீடு போன்ற விஷயங்களில் இரு நாடுகளுக்கும் இடையே கருத்து வேறுபாடுகள் நிலவி வருகின்றன.

இந்தியா-பங்களாதேஷ்

பங்களாதேஷ் (அ)வங்காளதேசம் இந்தியாவின் கிழக்கில் அமைந்துள்ள தெற்காசியாவில் உள்ள ஒரு நாடாகும். பல்வேறு மொழிகள், மதங்கள் மற்றும் பழக்கவழக்கங்களுடன், வளமான கலாச்சார பாரம்பரியத்திற்காக இந்த நாடு அறியப்படுகிறது. பங்களாதேஷ் 160 மில்லியனுக்கும் அதிகமான மக்கள்தொகையைக் கொண்டு வேகமாக வளர்ந்து வரும் பொருளாதாரம், ஆடைத் தொழிலின் ஒரு பகுதியாகவும் விளங்குகிறது.

வங்கதேசத்துடனான இந்தியாவின் தொடர்புகள் நாகரீகம், கலாச்சாரம், சமூகம் மற்றும் பொருளாதாரம் என்று இரு நாடுகளையும் ஒன்றிணைக்கும் பல விஷயங்கள் உள்ளன பகிரப்பட்ட வரலாறு மற்றும் பொதுவான பாரம்பரியம், மொழியியல் மற்றும் கலாச்சார உறவுகள், இசை, இலக்கியம் மற்றும் கலைகள் மீதான ஆர்வம் என்று இரு நாடுகளும் ஒன்றுபடுகின்றன.

மேலும், ரவீந்திரநாத் தாகூர், பெங்காலி-இந்திய -பாலிமத் முறையே 1905 மற்றும் 1911 ல் வங்காளதேசம் மற்றும் இந்தியா ஆகிய இரு நாடுகளின் தேசிய கீதங்களை உருவாக்கினார். 1971 ல் பங்களாதேஷ் விடுதலைப் போரின் போது இரு நாடுகளும் வலுவான கூட்டாளிகளாக இருந்தன. இருப்பினும் 1970களின் நடுப்பகுதியில் இருந்து, பங்களாதேஷ் இஸ்லாமிய நாடுகளுடன் நெருங்கிய உறவுகளை வளர்த்துக்கொண்டதால், இஸ்லாமிய மாநாட்டின் அமைப்பில் பங்குபெற்றது. மேலும் நாட்டின் இன மொழி வேர்கள் மீது இஸ்லாமிய அடையாளத்திற்கு அதிக முக்கியத்துவம் கொடுத்ததால் உறவுகள் மோசமடைந்தன. தெற்காசியாவில் பொருளாதார தாராளமயமாக்கல் தொடங்கியவுடன், இருதரப்பு ஈடுபாடு மற்றும் வர்த்தகத்தை உருவாக்கப்பட்டது. வரலாற்றுச் சிறப்புமிக்க கங்கை நதிநீர்ப் பகிர்வு ஒப்பந்தம் 1996 ல் நடத்தெபெற்றது.

ஹூக்ளி நதியில் நீர் விநியோகத்தை அதிகரிக்க இந்தியாவால் ∴பராக்கா தடுப்பணையை நிர்மாணிப்பதும், இயக்குவதும் சர்ச்சைக்குரிய ஒரு முக்கிய பகுதியாகும். வறண்ட காலங்களில் கங்கை நீரின் நியாயமான பங்கைப் பெற முடியாது என்று பங்களாதேஷ் வலியுறுத்துகிறது. மேலும் இந்தியா அதிகப்படியான நீரை வெளியிடும் போது மழைக்காலங்களில் வெள்ளத்தில் மூழ்கும்.

டின் பிகா காரிடாரை பங்களாதேஷுக்கு மாற்றுவது தொடர்பாகவும் சர்ச்சைகள் எழுந்துள்ளன. பங்களாதேஷின் ஒரு பகுதி இந்திய மாநிலமான மேற்கு வங்கத்தால் சூழப்பட்டுள்ளது. 1992 ம் ஆண்டு ஜூன் 26 ம் தேதி, இந்த நிலப்பகுதியை வங்காளதேசத்துடன் இணைக்க இந்தியா மூன்று பிகா நிலங்களை வங்காளதேசத்திற்கு குத்தகைக்கு எடுத்தது. குத்தகையின் காலவரையற்ற தன்மை தொடர்பாக தகராறு ஏற்பட்டது. 2011 ல் இந்தியாவிற்கும் வங்காளதேசத்திற்கும் இடையிலான பரஸ்பர ஒப்பந்தத்தின் மூலம் சர்ச்சை தீர்க்கப்பட்டது.

பங்கா சேனா மற்றும் ஹர்கத்-உல்-ஜிஹாத்-அல்-இஸ்லாமி போன்ற அமைப்புகளால் நடத்தப்பட்ட பயங்கரவாத நடவடிக்கைகள் காரணமாக சமீபத்தில் இந்தியாவும் வங்காளதேசமும் இணைந்து பயங்கரவாதத்தை எதிர்த்துப் போராட ஒப்புக்கொண்டன.

வங்காளதேசம் இந்தியாவின் நிலத்தால் சூழப்பட்ட வடகிழக்கு பகுதிகளுக்கு இந்திய போக்குவரத்து வசதியை தொடர்ந்து மறுத்து வருகிறது. இந்தியாவுடன் இந்த வடகிழக்கு பகுதிக்கு குறுகிய நில இணைப்பு இருந்தாலும், இது பிரபலமாக சிலிகுரி காரிடார் அல்லது "இந்தியாவின் கோழி கழுத்து" என்று அழைக்கப்படுகிறது. 27 கிலோமீட்டர் அகலம், இந்தியாவின் வடகிழக்கு பகுதிக்கும் நாட்டின் மற்ற பகுதிகளுக்கும் இடையே ஒரே பாலமாக இருகிறது.

இந்தியாவிற்குள் சட்டவிரோதமாக வங்காளதேச குடியேற்றம் எல்லை நுண்துளைகள் வழியாகக் புலம்பெயர்ந்தோர் கடக்க முடியும். இருப்பினும் சில சமயங்களில் எல்லைப் பாதுகாப்புப் பணியாளர்களுக்கு பணத்தையோ அல்லது பிற ஊக்குவிப்பையோ அளித்து வங்காளதேச அதிகாரிகள் இந்தியாவில் வசிக்கும் பங்களாதேசிகள் இருப்பதை மறுத்துள்ளனர். மேலும் சட்டவிரோதமாக குடியேறியவர்கள் கடத்தப்பட்டவர்கள் என விவரிக்கப்படுகிறது. இது உண்மையில் நடந்தாலும் இல்லாவிட்டாலும், விபச்சாரத்தில் ஈடுபட்டதற்காக அவர்கள் களங்கப்படுத்தப்படுவதால், சம்பந்தப்பட்டவர்களுக்கு இது கணிசமான விளைவுகளை ஏற்படுத்துகிறது. எச். ஜ. வி/ எய்ட்ஸ் நோய்த்தொற்றின் அதிக ஆபத்தில் எல்லை தாண்டிய குடியேற்றவாசிகளும் உள்ளனர்.

இந்திய எல்லைக் காவலர்களால் வங்கதேச மக்களை தொடர்ந்து கொல்லுதல், சட்டவிரோதமாக குடியேறியவர்களுக்கு உதவுதல், ஆயுதம் ஏந்திய கொள்ளையில் உதவுதல், போலி பணப்பரிமாற்றம் மற்றும் இந்திய மற்றும் வங்கதேச மக்களால் சட்டவிரோத போதைப்பொருள் வர்த்தகம் ஆகியவை வங்காளதேசத்திற்கும் இந்தியாவிற்கும் இடையிலான முக்கிய பிரச்சனைகளாகும்.

மியான்மர்-இந்தியா

மியான்மர் பர்மா என்றும் அழைக்கப்படுகிறது. இந்தியாவின் வடகிழக்கில் அமைந்துள்ளது, மற்றும் தென்கிழக்கு ஆசியாவில் உள்ள ஒரு நாடாகும். பல்வேறு மொழிகள், மதங்கள் மற்றும் பழக்கவழக்கங்களுடன், வளமான கலாச்சார பாரம்பரியத்திற்காக இந்த நாடு அறியப்படுகிறது. மியான்மர் 54 மில்லியனுக்கும் அதிகமான மக்கள்தொகையைக் கொண்டுள்ளது மற்றும் வேகமாக வளர்ந்து வரும் பொருளாதாரம், எண்ணெய் மற்றும் எரிவாயு துறையால் இயக்கப்படுகிறது. நாடு அரசியல் மற்றும் பொருளாதார சீர்திருத்த செயல்முறைக்கு உட்பட்டுள்ளது.

மேலும் ரோஹிங்கியாக்கள் உட்பட இன சிறுபான்மையினரை நடத்துவதற்கான விமர்சனங்களை எதிர்கொண்டுள்ளது.

மியான்மர் பிப்ரவரி 2021 முதல் பிரச்சனையில் உள்ளது. இராணுவம் ஆட்சிக் கவிழ்ப்பில் நாட்டின் கட்டுப்பாட்டைக் கைப்பற்றி, ஆங் சான் சூகி மற்றும் அவரது தேசிய ஜனநாயக லீக் (NLD) தலைவர்களை கைது செய்தது. உலகின் மிகப் பெரிய ஜனநாயக நாடாக இருப்பதால், இத்தகைய அருகாமையில் ஜனநாயகம் அச்சுறுத்தப்படும்போது இந்தியா பாதிக்கிறது.

மற்ற அண்டை நாடுகளைப் போலவே, இந்தியாவும் மியான்மர் இராணுவத்தின் எதேச்சதிகாரப் போக்குகளுக்கு எதிராக பின்னுக்குத் தள்ள ஆர்வமாக உள்ளது. அதன் பல நலன்களும், அனைத்து பங்குதாரர்களுடனும் அதன் தகவல் தொடர்பு வாய்ப்புகளை திறந்து வைத்திருக்குமாறு இந்தியாவை பரிந்துரைக்கிறது.

இந்தியாவிற்கு மியான்மரின் முக்கியத்துவம்:

மியான்மர் இந்தியா-தென்கிழக்கு ஆசிய புவியியல் மையத்தில் இருப்பதால் இந்தியாவின் புவிசார் அரசியல் முக்கியத்துவம் வாய்ந்தது.

வடகிழக்கு இந்தியாவுடன் நில எல்லையைப் பகிர்ந்து கொள்ளும் ஒரே தென்கிழக்கு ஆசிய நாடு மியான்மர் ஆகும்.

இந்தியாவின் "அண்டை நாடு முதல்" கொள்கை மற்றும் அதன் "கிழக்கு செயல்" கொள்கையின் குறுக்குவெட்டில் அமர்ந்திருக்கும் ஒரே நாடு மியான்மர்.

இந்தியாவின் சாகர் பார்வையின் ஒரு பகுதியாக, மியான்மரின் ரக்கைன் மாநிலத்தில் உள்ள சிட்வே துறைமுகத்தை இந்தியா உருவாக்கியது. ரக்கைனில் சீனாவின் புவிசார் மூலோபாய தடத்தை உறுதிப்படுத்தும் நோக்கம் கொண்ட சீன-முன்னணி கியாக்ப்யூ துறைமுகத்திற்கு இந்தியாவின் பதிலடியாக இந்த துறைமுகம் உள்ளது.

ஜனநாயகத்தை நோக்கிய பாதையில் கடந்த தசாப்தங்களாக மியான்மர் அடைந்த வெற்றிகளை குறைமதிப்பிற்கு உட்படுத்தக்கூடாது என்பதில் இந்தியா ஆரம்பத்திலிருந்தே திட்டவட்டமாக இருந்தது.

2 ஆண்டுகள் சூகியின் சிறைவாசம் குறித்து இந்தியாவும் தனது ஆழ்ந்த கவலைகளை வெளிப்படுத்தியது.

அனைத்து தரப்பினரும் தங்கள் தேசத்தின் எதிர்காலத்திற்காக பேச்சுவார்த்தைகளை முன்னெடுப்பதற்கான முயற்சிகளை எடுக்குமாறு அது பரிந்துரைத்தது. அமெரிக்கா தொடர்ந்து அதிக பொருளாதாரத் தடைகள் என்ற அச்சுறுத்தலைப் பயன்படுத்துகிறது, இருப்பினும் சிறிதும் பயனில்லை. மியான்மரின் இராணுவம் மேற்கின் சொல்லாட்சிகளைப் பற்றி கவலைப்படுவதை நிறுத்திவிட்டதாகத் தெரிகிறது. சீனா முதலீடு செய்து மியான்மரை தனது சுற்றுப்பாதையில் இழுத்து வருகிறது. ஜப்பான், தென் கொரியா மற்றும் பெரும்பாலான ஆசியான் உறுப்பினர் நாடுகள் அனைத்தும் மியான்மரில் இராணுவ ஆட்சிக்குழுவில் ஈடுபடுவதற்கு முன்னேறியுள்ளன.

இந்தியாவிற்கு சவால்கள்

வடகிழக்கு கிளர்ச்சியில் சீனாவின் செல்வாக்கு, ஆட்சிக்கவிழ்ப்புக்குப் பின்னர், சீனா-மியான்மர் பொருளாதார வழித்தடத்திற்கான முக்கியமான திட்டங்களில் சிறப்பு கவனம் செலுத்துவதன் மூலம் மியான்மர் மீதான சீனாவின் பொருளாதாரப் பிடி இறுக்கமாகிவிட்டது. மேலும், சமீபத்தில் மியான்மர் எல்லையில் அஸ்ஸாம் ரைபிள்ஸ் கான்வாய் மீது நடத்தப்பட்ட கொடிய தாக்குதல், வடகிழக்கில் பிரச்சனையை உருவாக்கும் சீனாவின் முனைப்பை நினைவூட்டுவதாக இருந்தது. ரோஹிங்கியா விவகாரம் யான்மரில் உள்ள ரோஹிங்கியாக்கள் நெருக்கடி குறித்து ஆங் சான் சூகியின் மௌனம், பரிதாபகரமான ரோஹிங்கியாக்கள் இருப்பை அவல நிலைக்கு வழிவகுத்தது. நுண்துளைகள் நிறைந்த 1643-

கிமீ நீளமுள்ள இந்தோ-மியான்மர் எல்லை, தீவிரவாதிகள், சட்டவிரோத ஆயுதங்கள் மற்றும் போதைப்பொருட்களின் எல்லை தாண்டிய நடமாட்டத்தை எளிதாக்குகிறது,

ஜனநாயக செயல்முறையை மீட்டெடுக்க இந்தியா தொடர்ந்து அழைப்பு விடுத்தாலும், இந்திய கவலைகளையும் தீர்க்க மியான்மரில் உள்ள ராணுவத்துடன் அது ஈடுபடும். ராணுவத்தை ஓரங்கட்டுவது சீனாவின் ஆதிக்கத்திற்கு எளிதாகிறது.

இந்தியாவின் பல்வேறு மாநிலங்களில் உள்ள பண்டைய பௌத்த பாரம்பரிய தளங்களை இணைப்பதன் மூலம் வெளிநாட்டு சுற்றுலாப் பயணிகளின் வருகையை இரட்டிப்பாக்க முயலும் இந்தியாவின் "பௌத்த சர்க்யூட்" முயற்சி, புத்த பெரும்பான்மையான மியான்மருடன் எதிரொலிக்க வேண்டும்.

ரோஹிங்கியா பிரச்சினை எவ்வளவு விரைவாக தீர்க்கப்படுகிறதோ, அவ்வளவு எளிதாக இந்தியா மியான்மர் மற்றும் வங்கதேசத்துடனான உறவுகள் பலப்படும் என்பது ஆய்வாளர்களின் கருத்தாகும்.

இந்தியா-மியான்மர்-தாய்லாந்து முத்தரப்பு நெடுஞ்சாலை

இந்தியா, மியான்மர் மற்றும் தாய்லாந்தை இணைக்கும் 3200 கிமீ முக்கோண நெடுஞ்சாலை, 4 வழிச்சாலைக்கு இந்தியாவும் மியான்மரும் ஒப்புக் கொண்டுள்ளன. 2016 ல் நிறைவடையும் என்று எதிர்பார்க்கப்படும் இந்த பாதை, இந்தியாவின் வடகிழக்கு மாநிலங்களிலிருந்து மியான்மருக்கு செல்கிறது. இந்தியாவில் உள்ள குவாஹாட்டியில் இருந்து தொடங்கி, மியான்மரில் உள்ள மாண்டலேயுடன் இணைக்கும் பாதை, மியான்மரின் யாங்கூன் வரை தொடர்கிறது, பின்னர் தாய்லாந்தில் உள்ள மே சோட் வரை, அது பாங்காக் வரை தொடர்கிறது.

இந்தியா, முத்தரப்பு நெடுஞ்சாலையின் இரண்டு பிரிவுகளை மேற்கொள்கிறது, அதாவது (i) மியான்மரில் கலேவா-யாகி சாலைப் பிரிவின் கட்டுமானம், (ii) மியான்மரில் தமு-கிகோன்-

கலேவா (டி. கே. கே) சாலைப் பிரிவில் 69 பாலங்கள். இந்த இரண்டு பிரிவுகளின் பணிகளும் பொறியியல், கொள்முதல் மற்றும் கட்டுமான முறையில் வழங்கப்பட்டு, மே 2018 முதல் கலேவா-யாகி பிரிவிலும், நவம்பர் 2017 இல் TKK பிரிவிலும் நடந்து வருகிறது.

குவஹாத்தியை மாண்டலேயுடன் இணைக்கும் முதல் கட்டம், ஆசிய நெடுஞ்சாலை வலையமைப்பின் பரந்த கட்டமைப்பிற்குள் மீகாங்-கங்கா ஒத்துழைப்பின் கீழ் இறுதியில் கம்போடியா மற்றும் வியட்நாம் வரை நீட்டிக்கப்படும். இது வங்காள விரிகுடாவில் கொல்கத்தா முதல் தென் சீனக் கடலில் உள்ள ஹோ சி மின் நகரம் வரையிலான புதிய பொருளாதார மண்டலத்தை உருவாக்குவதை நோக்கமாகக் கொண்டுள்ளது.

கலடன் மல்டி மாடல் டிரான்ஸிட் ரூட்

கலடன் மல்டி-மாடல் டிரான்சிட் ப்ராஜெக்ட், கிழக்கு இந்தியத் துறைமுகமான கொல்கத்தாவை மியான்மரில் உள்ள சிட்வே துறைமுகத்துடன் கடல் வழியாக இணைக்கும். இது சிட்வே துறைமுகத்தை மியான்மரில் உள்ள லாஷியோவுடன் கலடன் நதி படகு வழியாக இணைக்கும், பின்னர் லாஷியோவிலிருந்து இந்தியாவின் மிசோரம் வரை சாலை போக்குவரத்து மூலம் இணைக்கப்படும்.

இயல்–நான்கு

இந்திய அமெரிக்க உறவுகள்

முன்னுரை

இந்தியாவும் அமெரிக்காவும் உயர்ந்த ஜனநாயக கொள்கைகளை பின்பற்றக்கூடிய நாடுகளாக அமைந்துள்ளன. அமெரிக்காவின் வாணிப இணைப்பானது கிட்டத்தட்ட 18 வது நூற்றாண்டிலேயே அதாவது பிரிட்டிஷ் ஆட்சி காலத்திலேயே இருந்து வருகிறது. அந்த காலகட்டத்திலும் பல்வேறு வர்த்தகம் தொடர்பான விடயங்களுக்கு அமெரிக்காவிலிருந்து அதனுடைய பிரதிநிதிகள் இந்தியாவுடன் நட்புறவை மேற்கொண்டார்கள். இது மட்டுமல்லாது 1940களில் அமெரிக்காவினுடைய அதிபர் இந்தியாவின் விடுதலையை அப்போதே வழங்குமாறு பிரிட்டன் அரசாங்கத்திற்கு பரிந்துரை செய்தார். அமெரிக்காவும் பிரிட்டிஷ் அரசாங்கத்தின் கீழே காலனியலாதிக்கத்திற்கும், ஏகாதிபத்தியத்திற்கும் உட்பட்டிருந்தது உலக றியும். இந்தியாவின் முதல் பிரதமரான ஜவஹர்லால் நேரு அமெரிக்காவின் ஜனநாயக கலாச்சாரத்தையும் கொள்கைகளையும் மதிக்கக் கூடியவராக விளங்கினார். இதனால் ஆரம்பம் தொட்டே பொருளாதார உறவுகளையும் வாணிப இணைப்புகளையும் செயல்படுத்தி வந்தார். பனிப்போர் காலகட்டத்தில் அமெரிக்கா ஒரு பக்கமும், ரஷ்யா மறுபக்கமும் இருந்த பொழுது இந்தியா இரண்டு பக்கமும் சாராமல் தன்னுடைய சுதந்திரத்தை மற்றும் இறையாண்மையை மையமாக வைத்து தனித்து நடுநிலையான போக்கை கடைபிடித்தது. இந்த நிலைப்பாடு அமெரிக்காவால் சகித்துக் கொள்ள முடியவில்லை. அமெரிக்காவின் செயலர்

எங்களோடு கூடே இல்லை என்றால் அவர்கள் எங்களை எதிர்க்கிறார்கள் என்று அர்த்தம் என்று அறைகூவல் விடுத்தார். மேலும் இந்தோனேசியா விடுதலை பெற்றதிலும், சீனா அங்கீகரிக்கப்பட்டதிலும் இந்தியாவினுடைய நிலைப்பாடு அமெரிக்காவை எதிர்த்து அமைந்திருந்தது. காஷ்மீர் பிரச்சினையில் இந்தியாவும் பாகிஸ்தானும் சச்சரவுகளில் இருக்கின்ற பொழுது ஒருதலை பட்சமாக அமெரிக்கா பாக்கிஸ்தானிற்கு ஆதரவு கரம் நீட்டியது. இது இந்திய தரப்பிலே அதிர்ச்சியை உண்டாக்கியது. 1948 இல் ஐக்கிய நாட்டு சபைக்கு காஷ்மீர் பிரச்சனையை இந்தியா எடுத்துச் சென்றபோது பாகிஸ்தானுக்கு அமெரிக்கா அதனுடைய ஆதரவு கருத்தை நீட்டியது.

1950 களிலே கொரியா தொடர்பான பிரச்சனையில் அமெரிக்காவினுடைய நிலைப்பாடு இந்தியாவிலிருந்து வேறுபட்டதாக இருந்தது. இந்தியா அமைதியான உடன்பாட்டை ஏற்படுத்த ஒருமைப்பாட்டை அடிப்படையாக கொண்டு எதிர்பார்த்தது. ஆனால் அமெரிக்காவின் ராணுவப்படையானது 38வது இணைகோட்டிலே அத்துமீறி நுழைந்து. கொரியாவை தாக்கியது. இது அதீத அதிருப்தியையை உண்டாக்கியது. 1951இல் அமெரிக்காவிற்கும் ஜப்பானிற்கும் இடையேயான சான் பிரான்சிஸ்கோ கருத்தரங்கில் இந்தியாவை அழைக்காததினால் அது பங்கேற்கவில்லை. ஏனெனில் சீனாவையும் அமெரிக்கா அழைக்கவில்லை என்ற எதார்த்தமான போக்குவரத்து இரண்டு நாடுகளுக்கும் இடையேயான பிரச்சனையை அதிகப்படுத்தியது. மேலும் இந்த கருத்தரங்கின் நோக்கங்கள் மற்றும் இலக்கானது இந்தியாவினுடைய விருப்பங்களுக்கு எதிராக அமைந்திருந்ததை இந்திய அரசாங்கம் சுட்டிக்காட்டியது. இது மட்டும் அல்ல, அது கம்யூனிச கொள்கைக்கு எதிரான கட்டுப்படுத்தும் கொள்கைத் துவம் மற்றும் அது சார்ந்த ராணுவ அணி திரட்டல், போன்றவை இந்தியாவின் கொள்கைக்கு எதிராக இருந்தது. மேலும் அமெரிக்காவினுடைய ராணுவ

அணியிலே பாகிஸ்தான் உறுப்பினராக இருந்தது, இந்தியாவின் பாதுகாப்பிற்கு அச்சுறுத்தலாக இருந்தது. ஏனெனில் அமெரிக்கா பாகிஸ்தானுக்கு ராணுவம் தொடர்பான ஆயுதம் அனுப்பியது. இந்த ஆயுத போக்குவரத்து கம்யூனிச பரவலை தடுப்பதற்காக அனுப்பி வைக்கப்பட்டது என்று அமெரிக்க தரப்பு கூறியது. ஆனால் இந்த ஆயுதங்கள் கண்டிப்பாக இந்தியாவிற்கு எதிராக உபயோகப்படுத்தப்படும் என்ற நிலைப்பாட்டை இந்தியா அமெரிக்காவிடம் கூறியது. இந்நிலையில் இந்திய அரசாங்கம் சோவியத் அரசாங்கத்திடம் நட்புறவை மேம்படுத்தியது. இதனால் அமெரிக்காவினுடைய சந்தேக பார்வை நம்பிக்கை இல்லா கண்ணோட்டமாக இந்தியாவை அணுகியது. ஆனாலும் பொருளாதாரம், சுற்றுலா, கலாச்சாரம், கல்வி போன்ற துறைகளில் நல்லுறவை இரு நாடுகளும் மேம்படுத்தியது. 1950இல் இந்தியாவிற்கும் அமெரிக்காவிற்கும் இடையேயான தொழில் நுட்ப கூட்டுறவு உடன்படிக்கை பிரகாரம் இந்தியா அமெரிக்காவிடம் இருந்து பல அரிய உதவிகளை பெற்றது. இது மட்டுமல்லாமல் வறுமை இந்தியாவிலே தாண்டவம் ஆடிய பொழுது அமெரிக்காவிலிருந்து உணவு தானியங்கள் இறக்குமதி செய்யப்பட்டன. இது மட்டுமல்லாமல் தனியார் பவுண்டேஷன்களான போர்டு, ராக்பெல்லர், கார்நீஜ் போன்ற அமைப்புகள் இந்தியாவிற்கு பல உதவிகளை செய்தன.

1950 களில்

நேருவின் அமெரிக்க பயணம் இந்திய மக்களுக்கான உணவுக்கானதாக இருந்தாலும் அவர் எதிர்பார்த்த நல்லுறவு தொடர்பான ஒப்பந்தங்கள் இயற்றப்படவில்லை. சூயஸ் சர்ச்சை என்று அழைக்கப்படக்கூடிய நிகழ்வானது 1956லே நிகழப் பெற்ற போது இந்தியாவின் கருத்தானது அமெரிக்காவினுடைய கருத்துடன் ஒத்து போனது. 1950லே அமெரிக்க அதிபர் எய்சன்ஹோவேர் இந்தியா வருகை புரிந்தார். அப்பொழுது இவ்விரு நாடுகளுக்கும் இடையேயான உறவுமுறை அதிகம் பேணப்பட்டது. அது மட்டுமல்லாமல் வடக்கு மற்றும்

வடகிழக்கில் இருக்கக்கூடிய பகுதிகளுக்கு சீனாவிலிருந்து அச்சுறுத்தல் இருந்ததால், அமெரிக்காவின் ஆதரவு நமக்கு கிடைத்தது. இதன் பிறகு கென்னடி அமெரிக்காவினுடைய அதிபராக பதவி ஏற்றார். அப்பொழுது உயரிய அளவில் உறவு முறை வலிமைபடுத்தப்பட்டது. சீனாவினுடைய ஆக்கிரமிப்பு யுத்தம் 1962ல் நடைபெற்ற பொழுது கணிசமான அளவில் அமெரிக்காவிலிருந்து ஆயுதங்கள் பரிமாறப்பட்டன. ஆனாலும் அமெரிக்கா காஷ்மீர் தொடர்பான சர்ச்சையிலே, பாகிஸ்தானோடு இந்தியாவை கலந்து ஒரு நிரந்தர தீர்மானத்தை நிறைவேற்றுமாறு வற்புறுத்தியது.

பொக்காரோ இரும்பு ஆலை உருவாவதற்கு அமெரிக்காவிடம் உதவி கேட்ட பொழுது அது மறுத்தது. இதற்கு பின்னால் கென்னடி அவர்கள் படுகொலை செய்யப்பட்டதன் பிறகு இந்தியாவிற்கும் அமெரிக்காவுக்கும் இடையேயான உறவு முறை சிறிது கீழ்நோக்கி சென்றது. 1960களில் பி எல் 480 ஒப்பந்தத்தின் மூலம் உணவு தானியங்கள் அமெரிக்காவிலிருந்து இந்தியாவிற்கு அனுப்புவிக்கப்பட்டது. என்னதான் அரசியல் ரீதியான பிரச்சனைகள் நிலுவையிலே இருந்தாலும் பொருளாதார உறவுகளில் இந்தியாவிற்கும் அமெரிக்காவிற்கும் மேல் நோக்கிய இணைப்பு தவிர்க்கப்பட முடியாததாக இருந்தது. அமெரிக்காவினுடைய தொழில்நுட்ப அறிவார்ந்த செயல்பாடு விவசாயத் துறையில் இந்தியாவிலே பெருகுவதற்கு உதவி புரிந்தது. 1963ல் சுமார் 8 மில்லியன் டாலர் அமெரிக்க அரசாங்கம் இந்தியாவிற்கு வழங்கியது. தாராப்பூர் அணுமின் நிலையம் இதன் மூலமாக தொடங்கப்பட்டது.

ரீகன் அமெரிக்காவின் அதிபராக பதவிஏற்றபிறகு இந்தியாவிற்கும் அமெரிக்காவுக்கும் இடையேயான உறவுமுறை நேர்முறையாக திரும்பியது. ஆனாலும் ஆப்கான் பிரச்சனையில் இந்தியாவின் நிலைப்பாடு அமெரிக்காவை எதிர்த்தது. அது மட்டுமல்லாமல் அமெரிக்காவின் ஆயுத உதவி பாகிஸ்தானுக்கு வழங்கப்பட்டதை இந்தியா எதிர்த்தது, நாம் ஏற்கென்வே பார்த்தோம். இது போல

தாராப்பூரில் நிறுவப்பட்ட அணுமின் நிலையத்திற்கு வழங்கப்பட வேண்டிய எரிபொருள் மறுக்கப்பட்டது. ஏனெனில் அணு ஆயுத பரவல் தொடர்பான ஒப்பந்தத்தில் இந்தியா கையெழுத்திட மறுத்ததை அமெரிக்கா சுட்டிக் காட்டியது. இது மட்டுமல்லாமல் இந்திய பெருங்கடலில் அமெரிக்காவினுடைய ராணுவ இருப்பை இந்தியா எதிர்த்தது. புதிய சர்வதேச பொருளாதார அமைப்பை உருவாக்குமாறு இந்தியா வலியுறுத்தியது. மேலும் பன்னாட்டு நிதி அமைப்புகளை மறுசீராய்வு செய்ய வேண்டும் என்பதையும் இந்தியா வலியுறுத்தியது.

அசாம், பஞ்சாப் போன்ற இந்திய மாநிலங்களில் தீவிரவாத பிரச்சனையை அமெரிக்கா ஊக்குவிப்பதாக இந்தியா சந்தேகப்பட்டது. ஆனாலும் 1985 இல் பிரதமர் ராஜீவ் அவர்களுடைய அமெரிக்க பயணம் அதி நவீன கம்ப்யூட்டர் துறைகளும், ராணுவ தொழில்நுட்ப துறையிலும் ஒப்பந்தம் கையெழுத்திடப்பட்டது. 1987 நவம்பர் 5 ல் ராஜீவின் மறு வருகை அதிநவீன கூட்டுறவு ஒப்பந்தத்தில் கையெழுத்திடப்பட்டு இவ்விரு நாடுகளுக்கும் இடையேயான உறவுகள் மேம்படுத்தப்பட்டது. இந்தியாவுடன் இவ்வாறு உறவுகள் இருந்தாலும், பாகிஸ்தானுக்கு அனுப்பக்கூடிய ஆயுதங்கள் அதிக தரம் வாய்ந்ததாக இருந்தது கண்டறியப்பட்டது. இது மட்டுமல்லாமல் சர்ச்சையிலே நஜிபுல்லா அரசாங்கத்தை இந்தியா ஆதரித்தது ஆனால் அமெரிக்க அரசாங்கம் இந்த அரசாங்கத்தை மாற்றுவதில் குறியாக இருந்தது. ஆப்கானிஸ்தான் இயங்கக்கூடிய முஜாஹிதீன் தீவிரவாதிகளுக்கு அமெரிக்கா உதவி புரிந்தது. இந்தியா இதை கடுமையாக எதிர்த்தது, உள்நாட்டு விவகாரங்களில் அமெரிக்கா தலையிடக்கூடாது என்றும் தன்னுடைய நிலைப்பாட்டை அறிவித்தது. இதனால் அமெரிக்காவின் காங்கிரஸிலே சூப்பர் 301 என்ற சட்டம் உருவாக்கப்பட்டு இந்தியாவை ஒரு நியாயமற்ற வர்த்தக பங்காளராக அமெரிக்கா அழைத்தது. ஆனாலும் அமெரிக்காவை பகைத்துக் கொள்வதற்கு இந்தியா விரும்பவில்லை.

1990 களில்

இந்தியாவிற்கும் அமெரிக்காவிற்கும் இடையேயான நல்லுறவும் கூட்டுறவும் என்டிஏ அரசாங்கம் மூலமாக மேம்பட்டது. இதற்கு முன்பே கூறியிருந்தது போல சூப்பர் 301 சட்டம் இந்தியாவிற்கு எதிராக உருவாக்கப்பட்டதை அறிவோம். 90களில் இந்திய எதிர்ப்பு சட்டம் ரத்து செய்யப்பட்டது. மேலும் காஷ்மீரில் பாகிஸ்தானின் அத்துமீறலை அமெரிக்கா கண்டித்தது. ஐக்கிய நாட்டு சபையின் சட்டங்களுக்கு எதிராக பாகிஸ்தான் செயல்படுவதாக குற்றம் சாட்டியது அமெரிக்கா. மேலும் இந்தியாவுக்கும் பாகிஸ்தானுக்கும் இடையேயான உறவுகள் சிம்லா ஒப்பந்தத்தின் அடிப்படையிலே இருக்க வேண்டும் என்றும், மக்கள் ஓட்டெடுப்பு நடத்த வேண்டும் என்பது அவசியம் இல்லை என்றும் தன் நிலைப்பாட்டை வெளிப்படுத்தியது. இதன் விளைவாக அரபு போரிலே அமெரிக்காவின் போர் விமானங்கள் இந்தியாவிலேயே எரிசக்தி ஊட்டுவதற்கு இந்தியா அனுமதித்தது. இந்த சூழ்நிலையிலே பனிப்போர் என்பது முற்றுப்பெற்றது என்பதை அனைவரும் அறிவார்கள். ரஷ்யாவின் ஒருமைப்பாடு சிதைந்து விட்ட சூழ்நிலையிலே இந்தியா அமெரிக்காவுடனான உறவு முறையை வலிமைப்படுத்த ஆரம்பித்தது.

ராணுவ ரீதியான கூட்டுறவு "கிக்லீட்டர் வரைவுகளின்" மூலமாக மேம்படுத்தப்பட்டது. ஆனாலும் அமெரிக்காவில் அதிபர் பொறுப்பை ஏற்ற புஷ் அவர்கள் அணு ஆயுத பரவல் சட்டத்திலே கையெழுத்திடுமாறு இந்தியாவை வற்புறுத்தினார். ஆனால் இந்தியா பாகிஸ்தான் மற்றும் சீனாவின் அச்சறுத்தலை கைகாட்டியது. மேலும் ஐக்கிய நாட்டு சபையிலே அமெரிக்காவினுடைய ஆதிக்கத்தை எதிர்த்தது இந்தியா. ஐக்கிய நாட்டு சபையின் பாதுகாப்பு கவுன்சில் மற்றும் அதனுடைய சட்டங்கள் ஜனநாயக கொள்கைகளை பின்பற்ற வேண்டும் என்றும் எடுத்துரைத்தது. இவ்வாறு ஒவ்வொரு காலகட்டத்திலும் அமெரிக்காவினுடைய நடவடிக்கையும் இந்தியாவினுடைய

சிந்தனை ஓட்டமும், கொள்கை முடிவும் இந்திய அமெரிக்க உறவுகளை எதிர்மறையாகவும் நேர்மறையாகவும் பாதித்துக் கொண்டே இருந்தன.

1992 இல் கூட்டு ராணுவ பயிற்சியை இந்திய பெருங்கடலில் அமெரிக்காவும் இந்தியாவும் நடத்தி தங்களுடைய ராணுவ திறமையை பறைசாற்றின. மேலும் அமெரிக்கா இந்தியாவினுடைய தாராளமயமாக்கல் சுதந்திரமயமாக்கல், உலகமயமாக்கல் திட்டங்களை வரவேற்றது. அமெரிக்காவிலிருந்து ஏற்றுமதி ஆகின்ற பொருட்கள் பெருவாரியாக வரி விதிப்பின்றி அனுப்பப்பட்டது. இரண்டு நாடுகளுக்கும் இடையேயான ஒத்துப் போகின்ற அம்சங்களாக ஜனநாயக ஆட்சி, பிராந்திய உலக அமைதி இஸ்லாமிய முதன்மைவாத எதிர்ப்பு போன்றவை அமைந்தன. மேலும் பொருளாதார ரீதியாக வர்த்தகம் மற்றும் முதலீடு மேம்படுத்தப்பட்டது. டிசம்பர் 1994லே இரு நாடுகளும் ஆற்றல் துறை தொடர்பான ஒப்பந்தத்தில் கையெழுத்திட்டன. இது மட்டுமல்லாமல் ஜவுளி ஏற்றுமதி மற்றும் இறக்குமதி போன்ற அம்சங்களும் உடன்படிக்கையில் சேர்க்கப்பட்டன. 1995இல் பாதுகாப்பு தொடர்பான ஒப்பந்தம் மேற்கொள்ளப்பட்டது. இவை நடந்து கொண்டிருக்கும் போது 1995இல் பிரஸ்லர் சட்ட சீர்திருத்தம் அமெரிக்க காங்கிரஸில் நிறைவேற்றப்பட்டது. இதன் மூலமாக 370 மில்லியன் ஆயுதங்கள் பாகிஸ்தானுக்கு வழங்கப்பட்டது. அதே சமயத்தில் கிரயோஜனீக் இன்ஜின் எனப்படும் தொழில் நுட்ப வளர்ச்சி இந்தியாவிற்கு மறுக்கப்பட்டது. உலக அறிவுசார் உடைமை உரிமை தொடர்பான பிரச்சனைகளில் அமெரிக்கா சூப்பர் 301 சட்டத்தை அமல்படுத்துவோம் என்று அச்சுறுத்தல் விடுத்தனர். இதன் விளைவாக இந்தியா அணு ஆயுத பரவலை தடுப்பதற்கு ஒரு குறிப்பிட்ட கால அவகாசத்தை வழங்குமாறு அமெரிக்காவிடம் கூறியது. ஆனால் சீனாவை எதிர்ப்பதற்கு ஆசிய கண்டத்தில் இந்தியாவை ஒரு சமன் செய்யும் நாடாகவே அமெரிக்கா பயன்படுத்தியது உலக நாடுகள் அறியும்.

1998 ல் அணு ஆயுத பரிசோதனை இந்தியா மேற்கொண்டது. இதன் விளைவாக பாகிஸ்தானும் அணு ஆயுத பரிசோதனையை நடத்தியது. இது உலக நாடுகளை அதிர்ச்சி அடைய வைத்தது. உலக நாடுகளில் தெற்கு ஆசியா ஒரு அபாயகரமான பிராந்தியமாக அமெரிக்கா அறிவித்தது. மேலும் பொருளாதார தொடர்பான தடைகளை இவ்விரு நாடுகளுக்கும் அமெரிக்கா விதித்தது. சிடிபி டி என் பி டி போன்ற அணு ஆயுத தடுப்பு சட்டங்களில் கையெழுத்திடுமாறு அமெரிக்கா இந்தியாவை வற்புறுத்தியது என்பதை பார்த்தோம். இது மட்டுமல்லாமல் இதுவரை காஷ்மீர் பிரச்சினையில் இந்தியா பாகிஸ்தான் இருதரப்பு வாதத்தை முன்னிறுத்திய அமெரிக்கா இப்பொழுது மூன்றாம் நாட்டினுடைய ஈடுபாட்டை வலியுறுத்தியது. இது மேலும் இந்தியா அமெரிக்கா உறவுகளை பாதித்தது. 2000 ஆண்டில் புதிதாக பொறுப்பேற்ற கிளிண்டன் அவர்கள் இந்தியாவிற்கு வருகை புரிந்தார். இந்திய அமெரிக்க உறவு தொடர்பான விஷன் 21 வது நூற்றாண்டு என்ற கூட்டு வரைவை கையெழுத்திட்டு உறவை மேம்படுத்தினார். இதன் மூலமாக தொடர்ச்சியாக இரு நாட்டு செயலாளர்களுக்கு இடையேயான பேச்சு வார்த்தைகள் நடைபெறும் என்று அறிவித்தார்.

உலக பாதுகாப்பு குறித்தும் இரு நாடுகளுக்கு இடையே விவாதிக்கப்பட்டது. மேலும் கூட்டு ஆலோசனை குழு ஒன்று தொடங்கப்பட்டு தூய சுற்றுப்புற சூழலை உருவாக்க திட்டமிடப்பட்டது. எய்ட்ஸ், மலேரியா, டிபி, போன்ற நோய்களை கட்டுப்படுத்துவதற்கு இரு நாட்டு ஆராய்ச்சி செய்வதற்கும் கொள்கை வரவு உருவாக்கப்பட்டது. அதே ஆண்டு வாஜ்பாயி அமெரிக்காவிற்கு விஜயம் செய்தார்.

21 ஆம் நூற்றாண்டில் கிளிண்டனுக்கு அடுத்தாற்போல புஷ் அதிபராக தேர்ந்தெடுக்கப்பட்டார். இதன் தொடர்ச்சியாக அவருடைய செயலரான காலின்பால் "இந்தியா, அமெரிக்காவினுடைய அயல் நாட்டுக் கொள்கையின் முக்கியமான அங்கமாக விளங்குகிறது" என்றார். மேலும்

ஒரு உலகயுக்தி வரைவை அமெரிக்கா உண்டாக்கியது. இது இந்தியாவினுடைய கொள்கைகளான,

➢ அணு ஆயுதம் முதலில் பயன்படுத்தக் கூடாது,

➢ அணு ஆயுதம் இல்லாத நாடுகளின் மீது அணு ஆயுத பிரயோகம் கிடையாது,

போன்றவையோடு ஒத்து நின்றது. ஏற்கனவே நாம் கூறியது போல சீனாவை எதிர்க்கும் பொருட்டு இந்தியா உடனான உறவுகளை மேம்படுத்த வேண்டும் என்று அமெரிக்கா நினைத்தது. ஆனால் இந்தியா அனைத்து நாடுகளுடனும் நல்லுறவு நீடிக்க பாடுபட்டது. 2001 செப்டம்பர் 11ல் அமெரிக்கா மீது தீவிரவாத தாக்குதல் தொடுக்கப்பட்டது. இதனால் அமெரிக்கா தீவிரவாதத்திற்கு எதிராக போரை அறிவித்தது. இதன் மூலம் இந்தியா தீவிரவாதத்தின் பாதிப்பை தாங்கள் சந்தித்தது போல அமெரிக்காவும் சந்தித்தது என்றும், இந்த பாதிப்பின் மூலமாக தீவிரவாதத்தை ஒடுக்குவதற்கு இந்தியாவும் அமெரிக்காவும் முயற்சிகளை எடுக்க வேண்டும் என்றும் உரைத்தது. 2001 செப்டம்பரில் இந்தியாவிலும் பாகிஸ்தானிலும் பொருளாதார தடைகள் நீக்கப்பட்டன. ஆனால் இதன் மூலமாக பாகிஸ்தான் அதிக நன்மைகளை பெற்றது எனலாம். ஏனெனில் ஏற்கனவே கிளிண்டன் இந்தியாவில் பொருளாதார தடைகளை நீக்கியிருந்தார்.

2001 ல் அமெரிக்காவின் செயலர் இந்தியா வருகை தந்த போது இந்தியாவிற்கும் பாகிஸ்தானுக்கும் இடையேயான பேச்சுவார்த்தையை மறுபடியும் தொடங்குமாறு கூறினார். ஆனால் இதற்கு இந்தியா ஒத்துழைப்பு தர மறுத்தது. மே 2002இல் இரு நாட்டு கூட்டு ராணுவ பயிற்சி முகாம் ஆக்ராவிலே நடைபெற்றது நட்புறவை வலிமைப்படுத்தியது. 2002ல் நியூயார்க் நகரத்தில் அமெரிக்க அதிபர் புஷ்ஷும், வாஜ்பாயும் சந்தித்துக் கொண்டு ஐந்து முக்கியமான சாராம்சங்களை வலியுறுத்தி பேச்சுவார்த்தை நடத்தினர். அதி நவீன தொழிர்நுட்பம், விண்வெளி

ஆராய்ச்சி, அணு ஆயுத குடிமை நுட்பம், பொருளாதார இராணுவ கூட்டுறவு, பிராந்திய மற்றும் உலகளாவிய சர்ச்சைகள். மேலும் பாகிஸ்தானிற்கு ஜனநாயக அமைப்பை மீட்டுத் தருவது என்பது விவாதிக்கப்பட்டது. 2003ல் அதி நவீன தொழிற்நுட்பம் தொடர்பான குழுமத்தை ஆரம்பித்து இரு நாடுகளும் உறவை வலுப்படுதியது. 2004 ல் யுக்தி ரீதியான கூட்டுறவை மேம்படுத்தியது. அதே ஆண்டு புஷ் மற்றும் மன்மோகன் சிங் இருவரும் அமெரிக்க இந்திய கூட்டுறவு மற்றும் நம்பிக்கை அடிப்படையிலே ஒப்பந்தத்தில் கையெழுத்திட்டார்கள். 2005ல் வானவியல் தொடர்பான ஒப்பந்தம் கையெழுத்திடப்பட்டு அதன் மூலமாக, இந்தியாவிற்கும் அமெரிக்காவிற்கும் இடையேயான விமான போக்குவரத்து அதிகப்படுத்தியும், குறைவான செலவையும், வலிமையான பொருளாதாரத்தை மேம்படுத்தேவும் ஒப்பந்தம் கையெழுத்திடப்பட்டது.

சமீபத்திய நிகழ்வுகள்

இந்தியாவிற்கும் அமெரிக்காவிற்கும் இடையேயான உறவு முறையானது ஜனநாயக கொள்கைகளின் அடிப்படையில் சர்வதேச முறையில் முறைமையில் பொது விதிகள் கொண்டு இயங்கி வருகிறது. பெரிய ஜனநாயகங்கள் என்று அழைக்கப்படக்கூடிய இந்தியாவும் அமெரிக்காவும் பகிர்ந்த விருப்பங்களை, உலக பாதுகாப்பு, ஸ்திரதன்மை, பொருளாதார வளர்ச்சி, வர்த்தகம், முதலீடு, இணைப்பு போன்ற துறைகளில் வலியுறுத்தி வருகிறது. அமெரிக்காவின் தற்போதைய குடியரசுத் தலைவரான ஜோ பைடனும் இந்தியாவின் பிரதம அமைச்சரான மோடியும் இருதரப்பு ஆலோசனை கூட்டங்களிலே கலந்து கொண்டு இறையாண்மை, நாட்டின் ஒருமைப்பாடு, ஜனநாயக கொள்கைகள், அமைதி பற்றி ஆலோசனை நடத்தினார்கள். இது மட்டுமல்லாமல் இந்தியாவும் அமெரிக்காவும் ஜப்பான் மற்றும் ஆஸ்திரேலியா நாடுகளுடன் சேர்ந்து சீனாவினுடைய ஆதிக்கத்தை எதிர்த்து பல்வேறு மட்டங்களில் பேச்சுவார்த்தை நடத்தினார்கள். இந்தோ பசிபிக்

பிராந்தியத்தில் அமைதி, ஸ்திரத்தன்மை, வளர்ச்சி போன்றவை நடைபெற வேண்டுமென்றால் அது இந்தியாவினால் மட்டுமே முடியும் என்று அமெரிக்கா வலியுறுத்தி வருகிறது.

மேலும் இந்தியாவிற்கும் அமெரிக்காவிற்குமான உறவுகள் 4 மில்லியன் இந்திய புலம் பெயர்ந்தவர்களால் பல்வேறு துறைகளில் பணியாற்றுகின்ற விதத்திலும், கல்வி, பரஸ்பரம் பரிமாற்றத்தின் மூலமாகவும் ராணுவ யுத்தி ரீதியாகவும் வளர்ந்து வருகிறது. 2 + 2 அமைச்சர் அளவில் பேச்சுவார்த்தை மற்றும் அமெரிக்க செயலருக்கும் இந்திய செயலருக்கும் பாதுகாப்பு அமைச்சகத்துக்குமான பேச்சுவார்த்தை பெரும் பலன்களை விளைவித்து வருகிறது. ஏப்ரல் 2022 இல் நான்காவது டூ ப்ளஸ் டூ பேச்சு வார்த்தை அமெரிக்கா நடத்தியது. இது மட்டுமல்லாமல் பல இருநாட்டு பேச்சு வார்த்தைகள், பணி குழுமங்கள் மனித செயல்பாடுகள் மற்றும் சுகாதாரம் உயர் தொழிற்நுட்பம், ஆற்றல் போன்ற துறைகளில் கூட்டுறவு மேம்படுத்துவதற்கு முயற்சி செய்து வருகின்றன. கூட்டு நடவடிக்கை குழுவானது தூய ஆற்றல், பருவநிலை மாற்றம், கணினி குற்றம், குடிமை விண்வெளி நடவடிக்கை கல்வி மற்றும் திறன் மேம்படுத்தல், குழுமம் வர்த்தகம் பாதுகாப்பு திட்டம் ஆகிய துறைகளில் கவனம் செலுத்தி வருகிறது.

2021 இல் இரு நாடுகளுக்கும் இடையேயான சரக்கு மற்றும் பணிகள் வர்த்தக வியாபாரம் 157 பில்லியன் டாலராக உயர்ந்துள்ளது. இந்தியாவினுடைய முதல் தர வியாபார வர்த்தக பங்காளராக அமெரிக்கா விளங்குகிறது. அமெரிக்காவின் வெகு நிறைய தொழிற்ச்சாலைகள் இந்திய சந்தையை மையப்படுத்தியே தங்களுடைய வியாபாரத்தை பெருக்குகின்றன. அதேபோல இந்திய கம்பெனிகளும் அமெரிக்காவின் சந்தையையை குறிவைத்து இயங்குகின்றன. 2020 முடிவிலே அமெரிக்காவில் இந்தியா செய்த முதலீடானது 12.7 பில்லியன் டாலராக மட்டும் இல்லாமல் 70000 அமெரிக்க மக்களுக்கு வேலை வாய்ப்புகளை உருவாக்கி தந்துள்ளது. 2 லட்சம் இந்திய மாணவர்கள் தற்போது

அமெரிக்காவிலே அமெரிக்காவின் பொருளாதாரத்திற்கு 7.7 பில்லியன் அமெரிக்க டாலர்கள் பங்களிப்பு செய்து வருகிறார்கள்.

சர்வதேச அளவிலே இந்தியாவும் அமெரிக்காவும் பல பன்னாட்டு அமைப்புகளிலே முதல் தரமாக தங்களுடைய செயல்பாடுகளை அளித்து வருகிறது என்பது உலக நாடுகள் அறியும். ஐக்கிய நாட்டு சபை ஜி 20 ஆசியான், ஐ எம் எப், உலக வங்கி, உலக வர்த்தக ஸ்தாபனம் போன்ற அமைப்புகளில் இவ்விரு நாடுகளுடைய பங்கு அதிகமாகவே உள்ளது. மேலும் இந்தியா, ஆசியான்(asean) என்கிற பிராந்திய அமைப்பில் பேச்சுவார்த்தை பங்காளராகவும், அபெக்(apec)அமைப்பிலே பங்காளராகவும் இருந்து வருகிறது. ஜூன் 2022 ல் குவாட் நாடுகள் மாணவர் சேர்க்கையில் நான்கு நாடுகளில் இருந்தும் 100 மாணவர்களுக்கு கல்வி உதவித்தொகை வழங்கப்பட்டது. இது முதுகலை/முதுஅறிவியல் பட்டமோ அல்லது ஆராய்ச்சியாளர் பட்டமோ படிப்பதற்கு அமெரிக்கா ஸ்டெம் அமைப்பில் வாய்ப்பு வழங்கப்பட்டது. மேலும் இந்தோ பசிபிக் பொருளாதார வளர்ச்சி அமைப்பிலே பங்கு பெற்றிருக்கக் கூடிய 12 நாடுகளில், இந்தியாவும் ஒரு நாடாக விளங்கி பொருளாதார வளர்ச்சி மேம்படுத்துவதற்கு உதவி வருகிறது. இந்திய பெருங்கடல் அமைப்பிலும் இந்தியா உறுப்பினராக உள்ளது. 2021ல்இந்தியாவில் செயல்படக்கூடிய சர்வதேச சோலார் அலையன்ஸ் அமைப்பிலே அமெரிக்கா சேர்ந்து இவ்வமைப்பிற்கு வலு சேர்த்தது. 2022ல் இந்தியா நிரந்தர துணை உறுப்பினராக இருக்கக்கூடிய பேரிடர் அமைப்பிலே அமெரிக்காவும் சேர்ந்து பணியாற்றுகிறது.

பாதுகாப்பு துறையை எடுத்துக் கொள்ளும் பொழுது இந்தியாவும் அமெரிக்காவும் சேர்ந்து இரு நாட்டு கூட்டு பயிர்ச்சியையும், பேச்சு வார்த்தையும் செய்து வருகின்றன. வேறு எந்த நாட்டை விடவும் அமெரிக்காவுடனான இருநாட்டு பயிற்சிகளில் ராணுவ பயிற்சிகளில் இந்தியா அதிகமாகவே பங்கேற்று வருகிறது. டைகர் டைம், வஜ்ரா, இந்தியா மலபார் கூட்டு பயிர்ச்சி போன்ற அமைப்புகளிலே, இந்தியாவும் அமெரிக்காவும் சேர்ந்து ராணுவ

பயிற்சியை மேற்கொண்டு வருகின்றன. அமெரிக்காவுடனான ராணுவ சம்பந்தப்பட்ட உறவுகளில், 15 பில்லியன் டாலர் அளவிலே அமெரிக்காவிடமிருந்து இந்தியா ராணுவ தளவாடங்களை வாங்கி உள்ளது. 2016ல் இந்தியாவை சிறந்த பாதுகாப்பு பங்காளனாக அமெரிக்கா அறிவித்தது

மெக்கா என்ற அமைப்பு ரீதியாக இரு நாடுகளும் பரஸ்பரம் தொழிற்நுட்ப பரிமாற்ற வரைவில் 2020ல் கையெழுத்திடப்பட்டது. மேலும் சர்வதேச வரைபடங்கள், சாட்டிலைட் ஏரோநாட்டிக்கல் நேவிகேஷன் போன்ற விஷயங்களில் இருதரப்புகளும் தகவல்களை பகிர்ந்து கொள்ளுவதற்கு ஏதுவாக அமைந்தது. 2021 ல் இந்தோ யூஎஸ் கான்பரான்சிங் குளோபல் யுக்திமுறை என்ற அமைப்பில் பல பேச்சு வார்த்தை நடத்தியது. இவை அனைத்தும் இரு நாடுகளின் நட்புறவை அடுத்த கட்டத்திற்கு எடுத்து செல்லும் வழிகாட்டிகளாக விளங்குகிறது.

இந்திய ரஷ்ய உறவுகள்

இந்தியாவிற்கும் ரஷ்யாவிற்கும் இடையேயான உறவுகள் ஒரு மாபெரும் சகாப்தமாகவே, வரலாற்று பிரசித்தி பெற்றதாக நிலவி வருகிறது. உலக முறைமையில் 1940களின் இறுதிகளிலே 60க்கும் மேற்பட்ட நாடுகள் புதியதாக காலனியல் ஆதிக்கத்திலிருந்தும் ஏகாதிபத்தியத்தில் இருந்தும் விடுதலை பெற்றன. விடுதலை பெற்ற இந்த நாடுகள் பொருளாதாரத்திலும் பாதுகாப்புத் துறையிலும் வளர வேண்டிய நிர்ப்பந்தத்தில் விளங்கின. அதே நேரம் ரஷ்யா தலைமையிலே கம்யூனிச அணியும் அமெரிக்கா தலைமையிலே கேப்பிட்டலிச அணியும் உலக நாடுகளை கொள்கைத்துவ அடிப்படையில் இரு துருவங்களாக வேறு படுத்தினர். பாகிஸ்தான் உட்பட பல நாடுகள் அமெரிக்காவின் தலைமையிலே உள்ள அணியில் அணிவகுத்தது. ரஷ்ய தலைமையிலே கம்யூனிசத்தின் பால் ஈர்ப்பு கொண்ட நாடுகள் அணி சேர்ந்தன. இந்த சூழ்நிலையிலே இந்தியா மற்றும் யுகோஸ்லோவியா போன்ற மூன்றாம் உலக நாடுகள் அணிசேரா இயக்கம் என்ற ஒரு இயக்கத்தை ஆரம்பித்து தனியாக நின்று அமெரிக்காவையும் ரஷ்யாவையும் நட்பு பாராட்டினர். இந்த கொள்கைக்கு அடித்தளமாக இருந்தது நேருவினுடைய தலைமை பண்பாகும். இதனாலேயே நேரு "ஆசிய ஜோதி" என்று அழைக்கப்பட்டார். புதியதாக விடுதலை அடைந்த நாடுகள் அமெரிக்கா, ரஷ்யா ஆகிய இரண்டு வல்லரசுகளின் மூலமும் பொருளாதார உதவிகளை எதிர்பார்த்தன. அதே சமயத்தில் தங்களுடைய திட்டம் சார்ந்த எதிர்ப்புகளையும் தெரிவிக்க பின்வாங்குவதில்லை. உலக

நடப்பிலே அமெரிக்காவினுடைய கொள்கை திட்டமாகட்டும், ரஷ்யாவி னுடைய அரசியல் விளையாட்டாகட்டும், அத்தனை விஷயங்களுமே இந்தியாவின் அயல் நாட்டுக் கொள்கை அடிப்படையிலே காந்திய கொள்கையின் தத்துவத்தில், எது சரி, எது தவறு என்ற முடிவுகளை எடுக்க தவறியதில்லை. இதனாலேயே இந்தியா ஒரு நாடாக கருதப்படாமல் ஒரு நன்னெறியாக கருதப்படுகிறது. பல்வேறு மாற்றங்கள் உலக முறைமையை பாதித்து இருந்தாலும் இந்தியாவினுடைய அயல் நாட்டுக் கொள்கை மாறாததாகவே உள்ளது. நன்னெறியை அடிப்படையாகக் கொண்டு இந்திய வெளியுறவுக் கொள்கை நிர்ணயிக்கப்பட்டு இருப்பதால் அனைத்து நாடுகளுடனும் அமைதி காக்கும் உறவுகளை மேம்படுத்துவதற்காகவே இந்தியா பாடுபட்டு வருகிறது. இதற்கு மற்றுமொரு சிறந்த உதாரணமாக இந்திய-ரஷ்ய உறவுகளைக் நாம் சுட்டிக் காட்டலாம். இப்பகுதியில் இந்தியாவிற்கும் ரஷ்யாவிற்கும் இடையேயான உறவுமுறை, பொருளாதார தொழில்நுட்பம், அறிவியல், ராணுவம், பாதுகாப்பு கனிம வளம், கரிம வளம், இயற்கை வளம், தொழில்நுட்ப மாதிரிகள் போன்ற பல துறைகளில் வளர்ச்சியை சந்தித்த இந்தியாவிற்கு ரஷ்ய நாடானது எவ்வாறு உதவி செய்து நட்பை நீட்டித்தது என்பதை பார்ப்போம்.

இந்தியாவிற்கும் ரஷ்யாவிற்கும் இடையேயான புரிதலும் நட்புறவும் 1917லே சோவியத் யூனியன் தொடங்கப்பட்ட ரஷ்ய புரட்சியிலே ஆரம்பிக்கப்பட்டது. நேரு அவர்கள் ரஷ்ய விடுதலையையும், விடுதலைப் போராட்டத்தையும் கம்யூனிச வளர்ச்சியையும் ஆதரித்தார். கம்யூனிசத்தின் பால் இருந்த அந்த ஈர்ப்பானது இந்தியாவிலும் அதே சமத்துவ கொள்கையை நிர்வாகப்படுத்துவதற்கு வழிமொழிந்தது என்பது வரலாற்று நிகழ்வு. ஆனாலும் காங்கிரஸ் கட்சியில் உள்ள வேறுபட்ட நபர்கள் நேருவின் கம்யூனிச கொள்கைக்கு அங்கீகரிப்பு செய்யவில்லை என்பது மற்றும் ஒரு விஷயம். 1947 லே விஜயலட்சுமி பண்டிட் அவர்கள் ரஷ்யாவின்

இந்திய தூதுவராக நியமிக்கப்பட்டது மற்றும் ஒரு நிகழ்வு இவ்வாறு நேரு ரஷ்யாவின் மீது ஈடுபாடு கொண்டிருந்தாலும் ரஷ்யாவின் தலைவரான ஸ்டாலின் இந்தியாவை தள்ளியே வைத்திருந்தார். ஏனெனில் பிரிட்டிஷ் ஆட்சியின் கீழ் இந்தியா இருந்து வருகிறதே ஒழிய அதற்குண்டான தன்னிச்சையான முடிவுகளை இந்தியா எடுக்க தவறியது என்பது ஸ்டாலின் அவர்களுடைய கூற்றாக விளங்கியது. மேலும் இந்தியா காமன்வெல்த் அவையில் உறுப்பினராக சேர்ந்ததும் இந்தியாவின் வெளியுறவு கொள்கைகளையும் ஸ்டாலின் சந்தேக கண்ணோடு பார்த்தார் என்று கூறுகின்றார்கள் வல்லுனர்கள். இது மட்டுமல்லாமல் மலேஷியாவில் நடைபெற்ற கம்யூனிச புரட்சிக்கு இந்தியா எதிர்ப்பு தெரிவித்தது, கிரீசுக்கு ஆதரவுகரம் நீட்டியது, அணி சேரா இயக்கம் உண்டாக்கியது போன்றவைகள் இந்திய சோவியத் உறவுகளை எதிர்மறையாக பாதித்தது. மேலும் ஜனவரி 1948 இல் ஐக்கிய நாட்டு சபையில் காஷ்மீர் தொடர்பான பிரச்சனையின் போது சோவியத் யூனியன் இந்தியாவிற்கு எதிராக செயல்பட்டது. ஆனாலும் பல பொருளாதார உறவுகள் மேம்பட வெகுவான உடன்படிக்கைகள் கையெழுத்திடப்பட்டன. இந்திய ரஷ்யாவின் உறவு முறை என்னதான் அரசியல் காரணங்களுக்காக பல ஏற்றத்தாழ்வுகளை சந்தித்து வந்த போதிலும், பொருளாதார உறவுகள் மேம்படுத்துவதில் இந்த இரு நாடுகளுமே உடன்பட்டு இருந்தன எனலாம்.

இந்திய அரசியல் உறவுகளில், இந்தியா மக்கள் குடியரசு சீனாவை(PRC) அங்கீகரித்ததை சோவியத் ரஷ்யா பெரிதும் பாராட்டியது. மேலும் 1951லே ஜப்பானுடனான அமெரிக்க உடன்படிக்கையை இந்தியா எதிர்த்தது. ஐக்கிய நாட்டு சபையிலே காலனியில் ஆதிக்கத்திற்கு எதிரான நிலைப்பாட்டை இந்தியா கூறியதை ரஷ்யா வெகுவாக ஆமோதித்தது. மேலும் ஐக்கிய நாட்டு சபையிலே அமெரிக்காவின் கொள்கை முடிவான வடகொரியாவிற்கு எதிரான நிலைப்பாட்டினையும் இந்தியா

எதிர்த்தது. 38வது இணைப்பு கோட்டை தாண்டக்கூடாது என்பதிலே இந்தியா முழு முடிவாக இருந்தது.

1950ல் இந்திய மக்கள் வறுமையில் திண்டாடிக் கொண்டிருந்த பொழுது ரஷ்யாவில் இருந்து ஐந்து கப்பல்கள் உணவு தானியங்களை அனுப்பியது. 1952லே உருவாக்கப்பட்ட கிரஹம் அறிக்கை சோவியத் ரஷ்யாவால் எதிர்க்கப்பட்டது. காஷ்மீர் சம்பந்தப்பட்ட இந்த அறிக்கை பாகிஸ்தானுக்கு ஆதரவாக இருப்பதாகவும் அமைதியை குலைப்பதாகவும் சோவியத் குறை கூறியது. மேலும் இந்த கிரகஹம் அறிக்கையானது காஷ்மீர் மண்ணுக்கு அயல்நாட்டு ராணுவத்தை அனுப்பும் விதமாக இருந்தது. ஸ்டாலினின் இறப்பிற்குப் பிறகு மார்ச் 1953ல் மலேன்கோவ் சோவியத் அதிபராக பதவியேற்றார். அவர் இந்தியாவை பெரிய சாம்ராஜ்யமாகவும் ஐக்கிய நாட்டு அமைதி காக்கும் படைக்கு இந்தியா சிறப்பாக பங்களிப்பதாகவும் தெரிவித்தார். இரு நாட்டின் பொருளாதார கலாச்சார உறவு முறைகள் மேம்படுத்தப்படும் என்றும் ரஷ்ய அதிபர் அறிவித்தார். 1953 டிசம்பரில் இவ்விரு நாடுகளுக்கும் இடையேயான கையெழுத்து இடப்பட்ட வர்த்தக உறவு தொடர்பான ஒப்பந்தத்தில் இந்திய பணத்தின் மூலமாகவே வர்த்தகத்திற்கு பணம் செலுத்தலாம் என்று ரஷ்யா அறிவித்தது. இது இந்தியாவின் பொருளாதாரத்தை கருத்தில் கொண்டு எடுக்கப்பட்ட முடிவாகும். மிகவும் சாதகமாக இந்தியாவிற்கு இது அமைந்தது. 1955ல் நேரு ரஷ்ய பயணம் மேற்கொண்ட பொழுது கூட்டு உடன்படிக்கையில் பஞ்சசீல கொள்கைகளிலே இந்தியாவும் ரஷ்யாவும் நம்புவதாக அறிவித்தார். மேலும் பொருளாதார, கலாச்சாரம், அறிவியல் ரீதியான கூட்டுறவு தொடர்பான நடவடிக்கைகளுக்கு இரு நாடுகளும் ஒத்துழைப்பு அளிப்பதாக அறிவித்தது. சியாட்டோ(SEATO) மற்றும் பாக்தாத் பாக்ட்டிற்கு எதிராக இந்தியா நிலைப்பாட்டை எடுத்த பொழுது சோவியத் ரஷ்யா அதை பாராட்டி மகிழ்ந்தது. 1955 லே இந்திய பிரசித்தி பெற்ற பிலால் நகரத்தில் இரும்பு

தொழிற்சாலையை நிறுவுவதற்கு இரு நாடுகளும் ஒரு ஒப்பந்தத்தை மேற்கொண்டன 1955 லே ரஷ்ய பிரதம அமைச்சர் பல்கனின் இந்திய சுற்றுப்பயணத்தை மேற்கொண்டார். சர்வதேச அளவிலே பிரச்சனைகளை மட்டுப்படுத்துவதற்கும், போர் தொடர்பான நடவடிக்கைகளில் அமைதியையும், இரு நாடுகளும் ஒப்பந்தத்தை மேற்கொண்டன. மேலும் கோவா, காஷ்மீர் போன்ற சர்ச்சைக்குறிய பிரச்சினைகளிலே ரஷ்யா இந்தியாவிற்கு துணை நிற்கும் என்றும் அறிவித்தார். 1956 இல் நிகழ்ந்த சூயஸ் பிரச்சினையில் ரஷ்யாவும் இந்தியாவும் ஒரே நிலைப்பாட்டை எடுத்தனர். இவ்விரு நாடுகளும் ஆங்கிலோ பிரெஞ்சு ஆதிக்கத்திற்கு எதிராக குரல் கொடுத்தன. இது இவ்வாறு இருக்க ஹங்கேரியிலே ரஷ்யாவினுடைய ஆதிக்கத்தை இந்தியா எதிர்த்தது. மக்களின் கருத்திற்கு முக்கியத்துவம் அளிக்க வேண்டும் என குரல் கொடுத்தது. இது மட்டுமல்லாமல் 1960 இல் காங்கோ நாட்டிற்கு இந்திய ராணுவத்தை அனுப்புவித்தது, ரஷ்யாவிற்கு எதிரான செயல்பாடாக கருதப்பட்டது. ரஷ்யாவின் அணு ஆயுத பரிசோதனை கொள்கையையும் இந்தியா குறை கூறியது. இவ்வாறு பல கொள்கை முடிவுகள் சார்ந்த நிலைப்பாட்டையும், கருத்தையும் கூறி வந்தாலும் இந்தியாவின் மூன்றாவது ஐந்தாண்டு திட்டத்திற்கு ரஷ்யா உதவுவதாக அறிவித்தது. இந்தியாவிற்கு எண்ணெய் வியாபாரத்தில் குறைந்த பணத்திற்கு அனுப்புவதாக அறிவித்தது. இந்திய-சீன போரிலே 1962லே இந்தியாவிற்கு உண்டான உதவியை ரஷ்யா செய்தது. மேலும் மிக்-ரக போர் விமானங்களை உருவாக்குவதற்கும், ரஷ்யா தன்னால் ஆன உதவிகளை செய்வதாக அறிவித்தது. இந்தியாவை பகைத்துக் கொண்டால் எங்கே அமெரிக்காவிடம் இந்திய நாட்டின் அரசாங்கம் சென்றுவிடும் என்ற பயத்தின் காரணமாகவும் இந்தியாவிற்கு ஆதரவு கரம் அளித்தது. ரஷ்யா இதனால் ஆயுதங்கள் ராணுவ தளவாடங்கள் போன்ற பல துறை சார்ந்த வளர்ச்சியிலே ஒப்பந்தங்களில் கையெழுத்திட்டது. 1955 லிருந்து 1960 வரை பொருளாதாரம் மற்றும் பாதுகாப்பு

தொடர்பான கூட்டுறவு சம்பந்தப்பட்ட பேச்சு வார்த்தைகள் நிறையவே நடைபெற்றன.

இந்தியாவிற்கும் பாகிஸ்தானிற்கும் இடையே நடைபெற்ற எல்லை தொடர்பான போரிலே ரஷ்யா இந்த இரு நாடுகளுக்கும் இடையே நடுநிலைமையை வகித்து வெகு விரைவில் அமைதி உடன்படிக்கையை ஏற்படுத்துமாறு கேட்டுக் கொண்டது. மேலும் உலக நாடுகளையும், குறிப்பிட்டு சொல்ல போகும்போது சீனாவை இந்த சர்ச்சையில் இருந்து தள்ளி நிற்குமாறு குரல் கொடுத்தது. இரு நாடுகளிடையே அமைதி உடன்படிக்கையை ஏற்படுத்தும் பொருட்டு 1966 10 ஜனவரி அன்று டாஷ் கண்டிலே ரஷ்யா, இரு நாடுகளுக்கும் இடையேயான அமைதி ஏற்படுத்ததற்கு உடன்பட்டது. ஆனாலும் இந்த போருக்கு பிறகு ரஷ்யாவினுடைய உதவி சார்ந்த வளர்ச்சியானது பாகிஸ்தானிடம் அதிகமானது. இது ஒரு புறம் இருக்க இந்தியாவில் ராணுவத்தில் இருக்கக்கூடிய முக்கியமான தளவாடங்கள், குண்டுகள், போர் விமானங்கள், ராடார் போன்ற அத்துனையும் பெருவாரியாக ரஷ்யாவில் இருந்து ஒப்பந்தத்தின் மூலமாக கொண்டு வரப்பட்டதாகும்.

ரஷ்யாவின் அதிபராக கோசிஜின் பதவி ஏற்ற பிறகு இந்தியாவை ஒரு வலிமையான அணி சேரா இயக்க நாடாக கருதுவதாக கூறினார். மேலும் 1971 ஆகஸ்டிலே ரஷ்யாவிற்கும் இந்தியாவிற்கும் இடையேயான நட்புறவு அமைதி மற்றும் கூட்டுறவு ஒப்பந்தம் கையெழுத்திடப்பட்டது. இரு நாடுகளும் ஆசியாவில் அமைதியை நிலை நாட்டுவதற்கு பாடுபட முயலும் என்றும் இதில் உறுதி அளிக்கப்பட்டது. சர்வதேச பிரச்சனைகள் தொடர்பாகவும், கூட்டுறவு தொடர்பாகவும் அடிக்கடி இரு நாடுகளினுடைய பிரதிநிதிகளும் சந்திக்குமாறும் இந்த ஒப்பந்தத்திலே கூறப்பட்டது. இரு நாடுகளுக்கும் எதிராக ராணுவ அணியில் சேரக்கூடாது என்ற விதியையும் இணைத்துக் கொண்டது. 1971ல் நடைபெற்ற இந்திய-பாகிஸ்தான் பிரச்சனையில் முக்கியமாக வங்காள தேசத்து பிரச்சனையில்

அமெரிக்கா பாகிஸ்தானுக்கு ஆதரவாக வங்காள விரிகுடாவில் "யுஎஸ் என்டர்பிரைசஸ்" என்கிற அணு ஆயுத போர் கப்பலை களம் இறக்கியது. இதற்கு எதிராக இந்திய பெருங்கடலில் சோவியத் அரசாங்கம் தன்னுடைய போர்க்கப்பலை அனுப்பி வைத்தது. இது கிட்டத்தட்ட அமெரிக்காவிற்கும் ரஷ்யாவிற்கும் இடையேயான பனி போர் தொடர்பான விளைவாகும். இதற்கிடையே 1971 டிசம்பர் 17 இந்தியா போர்நிறுத்தத்தை அறிவித்தது. தனிப்பட்ட முறையில் இதன்பிறகு நடைபெற்ற சிம்லா உடன்படிக்கையில் கையெழுத்திட்டு ஜூலை 1975இல் பாகிஸ்தானும் இந்தியாவும் சமரசம் செய்து கொண்டனர். இதன் பிறகு 1971ல் இந்தியாவும், ரஷ்யாவும் வேற்று கிரக விண்கலன் மற்றும் விண்வெளி தொடர்பான உறவை மேம்படுத்த ஆரம்பித்தன. 1975 ஏப்ரல் 19ல் இந்தியாவினுடைய முதல் சாட்டிலைட் ஆரியபட்டாவானது சோவியத் நாட்டில் இருந்து ஏவப்பட்டது. இந்தியாவினுடைய அணு ஆயுத கொள்கையை முற்றிலுமாக ரஷ்யா புரிந்து கொண்டதால் அணு ஆயுத பரவல் தடுப்பு ஒப்பந்தத்தில் இந்தியா கையெழுத்திட ரஷ்யா வற்புறுத்தவில்லை. மேலும் 1973 லே 15 வருட ஒப்பந்தத்தை இந்தியாவும், ரஷ்யாவும் வரைவு செய்து கையெழுத்திட்டன. இது தொழில் வளம் மற்றும் விவசாயம் போன்ற துறைகளில் வளர்ச்சியை மேம்படுத்துவதற்காக உண்டாக்கப்பட்டது.

மதுரா எண்ணெய் சுத்திகரிப்பு திட்டத்திற்கும், கொல்கத்தாவினுடைய மெட்ரோ ரயில்வே உருவாக்கத்திற்கும் சோவியத் அரசு கடன் வழங்குவதற்கு ஒத்துக் கொள்வது. இது மட்டுமல்லாமல் கச்சா எண்ணையினுடைய விலை அதிகரித்த போது, ரஷ்யா 5.5 மில்லியன் டன் கச்சா எண்ணெய் இந்தியாவிற்கு தருவதாக நான்கு வருஷத்துக்கு ஒப்பந்தம் மேற்கொண்டது. அதுமட்டுமல்லாது இந்த கச்சா எண்ணெய் வழங்குதல் இந்திய பணத்தின் மதிப்பை ஒட்டியே அமைந்தது, மேலும் ஒரு மைல்கள்ளாகும்.

1977ல் ஜனதா கட்சி ஆட்சி பொறுப்பை மத்திய அரசாங்கத்தில் ஏற்ற பொழுது, இந்தியாவிற்கும் ரஷ்யாவிற்கும் இடையேயான உறவுகள் கண்டிப்பாக எதிர்மறையாக பாதிப்படையும் என்று எதிர்பார்க்கப்பட்டது. ஏனெனில் அவசர கால பிரகடன கட்டத்தில் இந்திரா காந்தியினுடைய முடிவை ரஷ்யா ஆதரவளித்ததோடு மட்டுமல்லாமல் ஜனதா கட்சியை வலதுசாரி கட்சியாக சித்தரித்தது. மேலும் ஜனதா கட்சியினுடைய தேர்தல் அறிக்கையிலே இந்தியாவை ஒரு உண்மையான அணிசேரா இயக்க நாடாக சோவியத்துடன் சேராமல் தனித்து இயங்குவதற்கு செயல்படும் என்று தீர்மானம் நிறைவேற்றப்பட்டிருந்தது. ஜனதா கட்சி ஆட்சி பொறுப்பேற்ற பிறகு 5 வாரங்களில் சோவியத் அயல்நாட்டு துறை அமைச்சர் குரோமிகோ இந்திய பயணம் மேற்கொண்டார். இந்தியாவின் அயல் துறை அமைச்சராக பொறுப்பேற்று இருந்த வாஜ்பாயுடன் சந்தித்து பேச்சு வார்த்தை நடத்த பெற்று 1971ல் ஒப்பந்தத்தில் இருக்கக்கூடிய அம்சங்களை பின்பற்றுவதற்கு முடிவு செய்தார்கள். மேலும் ஜனதா கட்சி ஆட்சி பொறுப்பேற்ற பிறகு சோவியத் ரஷ்யாவினுடைய முக்கியத்துவத்தை புரிந்து கொண்டது. ஏனெனில் சீனாவினுடைய அசுர வளர்ச்சி, சீனாவுக்கும் பாகிஸ்தானுக்கும் இடையேயான நெருக்கம், சீனாவிற்கும் அமெரிக்காவிற்கும் இடையேயான உறவு, பாகிஸ்தானுக்கு அமெரிக்காவின் ஆயுத பரிமாற்றம், போன்றவைகள் இந்தியா-சோவியத் உறவு முறையை வலிமைப்பதுதியது. இதன் விளைவாக 1977 அக்டோபர் இந்தியாவின் பிரதமர் மொராார்ஜி ரஷ்யா பயணம் மேற்கொண்டார். இரு தரப்பினர் உடைய பேச்சுவார்த்தை, கூட்டு உடன்படிக்கைக்கு உடன்பட்டு நட்புறவை வலிமைப்படுத்துவதற்கும், பொருளாதார வளர்ச்சிக்காகவும் இரு நாடுகளும் பாடுபடும் என்று அறிவிக்கப்பட்டது. இது ஒரு புறம் இருக்க ஆப்கானிஸ்தான் மற்றும் கம்போடியா பிரச்சனைகளில் இவ்விரு நாடுகளுடைய நிலைப்பாடும் வெவ்வேறாக இருந்தது. கம்போடியாவின் புதிய ஆட்சியை ஒத்துக் கொள்வதற்கு இந்தியா

மறுத்தது. மேலும் ஆப்கானிஸ்தானில் ரஷ்யாவின் இடையூறு இந்தியாவை ஐக்கிய நாட்டு சபையிலே ரஷ்யாவை கண்டிக்க செய்தது. இதுபோல அயல் நாட்டு உறவில் ஏற்ற இறக்கங்கள் இந்தியாவினுடைய நிலைப்பாட்டிலும் செயல்பாட்டிலும் தொடர்ந்தவன்னம் இருந்தது

1980களில் இந்திரா காந்தி மறுபடியும் மத்திய அரசாங்கத்தினுடைய ஆட்சி பொறுப்பை ஏற்றார். ரஷ்யா உடனான உறவில் ஆப்கானிஸ்தான் பிரச்சனையில் முற்றிலுமாக ரஷ்யாவை எதிர்ப்பதில்லை என்ற நிலைப்பாட்டை முடிவு செய்தது இந்தியா. இதன் தொடர்ச்சியாக ரஷ்யாவின் அயல் நாட்டு மந்திரி கிராமிக்கோ ஆப்கானிஸ்தான் பிரச்சனையில் இந்தியாவின் ஆதரவை நாடி இந்தியாவிற்கு விஜயம் செய்தார். ஆனால் இந்தியா ஆப்கானிஸ்தான் பிரச்சனைக்கு ஆதரவளிக்க மறுத்தது. ஆனாலும் கலாச்சார, பொருளாதார, கல்வி சார்ந்த பரஸ்பர பரிமாற்றங்கள் இவ்விரு நாடுகளுக்கும் இடையே நடந்து கொண்டுதான் இருந்தது. இந்திரா காந்தி இறந்த பிறகு 1985இல் ராஜீவ் காந்தி சோவியத் யூனியன் பயணம் செய்து இரு நாடுகளுக்கு இடையேயும் இரண்டு ஒப்பந்தங்கள் கையெழுத்திட்டார். முதலாவதாக கடனாக ஒரு மில்லியன் ரபில்ஸ் இந்தியாவிற்கு வழங்கப்பட வேண்டும். அது இந்திய ரூபாயிலே திருப்பி தரப்படும். மேலும் அந்த திருப்பி தரக்கூடிய பணத்திற்கு சோவியத் அரசானது இந்தியாவில் உற்பத்தி செய்யப்படும் பொருட்களை வாங்கிக் கொள்ள வேண்டும். இரண்டாவது ஒப்பந்தமாக பொருளாதார வளர்ச்சியில் முக்கியமான துறைகளை மேம்படுத்துவது என்று முடிவு செய்யப்பட்டது. முக்கியமான துறைகளாக கருதப்படுவது ஆற்றல், பெட்ரோல், இரும்பு, மைனிங், எண்ணெய் வளம் இயந்திர கட்டுமானம் மற்றும் தொழிற்சாலை நிறுவனங்கள் போன்றவை தேர்ந்தெடுக்கப்பட்டது. மேலும் ரஷ்யா இந்தியாவிற்கு மிக்-29 ரக போர் விமானங்களை அனுப்புவதாக உறுதி செய்தது. உலக நாடுகளிலேயே இந்தியா முதன்மை

பெற்ற நாடாக ரஷ்யா கருதுவதால் இந்த வர்த்தகத்திற்கு ஒத்துக்கொண்டது. இச்சூழலிலே அமெரிக்கா பாகிஸ்தானிற்கு ஆகாய மார்க்கமான கட்டுப்பாட்டு கருவிகளை அளித்தது. இதற்கு எதிராக ரஷ்யா இந்தியாவிற்கு ஆகாய விமானங்களை கண்டறியவும், கட்டுப்படுத்தவும் உண்டான இயந்திரங்களை அளிக்க தயாரானது. 1988 ல் ரஷ்ய அதிபர் கோர்பச்சேவ் இந்திய பயணத்தை மேற்கொண்டார். அவருடைய வருகையிலே 6 ஆயிரம் கோடி இந்தியாவின் பொருளாதார வளர்ச்சிக்காக பல திட்டங்கள் தீட்டப்பட்டது. மேலும் விண்வெளி ஆராய்ச்சியில் இவ்விரு நாடுகளும் சேர்ந்து கூட்டு ஆய்வு செய்வதற்கு ஒத்துக் கொண்டனர். 1989 ல் ராஜீவ் காந்தி சோவியத் பயணம் செய்தார். அப்பொழுது நிர்ணயம் செய்யப்பட்ட முக்கியமான முடிவாக 200 மெகாவாட் அணு ஆயுத உற்பத்தி நிலையம் இந்தியாவில் நிறுவுவதாக ஒத்துக் கொள்ளப்பட்டது.

1990 களில் விபி சிங் பிரதமர் அமைச்சராக தேசிய முன்னணி இயக்கத்தின் தலைவராகவும் ஆட்சி பொறுப்பேற்று இருந்த பொழுது வல்லரசு நாடுகளுடன் இணக்கமான உறவை மேம்படுத்துவதற்கு பல முயற்சிகளை எடுத்தார். இதன் விளைவாக 1990லே பிரதம அமைச்சர் ரஷ்யாவிற்கு பயணம் செய்தார். உலக மயமாக்கல் தொடர்பான பொருளாதார கூட்டுறவையும், முன்னேற்றத்தையும், இரு நாடுகள் இடையேயான சமூக வளர்ச்சியையும், முன்னிறுத்தி இருதரப்பு உடன்படிக்கை வெளியிடப்பட்டது. இந்த உடன்படிக்கையில் அணு ஆயுதம் இல்லாத உலகை உருவாக்குவதற்கு இரண்டு நாடுகளும் பாடுபட வேண்டும் என்ற ஒப்பந்தத்தில் இரு தலைவர்களும் கையெழுத்திட்டனர். அது போல சோவியத் தலைவர்கள் இந்தியா பாகிஸ்தானுக்கு இடையேயான காஷ்மீர் பிரச்சனை சுமூகமான முறையில் தீர்க்கப்பட வேண்டும் என்று வேண்டுகோள் விடுத்தார்கள். இது மட்டுமல்லாமல் சமமான உலக முறைமை, சுகாதார பாதுகாப்பு, கிழக்கு மேற்கு உறவுகள், வடக்கு தெற்கு கூட்டுறவு போன்ற அம்சங்களிலும்

உடன்படிக்கை தயாரானது. 1971லே உருவாக்க பெற்ற இரு நாடுகளுக்கு இடையேயான நட்புறவு ஒப்பந்தமானது, மேலும் 20 ஆண்டுகளுக்கு விரிவாக்கம் செய்யப்படுவதாக 91ல் இரு நாட்டின் தலைவர்களும் ஒப்பந்தம் செய்து கொண்டார்கள். மேலும் சோவியத், இந்தியா இரண்டு நாடுகளுக்கு எதிராக அணிகள் உருவாகின்ற பொழுது எதிரி நாடுகளுடன் இவ்விரு நாடுகளும் ஒத்துழைக்கக் கூடாது என்பதையும் ஒப்பந்தத்தில் நிறைவேற்றப்பட்டது. இதுபோல மூன்றாம் நாடு மூலமாக எதிர்ப்பு வரும் பொழுது அல்லது தாக்குதல் தொடுத்தாலோ ஒவ்வொருவரும் மற்றவருக்கு உதவி புரிய வேண்டும் என்பதும் சாராம்சமாக சேர்க்கப்பட்டது. இதனிடையே சோவியத் ஒருமைப்பாடு சீர்குலைந்தது சோவியத், 15 நாடுகளாக பிரிந்த பிறகு சுதந்திர நாடுகளின் அமைப்பு (சிஐஎஸ்) என்ற அமைப்பு உருவானது. ஆனால் இவ்வமைப்பானது 90 களுக்கு முன்பாக இருந்தது போல உறவு முறை சுமூகமாக மேம்படுத்தவில்லை என்பதே உண்மை. ஆனாலும் ராணுவம் தளவாடங்கள் பாதுகாப்பு ஒத்துழைப்பு போன்றவை மேம்படுத்தப்பட்டது. 1991 ல் ரஷ்ய அதிபரான எல்ஸ்டின், இந்தியா வருகை புரிந்தார். புதிய ஒப்பந்தமானது கையெழுத்திடப்பட்டு பொருளாதார, அரசியல் உறவு மேம்படவும், கூட்டுறவு வளர்ச்சி பெறவும் அம்சங்கள் சேர்க்கப்பட்டன. மேலும் ரஷ்ய தரப்பில் காஷ்மீர் இந்தியாவின் ஒருமைப்பாட்டில் ஒரு இன்றியமையாத பகுதியாக பறைசாற்றப்பட்டது. மேலும் கிரையோஜனிக் இயந்திரங்கள் வர்த்தகம், விண்வெளி கூட்டுறவு தொடர்பான ஒப்பந்தமும் கையெழுத்திடப்பட்டது. காஷ்மீர் சர்ச்சையில் இரு நாடுகளை தவிர்த்து வேறு எந்த நாடும் ஈடுபடக் கூடாது என்பதையும் ரஷ்யா ஆணித்தரமாக உலக அரங்கில் உரைத்தது.

1994லே காங்கிரஸ் கட்சியின் பிரதம அமைச்சராக நரசிம்மராவ் பதவி ஏற்ற பிறகு ரஷ்ய பயணம் மேற்கொண்டார். அப்பொழுது ராணுவம், அறிவியல், தொழில்நுட்பம், சுற்றுப்புறவியல் போன்ற பல அம்சங்களில் பேச்சுவார்த்தை நடத்தப்பட்டு ஒப்பந்தம்

கையெழுத்திடப்பட்டது. இது மட்டுமல்லாமல் மிக் போர் ரக விமானங்களுடைய வளர்ச்சியையும் பேச்சுவார்த்தையாக பேசப்பட்டது. மேலும் ரஷ்யாவில் இரு நாடுகளும் சேர்ந்து வங்கியை ஏற்படுத்தி பொருளாதார கூட்டுறவை மேம்படுத்த ஒப்பந்தம் செய்யப்பட்டது. ராணுவ ஆயுதங்கள் வாங்குவதற்காக இந்தியாவிற்கு ரஷ்யா 830 மில்லியன் கடனாக வழங்கியது குறிப்பிடத்தக்கது.

1994லே ரஷ்ய பிரதமர் இந்தியா வருகை புரிந்தார். அப்பொழுது 8 ஒப்பந்தங்களில் இரு நாட்டு தலைவர்களும் கையெழுத்திட்டனர். முதலீடு பாதுகாப்பு, இந்திய பொருள்களை வாங்குதல், வர்த்தக கப்பல்கள், ராணுவ மற்றும் தொழில்நுட்ப கூட்டுறவு, விண்வெளி ஆய்வு வளர்ச்சி, போன்ற பல துறைகள் இதில் அடக்கம். இந்தியாவிற்கும் ரஷ்யாவிற்கும் இடையேயான உறவு மேலும் தூதுவர்களுக்கும், அலுவலகர்களுக்கும் மல்டி என்ட்ரி விசா அளிப்பதில் உடன்படிக்கை ஏற்படுத்தப்பட்டது. 1996 லே பாதுகாப்பு சம்பந்தப்பட்ட உறவை மேம்படுத்துவதற்கு இரு நாடுகளும் ஒப்பந்தத்தில் கையெழுத்திட்டனர்.

மேலும் இரு நாடுகளும் ஒன்றிணைந்து கூட்டு ராணுவ பயிற்சியை மேற்கொள்வதாக ஒப்பந்தம் செய்யப்பட்டது. 1997லே பிரதமர் அமைச்சர் தேவகவுடா ரஷ்யா சென்றார். அப்பொழுதும் பல ஒப்பந்தங்கள் நிறைவேற்றப்பட்டது. சுங்கவரி, கலாச்சாரம் மற்றும் விளையாட்டு துறைகளில் கூட்டுறவு போன்றவைகளில் முக்கியத்துவம் அளிக்கப்பட்டது. மேலும் ஏவுகணை எதிர் தாக்குதல் துறையிலும் பாதுகாப்பு அளிப்பது பற்றியும் ரஷ்யா உறுதி செய்தது. 2000 ஏப்ரல் மாதத்தில் குற்றவாளி ஒப்படைப்பு சட்டத்திலும் புரிதல் ஒப்பந்தம் கையெழுத்திடப்பட்டது. ஜூன் 2000 ஆண்டு வெளியுறவு துறை அமைச்சர் ஜஸ்வந்த் சிங், சோவியத் பயணம் புரிந்தார். அப்பொழுது தொடர் பேச்சு வார்த்தைகள் நடத்தப்பட்டன புருலியா ஆயுத வீச்சு தொடர்பான பிரச்சினையில் கைது செய்யப்பட்ட ஐந்து சோவியத் விமானிகள் விடுவிக்கப்பட்டனர்.

ரஷ்ய அதிபர் மேற்கூறிய இந்த நடவடிக்கையின் மூலமாக பெரும் மகிழ்ச்சி அடைந்த அதே ஆண்டு இந்தியாவிற்கு வருகை புரிந்தார் 4 ராணுவ ஒப்பந்தங்களில் 3 பில்லியன் டாலர் அளவு இந்தியாவுடன் ஒப்பந்தத்தில் கையெழுத்திட்டார். மேலும் இரண்டு கிரையோஜனிக் இயந்திரங்களையும் அவர் இந்தியாவிற்கு அளிப்பதாக வாக்குறுதி கொடுத்தார். இந்த கிரையோஜனைக்கு என்ஜின்

என்பதுஜி எஸ் எல் வி ராக்கெட் மேலும் சக்தி பெறுவதற்கு துணை புரிகிறது. மேலும் புதின் மற்றும் வாஜ்பாய் ஆகிய இருவருக்கும் இடையே ராணுவ யுக்தி ரீதியான கூட்டு ஒப்பந்தம் கையெழுத்திடப்பட்டது. இந்த உடன்படிக்கையானது பல துருவ உலக முறைமை, ஜனநாயக முறைமை, அணு ஆயுத பரவலை தடுப்பு, அமைதியான பேச்சு வார்த்தையின் மூலமாக நாடுகளுக்கு இடையேயான சர்ச்சைகளை தீர்ப்பு, அமைதிக்காக மட்டும் பயன்படுத்த அணு ஆயுதம், தீவிரவாத மற்றும் பிரிவினைவாத எதிர்ப்பு, போதை பொருள் கடத்தலை கட்டுப்படுத்தல் போன்ற விடயங்கள் தொடர்பாக கையெழுத்து இடப்பட்டது. மேலும் புடின் அவர்கள் காஷ்மீர் பிரச்சினையில் இந்தியவிற்கு ஆதரவுகரம் அளிப்பதாக உறுதி அளித்தார்.

பிப்ரவரி 2001இல் ரஷ்யாவின் துணை வெளியுறவுத் துறை அமைச்சர் இந்தியா வருகை புரிந்தார். டி90 விமானங்களை உற்பத்தி செய்வதற்கும் ஏற்றுமதி செய்வதற்கும் ஒப்பந்தம் மேற்கொள்ளப்பட்டது. மேலும் பிரதான போர் டாங்கிகள், தளவாடங்களுக்கு 650 மில்லியன் அளவில் கையெழுத்திடப்பட்டது. இது இந்த நூற்றாண்டில் பெரிய தொகையாக கருதப்பட்டது. மேலும் இரு நாடுகளும் ஆராய்ச்சி மற்றும் வளர்ச்சி தொடர்பான பல ஒப்பந்தங்களில் கையெழுத்திட்டன. 2001ல் வாஜ்பாயி ரஷ்ய பயணம் மேற்கொண்டார். அதிலும் குறிப்பிட்டு சொல்லப்போனால் இந்திய ரஷ்ய கூட்டுறவிற்கும், தீவிரவாதத்திற்கு எதிராகவும் ஒப்பந்தம் கையெழுத்திடப்பட்டது. மேலும் கூடங்குளம் அணு ஆயுத தொழிற்சாலை நிறுவி 2000 மெகாவாட் உருவாக்கம்

செய்வதற்கு, உதவித்தொகையாக 6,416 கோடி வழங்கப்படுவதாக உறுதி செய்யப்பட்டது. 2002ல் ரஷ்யாவின் வெளியுறவுத்துறை அமைச்சர் இந்தியா வருகை புரிந்தார். தீவிரவாதம், ராணுவ வளர்ச்சி சம்பந்தப்பட்ட ஒப்பந்தங்கள் கையெழுத்திடப்பட்டன. 2002இல் வாஜ்பாய் ரஷ்யாவிற்கு மீண்டும் பயணம் செய்து 10 புதிய ஒப்பந்தங்கள் செயற்படுத்தப்பட்டன. ரஷ்யாவின் சச்சினியா பகுதியை இந்தியா ஆதரித்தது. 2002ல் கியூட்டின் இந்தியா வருகை புரிந்தார். மாபெரும் உடன்படிக்கையான டெல்லி பிரகடன உடன்படிக்கை உருவகம் பெற்றது. இதன் மூலமாக நட்புறவு, நம்பிக்கை மேலும் ஒரு புதிய உலக முறைமையை உருவாக்குவதற்கும் உடன்படிக்கைகள் மேற்கொள்ளப்பட்டன.

மேலும் இந்தியாவின் நெடுங்கால கனவாக ஐக்கிய நாட்டு சபையின் நிரந்தர உறுப்பினர் ஆகுவதற்கு ரஷ்யா ஆதரவு அளிப்பதாக உறுதி அளித்தது. 2003இல் ஜஸ்வந்த் சிங் ரஷ்யா சென்றார் வாணிபம் மற்றும் பொருளாதார கூட்டுறவு தொடர்பான ஒப்பந்தங்கள் தொடர்ந்தன.

இது மட்டுமல்லாமல் இரு நாடுகளும் கூட்டு கடற்படை பயிற்சியை அரபிக்கடல், வங்காள விரிகுடா மற்றும் இந்திய பெருங்கடல் ஆகிய மூன்று கடல்களிலும் செயல்படுத்தினர். ரஷ்யா மிதவை அணு ஆயுத உலை இந்தியாவில் அமைப்பதற்கு உதவுவதாக உறுதி அளித்தது. அணு ஆயுத பரவல் உடன்படிக்கையின் பிரகாரம் நிலத்திலே அணு ஆயுத உலையை நிருவகூடாது என்பதை எதிர்ப்பதற்காகவும், இந்தியா அணு ஆயுத உலை தொடர்பான விஷயங்களில் மேம்பட்டு இருப்பதற்கும் ரஷ்யா துணை புரிந்தது.

இந்தியாவிற்கும் ரஷ்யாவிற்கும் இடையேயான அனைத்து விதமான உறவுகளை மேம்படுத்தும் பொருட்டு, 2004ல் ரஷ்யாவின் பிரதமர் அதிபர் பியூடின் இந்தியா வருகை புரிந்தார். பிரதமர் மன்மோகன் சிங்குடன் நடைபெற்ற விரிவான பேச்சு வார்த்தையில் ஐக்கிய நாட்டு சபையினுடைய நடுநிலைத்

தன்மையான பங்கை பற்றி விவாதம் செய்தார். இதன் தொடர்ச்சியாக 2005 இல் மன்மோகன் சிங், ரஷ்ய பயணம் மேற்கொண்டார். ஐந்தாவது தலைமுறை போர் விமானத்தின் மேம்படுத்தலை பற்றி பேச்சுவார்த்தை நடத்தப்பட்டது. 2006 இல் ரஷ்ய பிரதம் அமைச்சர் இந்தியா வருகை புரிந்து தாராப்பூர் அணு மின் நிலையத்திற்கு தேவைப்படக்கூடிய 60 டன் யுரேனியம் அளிப்பதாகதாக வாக்குறுதி அளித்தார். மேலும் ரஷ்யாவின் உதவிகளை, மரியாதை செலுத்தும்பொருட்டு 2007 ல், பியூட்டின் அவர்களை குடியரசு தின விருந்தினராக அழைக்கப்பட்டார். மேலும் இத்தருணத்தில் ஒன்பது உடன்படிக்கை மேற்கொள்ளப்பட்டன. அதிலே நான்கு அணு ஆயுத கட்டுமானம் செய்வதற்கு ஒப்புதல் தரப்பட்டது.

இந்தியாவிற்கும் ரஷ்யாவிற்கும் இடையேயான உறவுகளை பேணி பாதுகாக்கவும், உறவுகள் மேம்படவும் எதிர்கால திட்டத்தை நோக்கியும் இரு நாட்டு தலைவர்களும் வருடத்திற்கு ஒரு முறை சந்தித்துக் கொண்டு பேச்சுவார்த்தை நடத்துவதற்கு முன்பே தீர்மானம் நிறைவேற்றப்பட்டது. இந்த வருடாந்திர சந்திப்பு மட்டும் அல்லாது பிரிக்ஸ் மாநாடு சாந்தை கூட்டுறவு அமைப்பு ஜி-20 போன்ற பல உலக அமைப்பு மாநாடுகளிலும் இவ்விரு நாட்டு தலைவர்களும் சந்தித்துக் கொண்டு எதிர்கால திட்டம் பற்றியும், பொருளாதார வளர்ச்சி, ராணுவ வளர்ச்சி, சர்வதேச முறைமை, அமெரிக்க உறவு, சீனா மற்றும் பற்றிய பேச்சு வார்த்தை நடத்தினார்கள். 2018 ரஷ்ய நாட்டில் முதலாவது சந்திப்பு இந்திய பிரதமர் மோடி, ரஷ்ய அதிபரை சந்தித்தார். இந்த சந்திப்பானது இரு நாடுகளுக்கு இடையேயான நட்புறவை ஆழப்படுத்தவும், சர்வதேச மற்றும் பிராந்தியம் தொடர்பான பிரச்சனைகளை அலசி ஆராய்வதற்கும் அரசியல் சம்பந்தப்பட்ட உறவுகளை மேம்படுத்துவதற்கும் பயன்பட்டது. இவ்விரு நாட்டு தலைவர்களும் ஐக்கிய நாட்டு சபையின் மறு சீரமைப்பை வலியுறுத்தி பேச்சு வார்த்தை நடத்தினார்கள்.

மேலும் ஐக்கிய நாட்டு சபை பாதுகாப்பு கவுன்சிலில் இந்தியா நிரந்தர உறுப்பினர் ஆவதற்கு ரஷ்யா தன்னுடைய முழு ஆதரவையும் தருவதாக உறுதி செய்தது. பாதுகாப்பு தொடர்பான உறவுகளில் வர்த்தகத்தை தாண்டி இரு நாட்டு ஆராய்ச்சியாளர்களும் எதிர்கால ராணுவ தளவாடங்கள் மற்றும் யுக்திகளை ஆராய்ச்சி செய்வதற்கு உண்டான நடவடிக்கைகளில் இறங்கின. மேலும் பிரமோஸ் ஏவுகணை, எஸ். வி. 3090 டாங்கிகள் போன்றவை இந்தியாவில் உற்பத்தி செய்வதற்கு ரஷ்யா உதவி செய்வதாக அறிவித்தது.

2019ல் வ்லாடிவாஸ்டாக் மாநகரத்தில் இருபதாவது வருடாந்திர இரு நாட்டு மாநாட்டில் ரஷ்ய ராணுவ உபகரணங்களை இந்தியாவிலேயே தயாரிப்பதற்கு உடன்படிக்கையில் இரு நாடுகளும் கையெழுத்து விட்டன. மேலும் 400 வான்வழி பாதுகாப்பு உபகரணங்களும், ஹெலிகாப்டர்ஸ் தயாரிப்பதற்கும் இரு நாடுகளும் கையெழுத்திட்டன. இரு நாடுகளும் சேர்ந்து கூட்டு ராணுவ பயிற்சி, இந்திரா என்கிற பெயரில் வான், கடல், மற்றும் நிலவழி போன்றவைகளில் பயிற்சியை மேற்கொள்வதற்கு ஒப்பந்தம் தீட்டின. இதன் தொடர்ச்சியாக 2021ல் இருந்து 2031 வரை 10 ஆண்டுகள் ராணுவ தொடர்பான கூட்டுறவை தொடர வேண்டும் என்று இரு நாடுகள் உடன்படிக்கை உருவாக்கப்பட்டது. இரு நாட்டின் பாதுகாப்பு அமைச்சர்கள் வருடம் ஒரு முறை சந்திப்பதற்கும் தீர்மானம் நிறைவேற்றப்பட்டது. 2025 இல் பொருளாதார வளர்ச்சி தொடர்பாகவும் வியாபார வர்த்தக உறவுகள் அதிகப்படுத்தவும், 30 பில்லியன் டாலரை தொடுகின்ற அளவிற்கு இரு நாடுகள் இடையே வர்த்தகம் நடக்க இருப்பதாக தீர்மானம் நிறைவேற்றப்பட்டது. 2020- 21 ல் இரு நாடுகளுக்கும் இடையேயான வர்த்தக வியாபாரம் 81 பில்லியன் டாலராக உள்ளது. இந்தியாவின் ஏற்றுமதியானது 2.6 பில்லியன் டாலராக தற்போது உள்ளது. ரஷ்யாவில் இருந்து இறக்குமதி இந்தியாவிற்கு 5.48 பில்லியன் டாலராக தற்பொழுது உள்ளது. மேலும் முதலீட்டு கூட்டுறவை மேம்படுத்துவதற்காக

பல துறைகள் தேர்வு செய்யப்பட்டு இருக்கின்றன என்பதை நாம் முன்பே பார்த்தோம். கிட்டத்தட்ட 15 பில்லியன் டாலர் அளவிலே இந்தியா எண்ணெய் மற்றும் வாயு முதலீட்டை ரஷ்யாவில் செய்துள்ளது. 2016 ல்இந்திய தொழிற்சாலைகள் 5.4 பில்லியன் டாலர் எண்ணெய் மற்றும் வாயு சார்ந்த துறைகளில் முதலீடு செய்துள்ளன. அணு ஆயுத துறையில் ரஷ்யா முக்கியமான பங்காளியாக விளங்கி வருகிறது. கூடங்குளம் அணுமின் நிலையம் ரஷ்யாவின் ஒத்துழைப்பின் மூலமாகவே நிறுவப்பட்டது. 2014- 15 இல் 12 அணு மின் நிலையங்களை இந்தியாவில் உருவாக்குவதற்கு ரஷ்யா உதவுவதாக உறுதி அளித்தது.

கலாச்சார ரீதியாக ரஷ்யாவின் அமைப்புகள் கல்வி நிறுவனங்கள் கிட்டத்தட்ட 20 அளவில் இந்தியாவில் உள்ளது. பல்கலைக்கழகங்களிலும், பள்ளிகளிலும் ரஷ்ய மக்களுக்கு ஹிந்தி மொழி பயிற்றுவிக்கப்படுகிறது. இந்தி மொழியை தவிர்த்து தமிழ், மராத்தி, குஜராத்தி, பெங்காலி, உருது, சமஸ்கிருதம், பாலி போன்ற மொழிகளும் பயிற்றுவிக்கப்படுகின்றன. இது மட்டுமல்லாமல் ரஷ்ய மக்களுக்கு இந்திய இசை, நடனம், யோகா, ஆயுர்வேதா போன்ற துறைகளிலும் ஆர்வம் இருந்து வருவது போற்றத்தக்கதாகும். 2015ல் இருந்து ரஷ்யாவிற்கும் இந்தியாவிற்குமான இரு நாட்டு வருடாந்திர கலாச்சார பரிமாற்றம் நடந்து கொண்டிருக்கின்றது. 2018 அக்டோபர் இரண்டிலே நூற்றி ஐம்பதாவது மகாத்மா காந்தியின் நினைவு நாளை ஒட்டி கண்காட்சி ரஷ்ய நாட்டிலே நடத்தபெற்றது.

ரஷ்யா ஐக்கிய நாட்டு சபையின் பாதுகாப்பு கவுன்சிலில் நிரந்தர உறுப்பினராக இருப்பது இந்தியாவிற்கு பல விதங்களில் ஆதரவாக உள்ளது. முக்கியமாக காஷ்மீர் பிரச்சனையில் ரஷ்யா இந்தியாவிற்கு உண்டான ஆதரவை அளித்து வருகிறது.

இந்திய-சீன உறவுகள்

முன்னுரை

இந்தியாவிற்கும் சீனாவிற்கும் இடையேயான உறவுகள் மிகவும் பழமை வாய்ந்தது. இரு நாடுகளுடைய கலாச்சாரம் பண்பாடு, மதம், மக்களுடைய பழக்க வழக்கங்கள், இவையாவும் ஏறக்குறைய ஒத்ததாக விளங்குகிறது. இந்தியாவிலிருந்து பரவிய புத்த மதமானது சீன மக்களிடையே பெருமளவில் பாதிப்பை நேர்மறையாக ஏற்படுத்தியது. யுவான் சுவாங் பாஹீன் போன்ற தத்துவ ஞானிகள் பல மைல் தூரம் பயணம் செய்து இந்தியா வந்திருந்து, இங்கு இருக்கக்கூடிய அறிவு பொக்கிஷங்களை கண்டறிந்தனர். நாலந்தா பல்கலைக்கழகம் இந்தியாவிலே செயல்பட்டு இருந்த பொழுது இவ்வாறான ஞானிகளும், பல படிப்பாளர்களும் இந்தியா வந்திருந்து இப்பல்கலைக்கழகத்தில் கல்விப் பயனை பெற்றிருந்தார்கள் என்றால் அது மிகையாகாது.

சீனாவினுடைய கலாச்சார புரட்சி 1949 லே நடைபெற்று கம்யூனிச ஆட்சி நிலை பெற்றது. இரண்டாம் உலகப்போருக்கு பிறகு உருபெற்ற ஐக்கிய நாட்டு சபை, சீனாவை உறுப்பினராக அங்கீகரிக்கவில்லை. மாறாக தாய்வானையே அங்கீகரித்தது. தாய்வான் முன்னதாக "பார்மோசா" என்று அழைக்கப்பட்டது. அமெரிக்காவினுடைய ஆதரவுக்கரம் தைவானுக்கே இருந்தது. ஏனெனில் கம்யூனிச புரட்சி என்பது அமெரிக்காவிற்கு எதிர்ப்பாக இருந்ததால் சீனாவை அமெரிக்கா தனி நாடாக அங்கீகரிக்கவில்லை. இந்தியாவின் முதல் பிரதமரான ஜவஹர்லால் நேரு சோசியலிசத்தின் பால் ஈர்க்கப்பட்டு

அக்கொள்கையை இந்தியாவிற்கும் நடைமுறைப்படுத்துவதற்காக முயற்சி செய்தார் என்று பல செய்தி குறிப்புகள் கூறுகின்றன. இந்தியாவிற்கும் சீனாவிற்கும் இடையேயான உறவுகளை நாம் இப்பகுதியில் பார்ப்போம்.

சீனா கம்யூனிச நாடாக உலக நாடுகளுடைய உறவுகளில் பார்க்கப்படுகிறது. இந்தியாவிற்கும் சீனாவிற்குமான உறவுகள் பழமை காலத்தில் இருந்து தொடர்ந்தாலும் இரு நாடுகளுக்கு இடையேயான உறவுகள் எல்லை பிரச்சனையின் மூலமாக 2023 வரையிலுமே பாதித்து வந்துள்ளது. மேலும் திபத், அருணாச்சல் பிரதேசம், அக்சாய் சின் போன்ற பல பிரதேசங்கள் சீனாவினுடைய ஆளுகையின் கீழ் வருவதாக கோரப்படுகிறது. 2023 ஏப்ரல் 5 அன்று அருணாச்சல பிரதேசத்தில் 13ஊர்களின் பெயர்களை மாற்றியுள்ளது சீன அரசாங்கம். 1947லே ஆசிய உறவுகள் கருத்தரங்கில் திபத்திய சுதந்திரத்தை இந்தியா ஆதரித்தது. மேலும் மக்கள் குடியரசு சீனாவை, உலக அளவிலேயே பர்மாவிற்கு அடுத்த நாள் போல இந்தியா அங்கீகரித்தது. அமெரிக்கா, மக்கள் குடியரசு சீனாவை எதிர்த்தது. ஏனெனில் அங்கே கம்யூனிச ஆட்சி நடைபெற்று வந்தது முக்கிய காரணம் ஆகும். 1940களில் சீனா இந்தியாவை ஏகாதிபத்தியத்தின் ஒரு பகுதியாகவே எதிர்கொண்டது. ஆனாலும் இந்தியாவின் பிரதமரான ஜவஹர்லால் நேரு, சீனாவுடனான உறவுகளை மேம்படுத்துவதற்கும், உலக அளவில் ஒற்றுமையை உண்டாக்குவதற்கும் முயற்சித்து உறுதி கொண்டார். ஆனால் சீனா ஆசிய கண்டத்தில் இந்தியா வல்லரசாக மாற வேண்டும் என்ற நிலைப்பாட்டை எடுத்துள்ளது என்ற சந்தேகத்துடனே பார்த்தது.

இந்தியாவிற்கும் சீனாவிற்குமான உறவுகளில் முதல் விரிசலானது திபெத்தின் மூலமாக ஏற்பட்டது. மத குருவான தலாய்லாமா சுய ஆட்சியை கோரினார். இதை இந்தியா ஆதரித்தது. ஆனால் சீனாவோ இதை அந்நாட்டின் உள் விவகாரத்தில் தலையிடுவதாக இந்தியாவை சாடியது. 1950ல்

சீனாவினுடைய ராணுவ படை திபெத்தில் வந்து இறங்கியது. ஐக்கிய நாட்டு சபையிலே இச்செயல்பாட்டை இந்தியா கடுமையாக எதிர்த்தது. ஆனாலும் சீனாவோ, திபெத்தின் வெளியுறவு தொடர்புகளில் மட்டுமே ஆட்சி செலுத்தும் என்றும், மதம் தொடர்பான விஷயங்களில் எந்த பங்கமும் விளைவிக்காது என்று உறுதி கூறியது. இதன் தொடர்ச்சியாக 1954ல் இந்தியா சீனாவினுடைய இறையாண்மையை திபெத்தில் அங்கீகரித்தது. அதே ஆண்டிலே பஞ்சசீல கொள்கைகளில் இவ்விரு நாடுகளும் கையெழுத்திட்டு உறவை வலுப்படுத்தியது. பஞ்சசீல கொள்கைகளை நாம் ஏற்கனவே இரண்டாம் இயலில் பார்த்தோம். 1954 இல் இருந்து 57 வரை இந்திய சீன உறவுகள் தேனிலவை சந்தித்தது எனலாம். 1955 ஏப்ரலில் பாண்டங் கருத்தரங்கில் ஆசிய ஆப்பிரிக்க நாடுகளின் கருத்தரங்கில் சூயன்லாய் மற்றும் நேரு, பெருமளவு கூட்டுறவு தொடர்பான விஷயங்களை விவாதித்து உறவுகளை பேணினர். சீனாவினுடைய பகுதிகளாக பார்மோசா, குயிமோய், மட்சு போன்ற பிரதேசங்களை இந்தியா நேருவினுடைய தலைமையிலே ஆதரித்தது. மேலும் ஐக்கிய நாட்டு சபையின் உறுப்பினராக சீனாவை சேர்க்க வேண்டும் என்றும் அச்சபையிலே இந்தியா கோரிக்கை விடுத்தது. இதன் தொடர்ச்சியாக சீனா கோவாவில் இந்தியாவின் பங்கையும், அதனுடைய நிலைப்பாட்டையும் ஆதரித்தது. மேலும் காஷ்மீர் விவகாரத்தில் அமெரிக்காவினுடைய தீர்மானத்தை கடுமையாக கண்டனம் செய்தது சீனா. இது நடந்தது ஜனவரி 1957.

இந்தியாவுக்கும் சீனாவிற்கும் எல்லை தொடர்பான சர்ச்சை 1957ல் தீவிரமானது. இந்த எல்லை தொடர்பான பிரச்சனை 1954லே தொடங்கியது எனலாம். ஏனெனில் சீனா தன்னுடைய நாட்டு நிலப்பரப்பு வரைபடத்தில் இந்தியாவினுடைய பகுதிகளையும் உள்ளடக்கியதாக காட்டியிருந்தது. இது சார்பாக இந்திய தரப்பிடம் எழுந்த கேள்விக்கு அது பழைய வரைபடம் என்றும் புதியதாக சீரமைக்க வேண்டும் என்றும் பதிலளித்தது சீனா. ஆனால் 1954 சீனாவினுடைய படைகள் இந்தியாவின்

வடகிழக்கு மற்றும் வடக்கு பகுதிகளில் அத்துமீறி நுழைய ஆரம்பித்தது. இது தொடர்பான மறு கேள்விக்கு இந்தியாவிற்கும் சீனாவிற்கும் இடையேயான எல்லைகள் சரியான முறையிலே பிரிக்கப்படவில்லை என்று பதில் அளித்தது. 1959 ஆகஸ்ட் மாதத்தில் சீனாவினுடைய ராணுவம் வட கிழக்கு எல்லை பகுதியில் (என்இஎ:ப்ஏ) துப்பாக்கி சூடு நடத்தியது. இதன் தொடர்ச்சியாக லோங்சு புறக்காவல் பகுதியில் இந்திய ராணுவ வீரர்களை சிறை பிடித்தது.

இது மட்டுமல்லாது 1959ல் சீனாவினுடைய அதிபர் எல்லை பகுதியில் இந்திய நிலரப்பில், 50 ஆயிரம் மைல்களை சீனாவினுடைய பகுதியாக அறிவித்தார். அக்டோபர் 1959இல் லடாக் பகுதியில் சீனாவின் ராணுவம் நுழைந்து 16 இந்திய ராணுவ வீரர்களை கொன்றார்கள். இதன் பிறகு 1960இல் மூன்று கட்ட பேச்சு வார்த்தை நடைபெற்றது. இந்த பேச்சுவார்த்தை அத்தனையுமே இந்தியாவில் நிலப்பரப்பில் இருக்கக்கூடிய பகுதிகள் பலவும் சீனாவுடையதாக அறிவித்தது. இதனால் இந்திய ராணுவம் புதிய புறக்காவல் அரண்களை கட்ட ஆரம்பித்தது. இதை சீனா எதிர்த்தது..

மே மாதம் 1962இல் சீனாவும் பாகிஸ்தானும் உடன்படிக்கை மேற்கொண்டு நட்புறவை நிலைப்படுத்தினர். இது மேலும் இந்தியாவின் எதிர்ப்பை சம்பாதித்தது. 1962 ஜூலை, சீனா கல்பான் பள்ளத்தாக்கில் இந்திய ராணுவ வீரர்களை சிறை பிடித்தது. இதன் மூலமாக இரு நாடுகளுக்கும் இடையேயான பிரிவு இன்னமும் அதிகமானது. செப்டம்பர் 8 1962லே மெக்மோகன் பிரிவை சீன ராணுவம் கடந்து மேற்கு மற்றும் கிழக்கு பகுதிகளை தாக்கத் தொடங்கி மூன்று வாரத்தில் அசாமினுடைய பகுதிகளையும் சீன ராணுவம் ஆக்கிரமித்தது. இது எதிர்பாராமல் நடந்ததாலும், இந்திய ராணுவம் தயார் நிலையில் இல்லாத காரணத்தினாலும் இந்தியாவிற்கும் சீனோவிற்கும் இடையே பகைமை முற்றியது. பின்னர் நவம்பர் மாதத்தில் சீனா தன்னுடைய தாக்குதலை

நிறுத்திக் கொண்டு பின்வாங்கியது. இவ்வாறான சீனப் போரின் மூலமாக ஆப்பிரிக்க ஆசிய நாடுகளில் இந்தியாவின் ஆதிக்க நிலையானது மற்ற நாடுகளிடையே குறைய தொடங்கியது. சீனாவினுடைய தாக்குதல் பாகிஸ்தானையும் எதிர்மறையாக சிந்திக்க வைத்தது. காஷ்மீர் பிரச்சினையில் ராணுவ தாக்குதலை செயல்படுத்த பாகிஸ்தான் யோசித்தது. மேலும் இந்தியாவினுடைய அத்தியாவசிய இன்றியமையாத கொள்கையான அணிசேரா இயக்கமும் கேள்விக்கு உள்ளானது. இந்நிலையில் இந்தியாவிற்கு, முக்கியமாக ஒரு வல்லரசு நாட்டினுடைய உண்மையான நட்பு தேவையாக இருந்தது.

இதற்கு இடையிலே சிக்கிம் மற்றும் பூட்டான் போன்ற நிலப்பரப்பிலே இந்தியாவினுடைய நிலைப்பாட்டை ஏகாதிபத்தியத்திற்கு சமமாக சீனா பாவித்தது. இந்தியாவை புறம்தள்ளும் காரணத்தோடு பாகிஸ்தானை மேம்படுத்துவதற்கு பொருளாதார மற்றும் நிதி உதவியை வாரி வழங்கியது சீனா. 1965லே இந்தியாவிற்கும் பாகிஸ்தானுக்கும் இடையேயான போரில் பாகிஸ்தான் சீனாவினுடைய முழு ஆதரவையும் பெற்றது. இது மட்டுமல்லாது இந்தியாவின் வடகிழக்கு மாநிலங்களில் உள்ள தனிநாடு கேட்கும் தீவிரவாத குழுக்களான நாகாஸ், மீஷோஸ் போன்ற நக்சலைட் குழுமங்களையும் சீனா ஆதரித்து நிதி வழங்கியது. சீனாவின் இந்த நிலைப்பாடு காரணமாக இந்தியா ரஷ்யாவிடம் ஆதரவு கேட்டு உறவு முறையை பேண ஆரம்பித்தது. இதன் தொடர்ச்சியாக 1971இல் ரஷ்யாவுக்கும் இந்தியாவிற்கும் உடனான நட்புறவு உடன்படிக்கை கையெழுத்து இடப்பட்டு உறவு பலப்படுத்தப்பட்டது. 1971இல் நடைபெற்ற பங்களாதேஷ் போரிலே பாகிஸ்தானுக்கு சீனா தன்னுடைய முழு ஆதரவையும் வழங்கியது. இது மட்டுமல்லாது 1970களில் சிக்கிம் இந்தியாவின் ஒரு பகுதியாக அறிவிக்கப்பட்டது. 1974ல் அணு ஆயுத பரிசோதனையை இந்தியா மேற்கொண்டது. இந்த இரண்டு நடவடிக்கைகளையுமே சீனா எதிர்த்தது. 1975லே கே. ஆர். நாராயணன் அவர்கள் இந்தியாவின் தூதுவராக சீனாவிற்கு

நியமனம் செய்யப்பட்டார். இவர் இந்தியாவிற்கும் சீனாவிற்கும் நல்ல நட்புறவை உருவாக்குவதற்கு முனைந்தார்.

1977 இந்தியாவில் ஜனதா கட்சி ஆட்சியைப் பிடித்தது. ஜனதா கட்சியின் காலத்திலே இந்தியாவிற்கும் சீனாவிற்குமான உறவுகள் நல்ல முறையில் உயர்த்தப்பட்டது. ஏப்ரல் 1977ல் இவ்விரு நாடுகளும் ஒரு பெரிய ஒப்பந்தத்தில் கையெழுத்திட்டனர். வர்த்தக உடன்படிக்கை கையெழுத்திடப்பட்டு கிட்டத்தட்ட 13.2 கோடிகளுக்கு உண்டான ஒப்புதல் வழங்கப்பட்டது. கலாச்சார மற்றும் விளையாட்டு தொடர்பான துறைகளில் சம்பந்தப்பட்ட உறவுகள் மேம்படுத்தப்பட்டன. 1978ல் 16 உறுப்பினர்கள் கொண்ட சீன குழுவானது இந்தியா வந்தது. இந்தியாவில் உள்ள வாணிபம் தொடர்பான வாய்ப்புகளை அறிவதற்காக இந்த குழு செயல்பட்டது. இதன் தொடர்ச்சியாக 1979 லே வாஜ்பாயி அவர்கள் சீனா செல்வதாக இருந்தது. ஆனால் வியட்நாமில் சீனாவினுடைய ஆக்கிரமிப்பு கொள்கை ரீதியாக, அந்த பயணத்தை ரத்து செய்தது.

1979 லே ஜனதா அரசாங்கம் கவிழ்ந்தது. இதனால் இந்திய சீன உறவுகளும் பெருமளவில் பாதித்தது. இந்திரா காந்தியின் ஆட்சியிலே கம்போடியா மற்றும் வியட்நாம் போன்ற நாடுகளின் மக்களுக்காக ஆதரவுகரம் நீட்டியது. இதனால் சீனாவின் எதிர்ப்பை சம்பாரித்தது இந்தியா. மேலும் இதற்கு எதிர்வினையாக சீனா பாகிஸ்தானுடன் "காரகோரம்" தேசிய சாலை உருவாக்கி பாகிஸ்தானிற்கு சாலை பாதையை உருவாக்கியது. முக்கியமாக இந்தியாவிற்கும் சீனாவிற்கும் 4200 கிலோமீட்டர் அளவில் எல்லையில் சர்ச்சைக்குரிய வகையில் பிரச்சனைகள் காணப்படுகிறது. ஆனாலும் இந்தியாவின் முயற்சியிலே 1984 ல் ஐந்து கட்ட பேச்சுவார்த்தை நடைபெற ஆரம்பித்தது. இது நடந்து கொண்டிருக்கும் பொழுது 1986 அருணாச்சல பிரதேசத்தில் ஏழு கிலோமீட்டர் சீனாவினுடைய ராணுவம் உள் நுழைந்தது. இது இரு நாடுகளுக்கும் இடையேயான உறவுகளில் மேலும் விரிசலை ஏற்படுத்தியது.

1986லே இந்தியாவிற்கும் சீனாவிற்கும் இடையேயான வர்த்தகம் 140 மில்லியன் டாலராக உயர்ந்தது. 1988 ராஜீவ் காந்தியினுடைய ஆட்சியில் இவ்விரு நாடுகளுடைய உறவுகள் புதிய நிலையை நோக்கி உயர்ந்தன. ராஜீவ் காந்தி அவர்கள் ஒரு கூட்டு குழுவை ஏற்படுத்தி எல்லை தொடர்பான சர்ச்சைகளை நிவர்த்தி செய்வதற்கு முனைந்தார்.

இந்திய பிரதமர் ராஜீவ் காந்தியின் சீன பயணமானது இந்தியாவிற்கும் சீனாவிற்கும் இடையிலான இணைப்பையும் நல்லுறவையும் அதீதப்படுத்தியது. 1989இல் ஆரம்பிக்கப்பட்ட தொடர்ச்சியான பேச்சுவார்த்தையானது 90 களிலும் தொடர்ந்தது செயல்பாடுகள் அதிகப்படுத்தப்பட்டன. இதன் தொடர்ச்சியாக டிசம்பர் 1991ல் சீன பிரதம அமைச்சர் இந்தியா பயணத்தை மேற்கொண்டார். இந்தியாவிற்கும் சீனாவிற்கும் இடையேயான எல்லை தொடர்பான சர்ச்சைக்கு சீக்கிரத்திலேயே ஒரு நிரந்தர தீர்மானம் கொண்டுவரப்படும் என்று தீர்மானம் அளித்தார். மேலும் ஆதிக்க எல்லை கோட்டு பகுதியில் அமைதியும் சமாதானமும் இருக்குமாறு இரு நாடுகளும் பேச்சுவார்த்தை நடத்த வேண்டும் என்றும் வேண்டினார். இது ஒரு புறம் இருக்க சீனாவின் திபெத் பகுதியில் இருந்து உத்தர பிரதேசத்திற்கு வாணிபம் நடைபெறுவதற்கு ஏதுவாக உடன்படிக்கை ஏற்படுத்தப்பட்டது. 1992லே கையெழுத்திடப்பட்ட வாணிப உடன்படிக்கை மூலமாக இந்தியாவில் இருந்து இரும்பு, தாது, குரோம் மற்றும் இரசாயனங்கள் போன்றவை இறக்குமதி செய்யப்படுவதாக அந்த உடன்படிக்கையில் குறிப்பிடப்பட்டிருந்தது.

மேலும் சீனாவில் இருந்து பட்டு செய்தி தாள் அச்சு, நிலக்கரி, பெட்ரோலியம் போன்ற பொருட்கள் இறக்குமதி செய்யப்படுவதாக அதில் குறிப்பிடப்பட்டிருந்தது. மேலும் 29 வருடங்கள் கழித்து மும்பையில் சீனாவின் சார்பாக கான்சில்லேட் ஜெனரல் அலுவலகம் திறக்கப்படுவதாகவும் குறிப்பிடப்பட்டுள்ளது. பல உடன்படிக்கைகள் கையெழுத்திடப்பட்டிருந்தாலும் மூன்றாவது உடன்படிக்கையானது முக்கியம் வாய்ந்ததாக கருதப்படுகிறது.

ஏனெனில் அந்த உடன்படிக்கையில் வானவியல், விண்வெளி சம்பந்தப்பட்ட ஆராய்ச்சி மற்றும் தொழில்நுட்பம் போன்ற துறைகளில் கூட்டு முயற்சிக்காகவும் கூட்டுறவுக்காகவுமான வரைவுகள் உள்ளன. மேலும் கூட்டுப் பணி குழுமத்தினுடைய செயல்பாடுகளை மறுவரைவு செய்வதற்கும் திட்டமிடப்பட்டிருந்தது. பிப்ரவரி 1992 ல் இந்தியாவிற்கும் சீனாவிற்கும் ஹார்ட் லைன் ஏற்படுத்த திட்டமிடப்பட்டது. இதன் மூலமாக எல்லையில் இருக்கும் சீன மற்றும் இந்திய ராணுவ வீரர்கள் அடிக்கடி தொடர்பு கொள்ளவும் பேச்சுவார்த்தை ஏற்படுத்தவும் திட்டமிடப்பட்டது. இதன் விளைவாக 1992ல் இந்திய சீன உறவு மேம்பட ஆரமித்தது. இதன் தொடர்ச்சியாக திரு வெங்கட்ராமன், குடியரசுத் தலைவர் சீன விஜயம் செய்தார். இது முதல் இந்திய ஜனாதிபதியின் சீன பயணமாக வரலாற்றில் அடி எடுத்து வைத்தது. மேலும் திபெத் சீனாவின் ஒரு அங்கமாக அவர் கருதுவதாக கூறினார். கலாச்சார ரீதியாக இந்தியாவிலும் சீனாவிலும் பல விழாக்கள் நடத்தபெற்று இருநாட்டு மக்களிடையே ஒரு புரிதலை ஏற்படுத்துவதற்கு திட்டங்கள் தீட்டப்பட்டன.

மேலும் 10 உறுப்பினர்கள் கொண்ட குழுவானது ஏற்படுத்தப்பட்டு எல்லை தொடர்பான பிரச்சனைகளை சமாளிப்பதற்கு திட்டமிடப்பட்டது. 1994லே இந்தியாவிற்கும் சீனாவிற்குமான வர்த்தகமானது 1639 கோடியாக உயர்ந்தது. இதன் விளைவாக 1996லே சீனாவினுடைய குடியரசு தலைவர் சியாங் ஜமீன் இந்திய பயணத்தை மேற்கொண்டார். அப்பொழுது பல தீர்மானங்கள் நிறைவேற்றப்பட்டு உடன்படிக்கையில் அவர் கையெழுத்திட்டார். இரு நாடுகளிடையே பிரச்சனைகள் ஏற்படும் போது ராணுவத்தை உபயோகப்படுத்தக் கூடாது என்றும் ஆதிக்க எல்லை கோட்டை மீற கூடாது என்றம் விதிமுறைகள் தீட்டப்பட்டன. எல்லையிலே ராணுவ பணியை குறைப்பது, போதை பொருள் தொடர்பான நடவடிக்கைகளை கட்டுக்குள் கொண்டு வருவது ஆகிய தீர்மானங்கள் நிறைவேற்றப்பட்டன.

இவ்வாறு இருக்கையில் 1998 இல் இந்திய பாதுகாப்பு அமைச்சர் கூறிய ஒரு வாசகத்தால் இரு நாட்டினுடைய உறவுகளும் சிதிலம் அடைந்தன. திருவாளர் ஜார்ஜ் பெர்னாண்டஸ் அவர்கள் சீனாவே இந்தியாவின் முதல் எதிரியாக செயல்படுகிறது என்று ஒரு பேட்டியில் கூறியிருந்தது மிகப்பெரும் சர்ச்சையை உண்டாக்கியது.

இது மட்டுமல்லாமல் 1998 இல் பொக்ரானில் அணு ஆயுத பரிசோதனை இந்தியா மேற்கொண்டது. அதற்கு சீனா கடும் கண்டனத்தையும் அதிருப்தியும் தெரிவித்தது. இதன் தொடர்ச்சியாக 1999இல் இந்தியாவின் வெளியுறவுத்துறை அமைச்சர் ஜஸ்வந்த் சிங் சீனா பயணம் மேற்கொண்டார். 2000ல் குடியரசுத் தலைவர் சீன பயணத்தை மேற்கொண்டு நல்லுறவை பேணி பாதுகாப்பதற்கு முயற்சிகள் எடுத்தார். 2003ல் இந்திய பிரதமர் அமைச்சர் வாஜ்பாய் அவர்கள் சீனப்பயணம் மேற்கொண்டார். இந்தியாவிற்கும் சீனாவிற்கும் இடையேயான நதுலா மற்றும் ஜெலோப்ளா சந்திகளை திறப்பதற்கு முயற்சிகள் நடைபெற்றன. 2004 இல் இந்தியாவிற்கும் சீனாவிற்கும் இடையேயான வாணிபமானது 10 பில்லியன் அமெரிக்க டாலராக உயர்ந்தது. 2005 இல் சீனாவின் பிரதம அமைச்சர் மென்பொருள் தொடர்ப்பான தொழிற் புரட்சியை மேம்படுத்துவதற்காக பெங்களூர் பயணத்தை மேற்கொண்டார். மென்பொருள் துறையானது இந்த நூற்றாண்டினுடைய துறையாக கருதப்படுகிறது என்று அவர் கூறினார். மேலும் 2005இல் சார்க் அமைப்பில் சீனாவிற்கு பார்வையாளர் அந்தஸ்து வழங்கப்பட்டது. சார்க் அமைப்பில் இருக்கக்கூடிய பல நாடுகள் சீனாவிற்கு நிரந்தர உறுப்பினர் பதவியை வழங்குமாறு வேண்டிக் கொண்டது. ஆனால் இதை இந்தியா எதிர்த்தது. இது தவிர்த்து எண்ணெய் வியாபாரத்தில் இந்தியாவும் சீனாவும் ஆப்பிரிக்கா, மத்திய கிழக்கு மற்றும் மத்திய ஆசிய பகுதிகளிலே பெருமளவு முதலீடு செய்திருந்தது. அதன் மூலமாக இரு நாடுகளுக்கும் இடையே போட்டியும் உருவானது. 2006ல் முக்கியமாக இரு நாடுகளும் இணைந்து

எண்ணெய் தொடர்பான வர்த்தகத்திற்கு உடன்படிக்கை ஏற்படுத்தி கையெழுத்திட்டன. சீனாவின் தேசிய பெட்ரோலியம் கார்ப்பரேஷன் மற்றும் இந்தியாவினுடைய ஒஎன்ஜிசி-விதேஷ் நிறுவனமும் இணைந்து கூட்டுறவை மேற்கொண்டன. இதன் தொடர்ச்சியாக உறவுகளை மேம்படுத்துவதற்காக 44 வருடம் கழித்து ஜூலை 6 2006 இல் நாதுலா சந்தி திறக்கப்பட்டது. இது பொருளாதார மற்றும் வர்த்தக வளர்ச்சிக்கும் மிகப்பெரும் உதவியாக அமைந்தது என்கிறார்கள் சர்வதேச வல்லுநர்கள்.

இதற்கிடையே அருணாச்சல பிரதேசத்தில் இந்தியாவினுடைய நிலப்பரப்பில் சீனா, 38 ஆயிரம் மைல்கள் ஆக்கிரமிப்பு செய்துள்ளதாக இந்திய செய்தி குறிப்புகள் வெளியாகி இரு நாடுகளுக்கும் இடையேயான உறவு சிறிது பங்கம் விளைவித்தது. பிறகு ஜனவரி 2008ல் இந்திய பிரதம அமைச்சர் மன்மோகன் சிங் அவர்கள் சீன பயணம் மேற்கொண்டு தொழில்நுட்பம், வாணிபம், ராணுவம் போன்ற பல்வேறு துறைகளில் தீர்மானங்களை ஏற்படுத்தி உடன்படிக்கையில் கையெழுத்திட்டார். இதற்கு இடையே ஆசிய வங்கியில் அருணாச்சல பிரதேசத்தின் முக்கியமான திட்டங்களுக்காக இந்தியா கடன் கேட்டிருந்தது. அமெரிக்கா மற்றும் ஜப்பானின் முயற்சியின் மூலமாக இந்த கடன் வழங்கப்பட்டது. இதற்கு முன்னதாக ஆசிய வளர்ச்சி வங்கி அருணாச்சல பிரதேசத்தை இந்தியாவின் ஒரு அங்கமாக கருதவில்லை. ஆனால் இந்த கடன் வழங்கியதின் மூலமாக ஆசிய வங்கி அருணாச்சல பிரதேசத்தை இந்தியாவின் ஒரு அங்கமாக ஒத்துக் கொண்டது என்பது இந்தியாவிற்கு மகிழ்ச்சி அளித்தது. இந்த கடன் வழங்கலை சீனா கடுமையாக எதிர்த்தது.

2010ல் டிசம்பர் 15 முதல் 17 வரை சீனாவின் பிரதம அமைச்சர் வென் ஜியாபோ இந்தியா வருகை புரிந்தார். இவருடன் கிட்டத்தட்ட 400க்கும் மேற்பட்ட தொழிற் தலைவர்கள் இந்தியா வந்திருந்து இங்குள்ள வளங்களை எவ்வாறு கூட்டுறவின் மூலம் இரு நாடுகளுக்கும் பரஸ்பரம் பயன்படும் என்பதை திட்டமிட்டனர். 2012ல் இந்திய பொருளாதார வல்லுநர்கள்

பத்திரிகை செய்திகளிலும் ஆராய்ச்சி கட்டுரையிலும் இவ்விரு நாடுகளின் ஒட்டுமொத்த தொழில் மற்றும் வர்த்தகம், 2015ல் 100 பில்லியனை தாண்டும் என்று தெரிவித்தார்கள். 2011 இல் இரு நாட்டின் வாணிபம் 73 பில்லியனாக இருந்தது.

இது ஒருபுறம் இருக்க 2013ல் சீனா லடாக்கில் உள்ள தவ்ஹித் பெக் என்ற பகுதியை ஆக்கிரமிப்பு செய்தது. இந்தியாவிற்கும் சீனாவிற்கும் இடையேயான உறவுகள் ஆங்காங்கே அப்போதைக்கு அப்போது பிரச்சனைகளை சந்தித்து வந்திருந்தாலும், எல்லை தொடர்பான சர்ச்சைகள் பத்திரிகைகளிலும், டிவி சேனல்களிலும் இருந்து வந்தாலும் இரு நாடுகள் இடையேயான உறவுகளை மேம்படுத்துவதற்கு இரு நாட்டு தலைவர்களும் ஒத்துழைப்புடன் செயல்பட்டனர். 2014 ல் சீன அதிபரின் உடைய சந்திப்பு கிட்டத்தட்ட 16 ஒப்பந்தங்களில் உடன்படிக்கை ஏற்பட்டு வாணிபம், வியாபாரம், ரயில்வே, கூட்டுறவு, மருத்துவம், தொழில்துறை, துணை நகர அமைப்புகள் போன்றவை உருவாக்குவதற்கும் இரு நாடுகளும் கையெழுத்திட்டன. 2015ல் பிரதமர் மோடியின் சீன பயணத்தின் விளைவாக 24 ஒப்பந்தங்களில் இருநாட்டு தலைவர்களும் கையெழுத்திட்டனர். மேலும் இரு தரப்பு கூட்டு வரைவு, புரிதல்கள் ஆகியவை சுற்றுப்புற சூழல் மோட்டார் போன்ற துறைகளில் ஒத்துழைப்பு ஏதுவாக இருக்குமாறு உடன்படிக்கைகள் மேற்கொள்ளப்பட்டன.

மேலும் சீன சுற்றுலா வாசிகளுக்கு வசதியாக அத்துனை நேர்மறை நடவடிக்கைகளையும் இந்தியாவில் ஏற்படுத்தும் பொருட்டு பிரதமர் மோடி உத்திரவாதம் அளித்தார். 2018ல் இருநாட்டு தலைவர்களும் இணைந்து உலக முக்கியமான விடயங்களையும், தேசிய வளர்ச்சி சம்பந்தப்பட்ட விஷயங்களையும் பேச்சுவார்த்தை நடத்தினர். மேலும் இரு நாட்டுக்கும் இடையேயான இணைப்பை பலப்படுத்துவதற்கு உண்டான முயற்சிகள் அத்தனையும் பேச்சு வார்த்தையின் மூலமாக நடைபெற வேண்டும் என்று உறுதி அளித்தார்கள்.

இதன் தொடர்ச்சியாக அக்டோபர் 2019ல் மோடி அவர்களும் சீசிங்பெங்கும் சந்தித்துக் கொண்டு மகாபலிபுரத்தில் இரு நாடுகளுக்கு இடையேயான வளர்ச்சி சார்ந்த திட்டங்களை பேச்சு வார்த்தைகள் நடத்தி முடித்தனர்.

ஒன்பதாவது இந்திய சீன வருடாந்திர பாதுகாப்பு பேச்சுவார்த்தை பீஜிங்கில் 2018 நவம்பர் 13 இல் நடைபெற்றது. இதற்கு துணைத் தலைவராக இந்தியாவினுடைய பாதுகாப்பு செயலர் பங்கேற்றார். 2017-18 ல் இரு நாட்டின் வர்த்தக வியாபாரம் பெருகியது எனலாம். 2019ல் இந்தியா சீனாவுடனான வர்த்தக வியாபாரத்தில் உலக அளவில் 12வது பங்காளராக விளங்கியது. கோவிட் மூலமாக வர்த்தகம், வியாபாரம் குறைந்தது என்றாலும் தற்பொழுது வர்த்தகமானது அதிகரித்துள்ளது.

இந்திய-லத்தின் அமெரிக்க உறவுகள்

லத்தின் அமெரிக்க நாடுகள் அல்லது தெற்கு அமெரிக்க நாடுகள் இந்தியாவில் இருந்து தொலைதூரத்தில் அமைந்திருக்கக்கூடிய பகுதியாகும். தொலைவு அதிகமாக இருப்பதினால் அரசியல், பொருளாதாரம் மற்றும் இதர தொடர்பான உறவுகள் குறைவாகவே உள்ளது. ஆனாலும் இந்தியாவுடன் உறவுகள் லத்தீன் அமெரிக்க அரசாங்கங்கள் இன்று வரை செயல்படுத்தி வருகின்றன. அமெரிக்கா நாடுகளான ட்ரினிடாட், டோபஜோ, கையானா, போன்ற நாடுகளுக்கு இந்தியாவில் இருந்து புலம் பெயர்ந்தவர்கள் அதிகமாக உள்ளனர். அவர்கள் தொழிலாளர்களாக சர்க்கரை ஆலைகளிலும், காபி தேயிலை தோட்டங்களிலும் பணி செய்வதற்காக இங்கிருந்து சென்ற மக்கள் குழுமங்கள் ஆவர். ஏனைய மற்ற பகுதிகளை ஒப்பிட்டு நோக்கும் பொழுது லத்தீன் அமெரிக்க நாடுகளுக்கு புலம்பெயர்ந்தவர்கள் மிகவும் குறைவாகவே இருக்கின்றனர். ஆனாலும் 1933ல் அர்ஜென்டினாவில் ராமகிருஷ்ண ஆசிரமம் தொடங்கப்பட்டதற்கான சாட்சியங்கள் உண்டு1927இல் இந்தியாவின் முதல் பிரதம அமைச்சர் ஜவஹர்லால் நேரு ஒதுக்கப்பட்ட மக்களுடைய காங்கிரஸில் ப்ரசல்ஸ் நாட்டில் சொற்பொழிவு ஆற்றினார். இது மட்டுமல்லாமல் எம். என். ராய் அவர்கள் 1917ல் மெக்சிகன் கம்யூனிச கட்சியை தொடங்கினார். அணி சேரா இயக்கம் தொடங்கப்பட்ட பிறகு நேரு, டிட்டோ, நாசர் போன்ற தலைவர்கள் லத்தீன் நாடுகளிடையையும், இந்த இயக்க கொள்கைகளை பரப்பினார்கள். இதன் விளைவாக கியூபா போன்ற நாடுகள் அணிசேர இயக்கத்தில் சேர முன்

வந்தது, என்னதான் பல நாடுகள், மற்றும் இயக்கங்களுடைய இருந்தாலும் பெருவாரியாக இந்த பகுதியில் இருக்கக்கூடிய நாடுகள் வடஅமெரிக்காவினுடைய வழிமுறைகளிலேயே பின்பற்றி வருகிறது என்பது வரலாற்றில் சாட்சி.

1948 இல் பிரேசில் மற்றும் அர்ஜென்டினாவில் இந்தியாவின் தூதரகங்கள் முதன் முதலில் திறக்கப்பட்டது. இதற்கு முன்னதாகவே இந்தியாவில் மக்கள் பஞ்சத்தால் அவதியுற்ற பொழுது 1946லே, அர்ஜென்டினாவில் இருந்து ஒரு லட்சத்து 40 ஆயிரம் டன் கோதுமை இந்தியாவிற்கு வழங்கப்பட்டது. லத்தின் அமெரிக்க கண்டத்திலிருந்து இந்தியா வருகை புரிந்த முதல் அதிபர் அர்ஜென்டினாவின் அர்டுரோ பிரிண்ட்சி ஆவார்.

1968இலே பாரத பிரதமர் இந்திரா காந்தி லத்தின் அமெரிக்க நாடுகளான பிரேசில், உருகுவே, அர்ஜென்டினா, சிலி, கொலம்பியா, வெனிசுவலா, ட்ரினிடா போன்ற நாடுகளுக்கு சுற்று பயணத்தை மேற்கொண்டு பரஸ்பர உறவுகளை மேம்படுத்த செயல்பட்டார். அர்ஜென்டினா நாட்டின் நிலப்பரப்பு இந்தியாவினுடைய நிலப்பரப்புக்கு ஒத்ததாக இருக்கிறது. பிரேசிலின் நிலப்பரப்பானது இந்தியாவினுடைய நிலப்பரப்பை விட அதிகமானதாகும். லத்தின் அமெரிக்க நாடுகளில் நல்ல குடிநீர் வசதியும், காற்றும், தங்கம், இரும்பு, கரி ஹைட்ரோ கார்பன்கள் போன்ற இயற்கை வளங்கள் மலிந்து காணப்படுகின்றன. ஒட்டுமொத்த மக்கள் தொகையானது 600 மில்லியனிற்கும் மேலாக இருக்கிறது. அதேபோல ஒட்டுமொத்த உற்பத்தி பத்தாயிரம் அமெரிக்க டாலராக விளங்குகிறது. ஒரு காலத்திலே இந்நாடுகள் அமெரிக்க நாடுகள் தங்களை தனிமைப்படுத்திக் கொண்ட பொருளாதாரமாக இயங்கியது. 1990 களிலே உலகமயமாக்கல், சுதந்திர மயமாக்கல், தனியார்மயமாக்கல் கொள்கையை இந்தியா பின்பற்ற ஆரம்பித்த பிறகு இந்தியாவில் இருக்கக்கூடிய பல தொழிலதிபர்கள் லத்தீன் அமெரிக்க நாடுகளுக்கு விஜயம் செய்தனர். ஆட்டோ மொபைல், ஆற்றல், மருத்துவம் டெக்ஸ்டைல், மென்பொருள் நிறுவனம் போன்ற

நிறுவனங்களை நிறுவுவதற்கு அவர்கள் முயற்சித்தார்கள். ஆனாலும் வர்த்தகமானது இந்தியாவிற்கும் இலத்தின அமெரிக்க நாடுகளுக்கும் இடையே குறைவாகவே இருந்தது. லத்தீன் அமெரிக்க நாடுகளின் பகுதிகளில் 20 இடங்களில் இந்தியாவினுடைய தூதரகங்கள் அமைந்திருக்கின்றன. மேலும் கலாச்சார அமைப்புகள் மெக்சிகோ, பிரேசில் கரீபியன் போன்ற பகுதிகளில் அமைந்துள்ளது. இது மட்டுமல்லாமல் பிரேசிலில் சாவ் பாலோ என்ற இடத்தில் கான்சுலேட் அலுவலகம் அமைந்துள்ளது.

செப்டம்பர் 1995இல் இந்திய வெளியுறவு அமைச்சர் ரியோ அமைப்பில் உள்ள நாடுகளின் பிரதிநிதிகளுடன் கலந்துரையாடல் செய்தார். இந்த குழுமமானது 1986 இல் உருவாக்கப்பட்டதாகும். 2003இல் இந்திய வெளியுறவுத் துறை அமைச்சர் பெரு நாட்டிற்கு விஜயம் செய்தார். அங்கே இருக்கக்கூடிய ஆன்டியன் மக்கள் குழுமத்துடன் ஒரு உடன்படிக்கை மேற்கொண்டார். இதன் மூலமாக அரசியல் ஆலோசனைக்கும், கூட்டுறவு க்குமான ஒப்பந்தம் மேற்கொள்ளப்பட்டது. 2003ல் நவம்பரில் இந்தியாவிற்கும் கரீபியன் மாகாணங்கள் குழுமத்திற்கும் (CARICOM) இடையே ஒப்பந்தம் மேற்கொள்ளப்பட்டது. இது வர்த்தகம் தொடர்புடையதாக அமைந்தது.

இரு கண்டங்களுக்கும் இடையேயான உறவு முறையை இந்த காலகட்டத்திலே நேர்மறையாக நிர்ணயித்தது எனலாம். ஆனாலும் இது தொடர்பான பேச்சுவார்த்தை குறைவாகவே நடந்தது. 2014ல் பிரேசில் அரசாங்கத்தினுடனான உறவுகளில் இந்தியா அதிகம் கவனம் செயல்படுத்தியது. பிரேசிலில் இயற்கை வளங்கள் அதிகமாக இருந்தது அனைவரும் அறிந்ததே. வெகு நிறைய கூட்டு செயல்பாடு ஒப்பந்தங்கள் நடத்தபெற்றன. இவை யுக்திகள், தொழில்நுட்பம், ஏர்கிராஃப்ட், சமிஞ்சை முறைமை, விண்வெளி ஆராய்ச்சி போன்ற பல துறைகளில் இவ்விரு நாடுகளிடையேயான உறவுகள் மேம்பட ஆரம்பித்தன.

மேலும் 3 பிராந்திய அமைப்புகள், இந்தியா மற்றும் லத்தீன் அமெரிக்கா நாடுகள் இடையேயான உறவை மேம்படுத்தின. அவை இப்ச(இந்தியா பிரேசில் தெற்கு ஆப்பிரிக்கா). இதில் கூட்டு வளர்ச்சி திட்டங்கள் மற்றும் மாநாடு பேச்சு வார்த்தைகள் போன்றவை வளங்கள் சார்பாக நிர்ணயிக்கப்பட்டது. அடுத்ததாக பிரிக்ஸ் (பிரேசில் ரஷ்யா இந்தியா சீனா தெற்கு ஆப்பிரிக்கா), இந்த நாடுகள் அனைத்துமே உலக அளவில் எழுச்சி மிகுந்த பொருளாதார நாடுகளாக கருதப்படுகின்றன. உலக நிதி மற்றும் அது தொடர்பான பிரச்சனைகள் விவாதிப்பதற்கு உண்டான ஆலோசனை கூட்டங்கள் நடத்தப்படுவதற்காக உருவாக்கப்பட்டது. அடுத்ததாக பேசிக் (பிரேசில் சவுத் ஆப்பிரிக்கா இந்தியா சீனா) ஆகிய நாடுகள் பங்கு பெறக்கூடிய ஒரு பிராந்திய அமைப்பாக விளங்குகிறது. சுற்றுப்புற சூழல் தொடர்பான ஒப்பந்தங்களை மேற்கொள்ளுவதற்கு இந்த அமைப்பு பயன்படுத்தப்படுகிறது. குறிப்பிட்டு சொல்லும்போது பிரேசில் நாட்டில் கூட்டு வர்த்தக குழுமங்கள் நிறையவே உருவாக்கப்பட்டன.மென்பொருள்நிறுவனங்களான இன்போசிஸ், விப்ரோ, மகேந்திரா, ஐப்லெக்ஸ் போன்ற நிறுவனங்கள் ஆயிரத்திற்கும் மேற்பட்ட லத்தீன் அமெரிக்க நாட்டு மக்களுக்கு மென்பொருள் தொழிலில் பயிற்சிகளை அளித்தனர். இந்த பயிற்சியில் கொலம்பியா, சிலி, மெக்ஸிகோ, அர்ஜென்டினா ஆகிய நாடுகளின் மக்கள் பயிற்சி பெற்று பயனடைந்தனர்.

இந்த மென்பொருள் நிறுவனங்களில் டிசிஸ் மட்டுமே உலக வருவாயில் 5 விழுக்காடு உருவாவதற்கு பயனுள்ளதாக அமைந்துள்ளது. மென்பொருள் நிறுவனங்கள் மட்டுமல்லாது, ஆட்டோமொபைல் நிறுவனங்களான பஜாஜ், ஹீரோ, டிவிஎஸ், டாடா, மாருதி, சுசுகி, மகேந்திரா போன்ற நிறுவனங்களும் லத்தீன் அமெரிக்க நாடுகளில் பல பகுதிகளில் தங்களுடைய இருசக்கர, நான்கு சக்கர வாகன கம்பெனிகளை நிறுவியது. மேலும் மருத்துவ பார்மா கம்பெனிகள், லத்தீன் அமெரிக்க நாடுகளில் பெருக ஆரம்பித்தன. இந்த கம்பெனிகளில் இந்திய

மக்களே அங்கு சென்று பணிபுரிய ஆரம்பித்தார்கள். இந்திய முதலீடானது லத்தீன் அமெரிக்க நாடுகளில் 16 பில்லியன் டாலராக அமைந்துள்ளது. இது மட்டுமல்லாது விவசாயம், இரசாயனம் கம்பெனிகள் வெகுவாக லத்தீன் அமெரிக்க நாடுகளில் முளைத்தன. மேலும் இந்நாட்டு கம்பெனிகள் மெக்சிகோஸ் சினிபோலீஸ், பிரேசில்ஸ் மற்றும் மார்கோபோலோ போன்றவை இந்தியாவில் உருவாக்கப்பட்டன.

இந்தியாவின் சார்பாக லத்தீன் அமெரிக்க நாடுகளில் விவசாய நிலங்களில் முதலீடு அதிகமாகவே செய்யப்பட்டது. இது அர்ஜென்டினா, பராகுவே, உருகுவே போன்ற நாடுகளில் பெருமளவு காணப்படுகிறது. கொலம்பியா பிரேசில், பெரு போன்ற நாடுகளில் சுரங்கம், கரி, நிலக்கரி போன்றவை எடுப்பதற்கு இரு நாடுகளும் கூட்டு முயற்சிகள் எடுத்தன. 2011 ல் இந்தியாவிற்கும், லத்தின அமெரிக்க நாடுகளுக்கும் இடையேயான வர்த்தகம் 24.44 பில்லியனாக இருந்தது. 2013ல் இந்தியாவின் ஏற்றுமதி ஐந்து விழுக்காடாக மாறியது, அதேபோல இறக்குமதி 6.4 விழுக்காடாக அமைந்தது. தனிப்பட்ட முறையில் இந்தியாவும் லத்தீன் நாடுகளும் வர்த்தகத்தை பெருக்கினார்கள். 2010 களில் மெக்சிகோ உடனான வர்த்தகம் 5.665 பில்லியன் டாலராக இருந்தது. பெரும்பாலும் கச்சா எண்ணெய் தொடர்பான வர்த்தகமாகவே இது இருந்தது. கொலம்பியா உடனான வர்த்தகம் 5.16 பில்லியனாக இருந்தது. சிலியில் கிடைக்கக்கூடிய காப்பர் மூலம் வர்த்தகம் 3.61 பில்லியனாக இருந்தது. அர்ஜென்டினாவில் இருக்கக்கூடிய எண்ணெய் வியாபாரத்திற்காக அந்நாட்டுடன் 1.75 பில்லியனாக வர்த்தகம் அமைந்தது. மேலும் தங்கம் நிறையவே கிடைக்கக்கூடிய பெரு நாட்டுடன் வர்த்தகம் 1.12 பில்லியன் அமெரிக்க டாலராக இருந்தது. சவுதி அரேபியாவை விட அதிக எண்ணெய் வளமுள்ள வெனிசுவலா நாட்டுடன் எண்ணெய் வர்த்தகம் அதிகமாகவே இருந்தது. வலிமையான வர்த்தக பங்குதாரர்களாக பிரேசில், மெக்சிகோ, சிலி, வெனிசுலா போன்ற நாடுகளுடன் இந்தியா நல்லுறவை பேணி பாதுகாத்தது.

2013ல், 15 விழுக்காடு கச்சா எண்ணெய் லத்தின் அமெரிக்க நாடுகளில் இருந்து இந்தியாவிற்கு இறக்குமதி செய்யப்பட்டது. மேலும் இந்தியாவினுடைய ஓஎன்ஜிசி(ONGC)கம்பெனி, லத்தீன் அமெரிக்க நாடுகளிலே நிறையவே முதலீடு செய்தது.

கம்யூனிட்டி ஆப் லாட்டரி அமெரிக்கன் அண்ட் கரீபியன் ஸ்டேட்ஸ்(CELAC) அமைப்பானது இந்தியாவையும் சீனாவையும் முதலாம்தர பங்குதாரர்களாக கருதியது. ஆகஸ்ட் 2012ல் மூன்று நாடுகள் கொண்ட அமைப்பான "ட்ராய்க்கா" (சிலி வெனிசுலா கியூபா) அமைச்சர்கள் இந்தியா வருகை புரிந்து பல வர்த்தகம் தொடர்பான நடவடிக்கைகள் குறித்து தீர்மானங்கள் நிறைவேற்றினர். மேலும் வருடத்திற்கு ஒரு முறை ஆலோசனை கூட்டம் நடத்துவதற்கும் அவர்கள் தீர்மானம் செய்தனர். இது மட்டும் அல்லாமல் ஜி 20 அமைப்பிலே இந்திய அமைச்சர்களும் லத்தீன் அமெரிக்க அமைச்சர்களும் தொடர்ந்து சந்தித்து எதிர்கால வர்த்தகம் குறித்து பேச்சுவார்த்தை நடத்திக் கொண்டிருக்கின்றார்கள். பெருவாரியான லத்தீன் அமெரிக்க நாடுகள் அணிசேரா இயக்கத்திலும், ஜி 77 அமைப்பிலும் உறுப்பினர்களாக இயங்கி வருகின்றனர்.

2003 ஆம் ஆண்டிற்கு பிறகு இந்தியாவினுடைய வெளியுறவு துறை அமைச்சர் ஜெய்சங்கர் லத்தின் அமெரிக்க நாடுகளான அர்ஜென்டினா பிரேசில், போன்றவைகளுக்கு பயணம் மேற்கொண்டு பொருளாதார வளர்ச்சியையும் இதர வேறுபட்ட கூட்டுறவு தொடர்பான உறவுகளையும் மேற்கொள்வதற்கு உண்டான அடித்தளங்களை நிறுவினார். ஏனைய மற்ற நாடுகளுடைய பொருளாதார மற்றும் வியாபார-வர்த்தக பங்களிப்பை காட்டிலும் அர்ஜென்டினா உடனான வியாபார-வர்த்தகம் கிட்டத்தட்ட ஏழு பில்லியன் டாலர்களை அடைந்த நிலையில் உள்ளது. 2022லே இது கனடாவை, ஸ்ரீலங்காவை காட்டிலும் அதிகமாக உள்ளது எனலாம். நான்கில் மூன்று பங்கு அர்ஜென்டினாவின் ஏற்றுமதியான சோயாபீன் மற்றும் சூரியகாந்தி எண்ணெய் இந்தியாவின் பெருவாரியான

தேவைகளை நிவர்த்தி செய்கிறது. சமீப காலத்தில் யுக்ரேன் பிரச்சனையினால் இந்த ஏற்றுமதி அர்ஜென்டினாவில் இருந்து தடைப்பட்டு இருக்கிறது. அர்ஜென்டினாவும் பிரேசில் போல பிரிக்ஸ் குழுமத்தில் உறுப்பினராக ஆவதற்கு விருப்பம் தெரிவித்துள்ளது. ஆற்றல் உருவாக்க துறைக்கு முக்கியமான தனிமமான லித்தியம் அர்ஜென்டினாவில் அதிகமாகவே உள்ளது. இதுவும் இந்திய தொழில் வளர்ச்சிக்காக உபயோகப்படுத்தக் கூடிய பொருளாக விளங்குகிறது. மேலும் இந்தியாவில் தயாரிக்கப்படக்கூடிய போர் விமானமான தேஜாஸ், அர்ஜென்டினாவுக்கு மிகவும் தேவையாக உள்ளது. இவ்விரண்டு விஷயங்களும் இந்திய நாட்டினுடைய வெளியுறவு அமைச்சர் ஜெய்சங்கர் அர்ஜென்டினாவின் அதிபரிடம் பேச்சுவார்த்தை நடத்தப்பட்டு தீர்மானங்கள் நிறைவேற்றப்பட்டது.

இந்திய வெளியுறவுத்துறை அமைச்சரின் அடுத்த பயணமானது பிரேசிலில் முடிந்தது. ஒட்டுமொத்த இந்திய லத்தீன் அமெரிக்க வியாபார வர்த்தகத்தில் பிரேசிலுடைய பங்கானது மிகப் பெரும் அளவில் உள்ளது. மேலும் பிரேசிலில் இந்தியாவினுடைய முதலீடானது, 6 பில்லியன் டாலர்களை தாண்டுகின்ற சூழ்நிலையும் இப்பொழுது உள்ளது. பிரேசில் தலைமையகத்தில் தூதுவர்கள் மற்றும் அமைச்சர்கள் மட்டுமல்லாது முக்கியமான தொழிலதிபர்களை சந்தித்து மேற்கொண்டு பொருளாதார உறவுகளை எவ்வாறு மேம்படுத்துவது என்பதை பற்றியும் ஜெய்சங்கர் பேச்சுவார்த்தை நடத்தினார். பிரேசிலில் நடைபெற்ற இந்த பேச்சு வார்த்தையானது அந்நாட்டினுடைய அதிபர் தேர்தல் நெருங்குகின்ற இந்த சூழ்நிலையிலே நடைபெற்றதால் இந்தியாவிற்குண்டான உறவுமுறை மேம்பட்டு இருக்க வேண்டும் என்பதில் இவ்விரு நாடுகளும் முக்கியத்துவம் அளிக்கின்றன என்பது கூர்ந்து கவனிக்க வேண்டியது.

அடுத்ததாக லத்தின் அமெரிக்காவினுடைய பராகுவே நாட்டில் அதனுடைய தலைநகரமான அசுன்கியான் என்கிற இடத்தில் இந்திய நாட்டினுடைய தூதுவகத்தை திறப்பதற்காக அமைச்சர்

ஜெய்சங்கர் சென்றார். லத்தின அமெரிக்க நாடுகளில் இது 15 வது தூதுவரகம் ஆகும். இந்தியாவிற்கும் பராகுவேக்கும் இடையிலான இருநாட்டு வர்த்தகம் கிட்டத்தட்ட 235 மில்லியன் டாலர்கள் அளவு 2021 ல் கணிசமாக முன்னேறி உள்ளது. இது மேலும் தொடர்வதற்கு ஆட்டோமொபைல் துறை சிறப்பாக செயல்படுகின்ற பட்சத்தில் அதிகரிக்கும் என்று நம்பப்படுகிறது. இந்தியாவினுடைய உணவு மற்றும் ஆற்றல் பாதுகாப்பிற்கு லத்தின் அமெரிக்க நாடுகள் மிகவும் அதிகமாக பங்களிக்கின்றன என்பது வெளியுறவுத் துறையினுடைய செய்தி குறிப்பாக இருக்கிறது. ஜி 20 குழுமத்தில் இருக்கக்கூடிய இந்த மூன்று நாடுகள் இந்தியாவினுடைய ஆதரவு கருத்தை இணைத்துக் கொண்டு செயல்படுகின்ற பட்சத்தில் கண்டிப்பாக இந்தியாவிற்கும் இந்த மூன்று பிரசித்தி பெற்ற நாடுகளுக்கும் உறவுகள் மூலமாக பரஸ்பர பொருளாதார வளர்ச்சியும், ராணுவ கூட்டுறவும், கலாச்சார புரிதலும் வலிமை பெற வாய்ப்புள்ளது.

இயல்-எட்டு

இந்திய ஆப்பிரிக்க உறவுகள்

மனித இனம் தோன்றியது ஆப்பிரிக்க கண்டத்தில். ஹோமோ சேபியன் என்கிற இனத்திலிருந்து மனிதன் தோன்றினான் என்பது வரலாற்று அத்தாட்சி. இந்தியாவிற்கும் ஆப்பிரிக்காவுக்கும் இடையேயான உறவுகள் என்பது மிகவும் பழமை வாய்ந்ததாக உள்ளது. காலனியலாதிக்கத்திற்கும் ஏகாதிபத்தியத்திற்கும் ஆப்பிரிக்க நாடுகளும் இந்திய துணை கண்டமும் உட்படுத்தப்பட்டு அதிகமாக தங்களுடைய வளங்களை இழந்து அடிமைத்தனத்தின் உச்சகட்டத்திலே பாதிக்கப்பட்டு இருந்தது அனைவரும் அறிவர். முந்தைய காலகட்டத்திலே இந்தியாவிலிருந்து மொரிஷியஸ், தெற்காப்பிரிக்கா மற்றும் வெஸ்ட் இன்டீஸ் போன்ற ஆப்பிரிக்க நாடுகளுக்கு சர்க்கரை மற்றும் கரும்புத் தோட்டத்தில் வேலை செய்வதற்கு ஆட்கள் அனுப்பப்பட்டன. மேலும் உகான்டா நாட்டிற்கும் தொழிற்நுட்ப மற்றும் இதர பணிகள் செய்வதற்கும் இந்திய மக்கள் உபயோகப்படுத்தப்பட்டனர்.

இந்திய தேசிய விடுதலை இயக்கம் ஆப்பிரிக்காவில் உள்ள நாடுகளுடைய விடுதலை இயக்கங்களுக்கு ஒரு முன் மாதிரியாக விளங்கியது. அனைத்து விடுதலை இயக்கங்களையும் இந்தியாவினுடைய காங்கிரஸ் கட்சியானது அங்கீகரித்தது. ஏனெனில் இந்திய மக்களும் ஆப்பிரிக்கா மக்களும் ஒரே மாதிரியான வகையில் அடிமைத்தனத்தின் கீழ் ஆட்சி செய்யப்பட்டார்கள். சவுத் ஆப்பிரிக்காவில் காந்தியினுடைய சத்தியாகிரகம் வெற்றி பெற்றதை தொடர்ந்து இந்தியாவிலும் அதே முறை கையாளப்பட்டு விடுதலை இயக்கத்திற்கு

ஒரு உத்வேகமாக அமைந்தது. இந்தியா விடுதலை பெற்ற பிறகும் ஆப்பிரிக்காவினுடைய விடுதலை இயக்கங்களை உத்வேகப்படுத்திய காரணத்தினால் அங்கிருந்த நாடுகள் இந்தியாவை சுட்டிக்காட்டி விடுதலை பெறுவதற்கு உண்டான முயற்சிகளை எடுத்தன. மார்ட்டின் லூதர் கிங் போன்றோர் இந்தியாவை ஒரு மாதிரியாக கொண்டு விடுதலை இயக்கங்களை செயல்படுத்தினர். நெல்சன் மண்டேலா மற்றும் ஒரு உதாரணம். இந்தியாவிற்கு என்று ஒரு தனி மரியாதையும் இடமும் எப்பொழுதுமே ஆப்பிரிக்க மக்களிடத்தில் காணப்படுகிறது. இந்திய வழி மக்கள் ஆப்பிரிக்காவில் பணியாற்றுகின்ற பொழுது அவர்களுக்கும் ஆப்பிரிக்க மக்களுக்கும் சில சர்ச்சைகள் மேலோங்கியது. ஏனெனில் இந்திய வழி மக்கள் பொருளாதாரத்தில் மேம்பட்டு விளங்கினர். இதனை யடுத்து ஆப்பிரிக்கா மக்களுக்கும் இந்திய வழி மக்களுக்கும் உண்டான சர்ச்சையானது அமைதியான வழியில் தீர்க்கப்பட்டது. இது இரு நாட்டினுடைய தலைவர்களால் மட்டுமே முடிந்தது. மேலும் அணி சேரா இயக்கத்தின் கொள்கையிலே ஆப்பிரிக்க நாட்டு தலைவர்களும் நம்பிக்கை வைத்து உலக அளவில் கொள்கைத்துவ துருவப்போர் நடைபெற்ற பொழுது அவர்கள் இந்தியாவுடன் இணைந்து பணியாற்றினர். இந்தியாவைப் போலவே ஆப்பிரிக்க கண்டத்தில் இருக்கக்கூடிய நாடுகளும் வெகுவாக காலனியலாதிக்கத்தின் மூலமாக பாதிக்கப்பட்டு வெகு வருடங்கள் கழித்து விடுதலை பெற்றன. இதனால் இந்த விடுதலை போராட்டமானது இந்திய மக்களையும் ஆப்பிரிக்க மக்களையும் இணைப்பதற்கு ஒரு பாலமாக விளங்கியது. மேலும் விடுதலை பெற்ற இந்தியா மற்றும் ஆப்பிரிக்க நாடுகள் சுயசார்பு தன்மையை வலியுறுத்தி பொருளாதார ரீதியாக முன்னேறுவதற்கு உண்டான பாதையை தேர்ந்தெடுத்த பொழுதுதான் அவர்கள் அணிசேரா இயக்கத்தை முன்னிறுத்தினர்.

எப்பொழுதுமே ஐக்கிய நாட்டு சபையிலே ஆப்பிரிக்க மக்களை அவர்களுடைய விடுதலையை ஐக்கிய நாட்டு சபை மட்டுமல்லாது

காமன்வெல்த் மற்றும் இதர சர்வதேச அமைப்புகளில் இந்திய தலைவர்கள் ஆப்பிரிக்க மக்களுக்காக வாதாடினர். மேலும் ஐக்கிய நாட்டு சபையின் உறுப்பான ட்ரெஸ்டிஷிப் கவுன்சிலானது செயல்படுகின்ற பொழுது ஒரு குறிப்பிட்ட நாட்டைப் பற்றிய அதனுடைய நிலையை தெரிவிக்க வேண்டும் என்றும் இந்தியா ஐக்கிய நாட்டு சபையில் வலியுறுத்தியது. ஐக்கிய நாட்டு சபையிலே அனைத்து நாடுகளிலும் இந்தியா முதல் நாடாக ஆப்பிரிக்க மக்களுக்கான அடிமைத்தனம் பற்றியும் அதிலிருந்து விடுதலை பற்றியும் பேசியதாக தெரிகிறது. ஆப்பிரிக்கா மக்களுக்கும் இந்திய மக்களுக்கும் பிரச்சனைகள் உருவான பொழுது ராஜேந்திர பிரசாத் லோக்சபாவில் இந்திய மக்களுக்காக மட்டுமின்றி ஆப்பிரிக்க மக்களுடைய தீர்வை நோக்கியும் குரல் கொடுத்தார். 1954ல், அடிமைத்தனத்தை எதிர்த்து இந்தியாவினுடைய கமிஷனர் பிரிட்டோரியாவில் இருந்து வாபஸ் பெறபட்டார். மேலும் பொருளாதார தடைகளையும் இந்தியா விதித்தது. சவுத் ஆப்பிரிக்காவில் இந்தியர்களுடைய சொந்த பொருட்கள் பெரிதாக வரவேற்பை பெற்றாலும் இந்தியா அடிமைத்தனத்தை கருத்தில் கொண்டு தன்னுடைய ஏற்றுமதியை தடை செய்தது. விடுதலை பெற்ற ஆப்பிரிக்க நாடுகளுக்கு மட்டுமே இந்தியாவிலிருந்து பொருட்கள் ஏற்றுமதி செய்யப்பட வேண்டும் என்ற நிலைப்பாட்டை இந்தியா கடைபிடித்தது. ருடேஷியாவில் வெள்ளை இனத்தவரின் ஆதிக்கம் இருக்கின்ற காரணத்தினால், அந்நாட்டினுடன் தூதரக நல்லுறவை இந்தியா முறித்துக் கொண்டது. மேலும் ஆப்பிரிக்க நாடான நமீபியாவின் உருவாக்கத்திற்கு இந்தியா பெரியளவில் உதவி செய்தது. நமீபியாவின் ஒரு பகுதியான லூசாக்காவிற்கு இந்தியாவிலிருந்து சிறந்த பயிற்சியாளர்கள், யுக்தியாளர்கள், பேராசிரியர்கள், பொறியாளர்கள் அனைவருமே அனுப்பப்பட்டு அதனுடைய வளர்ச்சி சார்ந்த திட்டங்களுக்கு உதவி புரிந்தனர் என்பது அனைத்து ஆப்பிரிக்க மக்களுக்குமே தெரியும். 1960களில் ஐக்கிய நாட்டு சபையிலே இனக்கொடுமைக்கு எதிராகவும், வெள்ளை இனத்தவரின் ஆதிக்கத்திற்கு எதிராகவும்

இந்தியா பெரும் அளவில் வாதாடியது. ஆப்பிரிக்க அமைப்பு 1963ல் உருவான பிறகு இந்தியாவினுடைய பங்கு குறைந்தது. ஏனெனில் 1960 களின் முதல் காலகட்டத்தில் பெரும்பாலும் ஆப்பிரிக்க நாடுகள் விடுதலை பெற்றன. அதனுடைய பிராந்திய அமைப்பானது ஐநா சபையிலே பிரதிநிதித்துவம் பெற்று தனக்கு வேண்டிய தேவைகளை வாதாடி இச்சபையிலே வென்றது. 54 நாடுகள் கொண்ட ஆப்பிரிக்கா கண்டம் மிகப்பெரியதாக விளங்கியது. லிசொத்தோ பிரத்தியோக நிதிக்கு இந்தியா, ஒரு மில்லியன் இந்திய ரூபாய் வழங்கி ஆப்பிரிக்க மக்களுக்கு உதவி செய்தது. மேலும் போட்ஸ்ஸ்வானா பிரத்யோக நிதி அமைப்பிற்கு, அரை மில்லியன் அமெரிக்க டாலர் வழங்கி இந்தியா பெருமை சேர்த்தது. இந்த நிதி உதவியானது, அந்நாட்டினுடைய விடுதலை இயக்கத்திற்கு பெரிதும் பயன்படுத்தப்பட்டது. இவ்வாறு இந்தியா ஆப்பிரிக்காவினுடைய பல நாடுகளின் விடுதலை இயக்கத்திற்கும், பொருளாதார வளர்ச்சிக்கும் உறுதுணையாக இருந்ததை ஆப்பிரிக்க வரலாறு கூறுகிறது. மேலும் இந்தியாவினுடைய நிதி உதவி போன்ற நாடுகளின் பொருளாதார கட்டமைப்பிற்கும், வளர்ச்சிக்கும் மக்கள் சார்ந்த நலன் திட்டங்களுக்கும் பெரும் உதவி புரிந்தது இந்தியா. இந்த மேற்கூறிய நாடுகளுடன் ஒரு கூட்டு அமைப்பை ஏற்படுத்தி பொருளாதார வளர்ச்சிக்காகவும் தொழில்நுட்ப வளர்ச்சிக்காகவும் பெருமளவு உதவி புரிந்தது. ஆப்பிரிக்க மாணவர்கள் கல்வி வளர்ச்சி அடைய வேண்டும் என்ற உயரிய நோக்கத்திற்காக இந்திய பல்கலைக்கழகங்களில் ஆப்பிரிக்க மாணவர்களுக்கு இடங்கள் அளிக்கப்பட்டன. இதன் மூலமாக இன்றளவிலும் வெகு நிறைய ஆப்பிரிக்க மாணவர்கள் பல படிப்புகளை பயின்று பட்டம் பெற்று தங்களுடைய நாடுகளில் பெரிய பதவியில் பணி செய்கின்றனர். இந்திய உதவியானது ஆப்பிரிக்கா மக்களுக்கு நான்கு வகைகளில் அல்லது திட்டங்களில் செயல்படுத்தப்படுகிறது. ஒன்று கொழும்பு திட்டம் மற்றொன்று எஸ் சி ஏ பி தொழில்நுட்ப பொருளாதார கூட்டுறவு வளர்ச்சி திட்டம், வளர்ச்சி திட்டம் மற்றும் பன்னாட்டு பொருளாதார

வளர்ச்சி திட்டம். இது மட்டுமல்லாமல் அந்த நாட்டினுடைய மருத்துவமனைகள் வீடுகள், கல்லூரிகள் கட்டுவதற்கும் இந்தியா ஒப்பந்தத்தை மேற்கொண்டு துரிதமாக செயல்பட்டது. சாம்பியாவிலே ஒட்டுமொத்த மக்களுக்கும் மின் இணைப்பு திட்டத்தில் இந்தியா பெரும் பங்கு ஆற்றியது. இது தவிர்த்து டிசல் லோகோமோட்டிவ் புகை வண்டி மற்றும் சர்க்கரை ஆலை கட்டுதல் போன்ற தொழில்நுட்ப வளர்ச்சியிலும் இந்தியா அதிக அளவு பங்கு பெற்றது

ஜெர், லிபியா, உகாந்தா போன்ற நாடுகளில் பேருந்து கட்டுமானத்திற்கு இந்தியா அதிக அளவு உதவியை செய்தது. கென்யா, உகாந்தா போன்ற நாடுகளில் சர்க்கரை ஆலை நிறுவுவதற்கும் அங்குள்ள ஆப்பிரிக்கா மக்களுக்கு அதன் மூலமாக வேலை வாய்ப்பு அளிப்பதற்கும் இந்தியா உதவி செய்தது. மேலும் ஆப்பிரிக்க நாடுகள் சுயசார்புடன் செயல்படுவதற்கு, தொழில் நுட்ப பரிமாற்றத்தை அதிக அளவு இந்தியா எந்தவித எதிர்பார்ப்பும் இல்லாமல் அளித்தது. ஏற்றுமதி பொருட்களாக கட்டுமான பொருட்கள், ஜவுளிகள் மற்றும் இரசாயனங்கள், உணவு பண்டங்கள் அனைத்துமே அதிக அளவில் ஆப்பிரிக்காவுக்கு அனுப்பப்பட்டன. ஆப்பிரிக்காவிலிருந்து காப்பர், கோபால்ட், டின், மேக்னீஷ் பருத்தி, சமையல் எண்ணெய் போன்ற பொருட்கள் இறக்குமதி செய்யப்பட்டு இரு நாடுகளும் தங்களுடைய பொருளாதார உறவை மேம்படுத்திக் கொண்டன. இது மட்டுமல்லாமல் இரு நாட்டு பல தொழில் துறை சம்பந்தப்பட்ட விடயங்களிலும் உடன்படிக்கைகள் கையெழுத்திடப்பட்டு பரஸ்பரம் உதவிகளை பொருளாதார வளர்ச்சிக்காக பெற்றன. மேலும் ஆப்பிரிக்கா மக்களுக்கு பல துறைகளில் பயிற்சிகளை அளிப்பதற்கு இந்தியா உடன்படிக்கையில் கையெழுத்திட்டது. ஐக்கிய நாட்டு சபையின் அமைதி காக்கும் படையில் இந்திய ராணுவத்தினர் அதிக அளவு பங்கு பெற்று பணியாற்றிய கண்டம் ஆப்பிரிக்க கண்டமாகும். லிபீரியாவில் 125 இந்திய பெண் ராணுவத்தினர்

அங்கே அமைதி காக்கும் பொருட்டு செயல்பட்டனர். இந்த செயல்பாடு அனைத்து நாடுகளாலும் பாராட்ட பெற்றது. ஒட்டுமொத்தமாக ஆப்பிரிக்க கண்டத்தில் செயல்பட்ட அமைதி படையில், ஏழு நாடுகளில், இந்தியா படை சிறப்பாக செயல்பட்டது என்பது ஐக்கிய நாட்டினுய செய்தி குறிப்பாக அமைந்துள்ளது. இவ்வாறு இந்தியா பெரும்பளவில் உதவிகள் செய்தாலும் பொருளாதார வளர்ச்சியில் ஆதரவு அளித்தாலும், சீனாவினுடைய முதலீடானது இந்தியாவை விட அதிகமாக உள்ளது எனலாம்.

சமீபத்தில் நடைபெற்ற சீன ஆப்பிரிக்க கருத்தரங்கிலே கிட்டத்தட்ட 47 நாடுகளுடைய குடியரசு தலைவர்களும் பங்கு பெற்று சீனாவினுடைய தரத்தையும் அந்தஸ்த்தையும் மேம்படுத்தினர்.. இது ஒரு புறம் இருக்க இந்திய நாட்டினுடைய எண்ணெய் இறக்குமதியானது ஆப்பிரிக்கா கண்டத்திலிருந்து 24 விழுக்காடு ஆகும். ஓஎன்ஜிசி விதேஷ் கம்பெனியானது, ஆப்பிரிக்கா நாடுகளான சூடான், ஐவரி கோஸ்ட், எகிப்து நைஜீரியா போன்ற இடங்களில் அதிக அளவு எண்ணெய் தொடர்பான முதலீட்டை செய்துள்ளது. மேலும் சமீபத்திலே இந்தியா, ஆப்பிரிக்கா நாடான சூடானிலே கார்டூமிலிருந்து சூடான் துறைமுகம் வரையிலான பைப்லைனை 200 மில்லியன் டாலர்களுக்கு முடித்தது. இது ஒரு மாபெரும் வெற்றியாக இந்திய தரப்பிலே கருதப்படுகிறது..

இந்திய ஆப்பிரிக்கா இரு நாட்டு வியாபார வர்த்தகமானது வருடங்கள் அதிகரிக்க அதிகரிக்க உயர்ந்து கொண்டே உள்ளது. 2020இல் ஆப்பிரிக்க நாடுகளுக்கும், இந்தியாவிற்கும் இடையேயான வர்த்தக வியாபார மொத்த அளவு 55.9 பில்லியன் டாலராக இருக்கின்றது. ஆப்ரிக்க தரப்பிலே இந்தியாவின் முதலீட்டில் ஐந்தாவது இடத்திலே உள்ளது. தற்போது இந்திய முதலீடானது ஆப்பிரிக்க கண்டத்திலே 54 பில்லியன் டாலராக விளங்குகிறது. ஒட்டுமொத்தமாக இந்தியா, ஆப்பிரிக்க நாடுகளில் வளர்ச்சி சார்ந்த துறைகளான ரயில்வே, மின் இணைப்பு மற்றும்

விவசாயம் தொடர்பான திட்டங்கள், இயந்திரமயமாக்கல் போன்ற அனைத்துக்கும் உதவி அளித்துள்ளது. கன்ஸ்ட்ரக்சன் லைன்ஸ் ஆப் கிரெடிட் என்ற திட்டத்தின் மூலமாக இந்தியா 182 திட்டங்களை அமல்படுத்தி உள்ளது. இதனுடைய ஒட்டுமொத்த தொகை 10.5 பில்லியன் டாலராக இருக்கிறது. தற்பொழுது இந்தியாவின் 98 நிறுவனங்கள் ஆப்பிரிக்க கண்டத்தில் இயங்கிக் கொண்டிருக்கின்றது. இந்த பயிற்சி நிறுவனங்கள் விவசாயம், உணவு, பெர்டிலைசர், கட்டுமானம், தொழில்நுட்பம், சுற்றுப்புறம் சூழ்நிலைகள், பருவநிலை மாற்றம் போன்ற அனைத்து துறைகளிலுமே பயிற்சியை அளித்து வருகிறது. ஆப்பிரிக்க கண்டத்தில் இருக்கக்கூடிய நாடுகள் இந்தியாவின் மூலமாக 50% சலுகைகளை அனுபவித்து வருகிறார்கள். மேலும் ஆசிய ஆப்பிரிக்க வளர்ச்சி திட்டம் என்பது இந்திய ஜப்பான் அறிவு ஜீவிகளால் உருவாக்கப்பட்டு பல்வேறு வளர்ச்சி திட்டங்கள் அமல்படுத்தப்பட்டு வருகிறது. இந்திய மென்பொருள் வல்லுநர்கள் ஆப்பிரிக்கா மக்களின் சுகாதாரத்தையும் கல்வியையும் மனதில் கொண்டு 53 நாடுகளில் உதவி செய்து வருகின்றார்கள். மேலும் இந்த பேங்க் ஆப்ரிக்கன் நெட்வொர்க்கில் இந்தியா 100 மில்லியன் அமெரிக்க டாலர்களை முதலீடு செய்துள்ளது. இதன் மூலமாக வித்யா பாரதி, ஆரோக்கிய பாரதி போன்ற திட்டங்கள் 2018ல் தொடங்கப்பட்டு கிட்டத்தட்ட 4,000 ஆப்பிரிக்க மாணவர்கள் பயன்பெறுகின்றார்கள்.

மேலும் ஆயிரம் ஆப்பிரிக்க மருத்துவ நிபுணர்கள், நர்சுகள், இந்த திட்டத்தின் மூலமாக பயன் அடைகிறார்கள். நைஜீரிய நாட்டிலே ட்விட்டர் தடை செய்த பிறகு இந்தியாவின் உதவி கொண்டு சிறப்பு சமூக வலை தளங்களை உபயோகப்படுத்தி வருகின்றார்கள். மேலும் ஆப்பிரிக்க கப்பல்களுக்கு இந்திய கடற்படையினர் சிறப்பு நடவடிக்கை உதவிகளை செய்து வருகின்றார்கள். இதுவரை பல நூறு கப்பல்களுக்கு பாதுகாப்பு பணியாளர்களாக இந்திய கப்பற்படை செயல்பட்டு வந்துள்ளது. இது மட்டுமல்லாது 2015ல் தொடங்கப்பட்ட இந்திய ஆப்பிரிக்க

கல்வி திட்டத்தின் மூலம் 50,000 ஆப்பிரிக்க மாணவர்களுக்கு ஐந்து வருடங்களுக்கு கல்வி உதவித்தொகை தருவதாக இந்தியா உறுதி செய்துள்ளது. 42,000 கல்வி உதவித்தொகை இதற்கு முன்பாகவே அளிக்கப்பட்டுவிட்டது. மேலும் 2012ல் மனிதவள துறை அமைச்சகம் "ஸ்டடி இன் இந்தியா" என்ற திட்டத்தில் ஆப்பிரிக்க நாடுகளில் இருந்து நிறைய மாணவர்களை அனுப்பியுள்ளார்கள். கோவிட்-19 நேரங்களில் இந்தியா கிட்டத்தட்ட 270 மெட்ரிக் டன் கோதுமை 65 மெட்ரிக் டன் அரிசி, 50 மெட்ரிக் டன் சர்க்கரை போன்றவைகளை சூடான், சவுத் சூடான், டிஜிபோட்டி, எரிட்ரியா போன்ற நாடுகளுக்கு அனுப்பி வைத்தது. மேலும் கோவிட் காலகட்டத்தில் இந்தியா 150 மெட்ரிக் டன் மருத்துவ உபகரணங்களையும், மருந்துகளையும் 25 ஆப்பிரிக்க நாடுகளுக்கு உதவியாக வழங்கியது. இதன் தொடர்ச்சியாக சுகாதார பணியாளர்களுக்கு பயிற்சி முகாமையும் இந்தியா ஏற்பாடு செய்தது.

இந்தியா மற்றும் ஐ நா அமைப்பு

ஐக்கிய நாடுகள் அமைப்பு என்பது, உலக அமைதி மற்றும் பாதுகாப்பைப் பேணுதல், நாடுகளுக்கிடையே நட்புறவு, உறவுகளை வளர்த்தல், பன்னாட்டு ஒத்துழைப்பைப் பேணல், நாடுகளின் நடவடிக்கைகளை ஒத்திசைப்பதற்கான மையமாக இருத்தல் ஆகிய நோக்கங்களைக் கொண்ட அரசுகளுக்கிடையேயான ஓர் அமைப்பாகும். இது உலகின் மிகப்பெரியது பன்னாட்டு அமைப்பாகும். இதன் தலைமையகம் நியூயார்க்கில் உள்ள பன்னாட்டு நிலப்பரப்பில் அமைந்துள்ளது. இதன் முக்கிய அலுவலகங்கள் செனீவா, நைரோபி, வியென்னா, டென் ஹாக் ஆகிய இடங்களில் உள்ளன. இந்த அமைப்பு அதன் உறுப்பு நாடுகளில் இருந்து மதிப்பிடப்பட்ட மற்றும் தன்னார்வப் பங்களிப்புகளால் நிதியளிக்கப்படுகிறது.

ஐ. நா அமைப்பு இரண்டாம் உலகப் போருக்குப் பிறகு எதிர்காலப் போர்களைத் தடுக்கும் நோக்கத்துடன் நிறுவப்பட்டது. இதற்கு முன்னர் இருந்த பன்னாட்டு அமைப்பான உலக நாடுகள் சங்கம் பயனற்றது என்று வகைப்படுத்தப்பட்டு கலைக்கப்பட்டது. 1945 ஏப்ரல் 25 அன்று, 50 அரசுகள் சான்பிரான்சிஸ்கோவில் ஒரு மாநாட்டிற்காகச் சந்தித்து, ஐக்கிய நாடுகளின் பட்டயத்தை உருவாக்கத் தொடங்கின. இது 1945 ஜூன் 25 அன்று ஏற்றுக்கொள்ளப்பட்டு, 1945 அக்டோபர் 24 ல் நடைமுறைக்கு வந்தது. ஐநாவின் பட்டயத்தின்படி, அமைப்பின் நோக்கங்களில் பன்னாட்டு அமைதி மற்றும் பாதுகாப்பைப் பேணுதல், மனித

உரிமைகளைப் பாதுகாத்தல், மனிதாபிமான உதவிகளை வழங்குதல், நிலையான வளர்ச்சியை ஊக்குவித்தல், பன்னாட்டு சட்டத்தை நிலைநிறுத்துதல் ஆகியவை அடங்கும். இவ்வமைப்பு நிறுவப்பட்ட போது, இது 51 உறுப்பு நாடுகளைக் கொண்டிருந்தது;2011 இல் தெற்கு சூடானின் சேர்க்கையுடன், உறுப்பினர்களின் எண்ணிக்கை 193 ஆக உள்ளது. இது உலகின் அனேகமாக அனைத்து இறையாண்மை நாடுகளையும் பிரதிநிதித்துவப்படுத்துகிறது.

உலக அமைதியைப் பாதுகாப்பதற்கான அமைப்பின் நோக்கம் அதன் ஆரம்ப காலகட்டத்தில் அமெரிக்காவிற்கும் சோவியத் ஒன்றியத்திற்கும், அந்தந்த நட்பு நாடுகளுக்கும் இடையிலான பனிப்போரால் சிக்கலானது. அதன் பணிகளில் முதன்மையாக நிராயுதபாணியான இராணுவப் பார்வையாளர்கள், இலேசான ஆயுதம் ஏந்திய துருப்புகள் ஆகியன முதன்மையாகக் கண்காணிப்பு, அறிக்கை தயாரித்தல், நம்பிக்கையை வளர்க்கும் செயற்பாடுகளைக் கொண்டிருந்தன.

1960களில் தொடங்கிய பரவலான குடியேற்ற விலக்கத்தைத் தொடர்ந்து ஐநா, சமூக மேம்பாட்டுத் திட்டங்களுக்கான வரவுசெலவு உறுப்பினர் எண்ணிக்கை கணிசமாக வளர்ந்தது. அப்போதிருந்து, 80 முன்னாள் குடியேற்ற நாடுகள் விடுதலை பெற்றுள்ளன, இதில் 11 ஐக்கிய நாடுகளின் பொறுப்பாட்சிகள் ஐநா அறங்காவலர் குழுவால் கண்காணிக்கப்பட்டு வந்தன.

1970 களில், பொருளாதார திட்டம், அமைதி காக்கும் பணிக்கான செலவினங்களை விட அதிகமாக இருந்தது. பனிப்போர் முடிவுக்கு வந்த பிறகு, ஐ. நா. தனது களச் செயல்பாடுகளை மாற்றியும், விரிவுபடுத்தியும், பல்வேறு சிக்கலான பணிகளை மேற்கொண்டது.

ஐக்கிய நாடுகள் அமைப்பு பொதுச் சபை, பாதுகாப்புப் பேரவை, பொருளாதார, சமூகப் பேரவை (ECOSOC), பொறுப்பாட்சி மன்றம், அனைத்துலக நீதிமன்றம், ஐக்கிய நாடுகள் செயலகம் ஆகிய

ஆறு முக்கிய உறுப்புகளைக் கொண்டுள்ளது. இவற்றை விட உலக வங்கிக் குழுமம், உலக சுகாதார அமைப்பு, உலக உணவுத் திட்டம், யுனெசுக்கோ, சிறுவர் நிதியம் ஆகிய சில சிறப்பு நிறுவனங்கள், நிதி அமைப்புகள், திட்டங்களையும் ஐக்கிய நாடுகள் அமைப்பு கொண்டுள்ளது. அத்துடன், கூடுதலாக, அரசு சார்பற்ற அமைப்புகளுக்கு ECOSOC மற்றும் பிற நிறுவனங்களுடன் ஐ. நா. வின் பணிகளில் பங்கேற்க அனுமதி வழங்கப்படுகின்றன.

ஐநாவின் தலைமை நிர்வாக அதிகாரி பொதுச் செயலாளர் ஆவார். தற்போதைய பொதுச் செயலாளராக போர்த்துகீசிய அரசியல்வாதியும் தூதருமான அந்தோனியோ குத்தேரசு பதவியில் உள்ளார். இவர் தனது முதல் ஐந்தாண்டு பதவிக்காலத்தை 2017 சனவரி 1 தொடங்கினார், 2021 சூன் 8 அன்று மீண்டும் தேர்ந்தெடுக்கப்பட்டு தற்போதைய பொதுச் செயலாளராக உள்ளார்.

ஐக்கிய நாடுகள் அமைப்பும் அதன் கிளை அமைப்புகளும் அமைதிக்கான நோபல் பரிசுகள் பலவற்றை வென்றுள்ளன. சிலர் இவ்வமைப்பு அமைதி மற்றும் மனித மேம்பாட்டிற்கான ஒரு முக்கிய சக்தியாக இருப்பதாக நம்புகிறார்கள், வேறு சிலர் இது பயனற்றது, பக்கச்சார்பானது அல்லது ஊழல் மிகுந்தது என்றும் கூறுகின்றனர்.

தேசங்களின் அணி இரண்டாம் உலகப்போர் நடக்காமல் தடுக்கத் தவறியதால் வலிமை மிக்க ஒரு புதிய அமைப்புக்கான தேவை எழுந்தது. மேலும் இரண்டாம் உலகப்போர் முடிவில் மற்றொரு உலகப்போர் நடைபெற்றுவிடக் கூடாது என மக்கள் அஞ்சத் தொடங்கினர். அவ்வாறு மீண்டும் ஒரு போர் மூண்டால் மனிதகுலம் தாங்காது எனக்கருதியதால் வலிமையான ஒரு அமைப்பு தேவைப்பட்டது. ஐக்கிய நாடுகள் அல்லது ஒருங்கிணைந்த நாடுகள் என்ற வார்த்தை முன்னால் அமெரிக்க ஜனாதிபதி பிராங்க்ளின் டி. ரூஸ்வெல்டால் 1939 ஆம் ஆண்டு முதலில் பயன்படுத்தப்பட்டது. ஐக்கிய நாடுகள் என்ற வார்த்தை

1942 ஆம் ஆண்டு ஜனவரி முதல் தேதியில் அதிகரப்பூர்வமாக பயன்பாட்டுக்கு வந்தது.

நோக்கங்கள்

* கூட்டு நடவடிக்கைகளின் மூலம் ஆக்கிரமிப்புகளை ஒடுக்குதல்;

* உறுப்பு நாடுகள் தங்களுக்கிடையே ஏற்படும் பிரச்சினைகளை உலக அமைதிக்கும், பாதுகாப்பிற்கும் ஆபத்து ஏற்படாத வகையில் சமாதான முறையில் தீர்த்துக் கொள்ள வேண்டும்.

* பன்னாட்டுச் சட்டங்களின்படி நாடுகளுக்கிடையே ஏற்படும் தகராறுகளைத் தீர்த்து உலக அமைதியை ஏற்படுத்துதல்.

* மனிதனின் உரிமைகளையும் அடிப்படை சுதந்திரங்களையும் காத்து, இன மொழி அல்லது சமய வேறுபாடுகளை நீக்கிப் பன்னாடுகளின் சமுதாய பொருளாதார, பண்பாட்டுப் பிரச்சினைகளைத் தீர்த்து வைத்தல்.

* மக்களின் சம உரிமைகளையும் சுயநிர்ணய உரிமைகளையும் மதித்தல், இந்நிறுவனத்தின் உறுப்பினர்கள் அனைவரும் சமமானவர்களே என்று கருதுதல்.

* உறுப்பு நாடுகள் எக்காரணம் கொண்டும் பிற நாட்டின் உள் விவகாரத்தில் தலையிடக் கூடாது.

ஐக்கிய நாடுகள் முறைமை

ஐக்கிய நாடுகள் சபையின் 193 உறுப்பு நாடுகள் மற்றும் ஐக்கிய நாடுகள் முறைமை 1994 ஆம் ஆண்டுக்கு முன்னர் பின்வரும் 6 முதன்மை அமைப்புகளைக் கொண்டிருந்தது:

* ✓ ஐக்கிய நாடுகள் பொதுச் சபை

* ✓ ஐக்கிய நாடுகள் பாதுகாப்புச் சபை

- ✓ ஐக்கிய நாடுகள் பொருளாதார மற்றும் சமூக சபை

- ✓ ஐக்கிய நாடுகள் பொறுப்பாட்சி மன்றம்

- ✓ ஐக்கிய நாடுகள் செயலகம்

- ✓ அனைத்துலக நீதிமன்றம்

பொதுச் சபை

பொதுச் சபையே ஐக்கிய நாடுகள் அவையின் முதன்மையான கலந்தாராய்வு அவை ஆகும். எல்லா உறுப்பு நாடுகளையும் உள்ளடக்கிய பொதுச் சபை, ஆண்டுக்கு ஒரு முறை, உறுப்பு நாடுகளிலிருந்து தெரிவு செய்யப்படும் தலைவர் ஒருவரின் தலைமையில் கூடுகிறது. அமர்வின் தொடக்கத்தில் இரண்டு வாரகாலம் எல்லா உறுப்பு நாடுகளும் அவையில் பேசுவதற்கு வாய்ப்பு வழங்கப்படுகிறது. மரபுவழியாக பொதுச் செயலர் முதலாவது பேச்சை நிகழ்த்த, அடுத்ததாக அவைத் தலைவர் பேசுவார். ஐக்கிய நாடுகள் பொதுச் சபையின் முதல் அமர்வு 1946 ஆம் ஆண்டு சனவரி 10 ம் தேதி இலண்டனில் இடம்பெற்றது. 51 நாடுகளின் பேராளர்கள் இந்த அமர்வில் பங்குபெற்றனர்.

பொதுச் சபை முக்கியமான விடயங்களில் வாக்களிக்கும்போது, அமர்வில் கலந்து கொண்டு வாக்களித்தவர்களுள் மூன்றில் இரண்டு பெரும்பான்மை தேவை. மேற்சொன்ன முக்கியமான விடயங்களுக்கு எடுத்துக்காட்டுகளாக, அமைதி, பாதுகாப்பு என்பன தொடர்பான சிபாரிசுகள், அமைப்புகளுக்கான உறுப்பினர்களைத் தெரிவு செய்தல், உறுப்பினர்களை அனுமதித்தல், இடை நிறுத்துதல், வெளியேற்றுதல், வரவு செலவு விடயங்கள் போன்றவற்றைக் காட்டலாம். பிற விடயங்கள் சாதாரண பெரும்பான்மை மூலமே தீர்மானிக்கப்படுகின்றன. ஒவ்வொரு உறுப்பு நாட்டுக்கும் ஒரு வாக்கு உண்டு. வரவு செலவு விடயங்கள் தவிர்த்து பிற தீர்மானங்கள் உறுப்பு நாடுகளைக் கட்டுப்படுத்துவதில்லை. பாதுகாப்புச் சபையின் கீழ் வரும் அமைதி, பாதுகாப்பு என்பன தொடர்பானவை தவிர்த்து பிற

விடயங்கள் தொடர்பில் பொதுச் சபை சிபாரிசுகளை வழங்க முடியும்.

பாதுகாப்புச் சபை

நாடுகளுக்கிடையே அமைதியையும் பாதுகாப்பையும் பேறவேண்டிய பொறுப்பு பொதுச்சபைக்கு வழங்கப்பட்டுள்ளது. ஐக்கிய நாடுகளின் பிற உறுப்புக்கள் உறுப்பு நாடுகளுக்கு சிபாரிசுகளை மட்டுமே வழங்க முடிகின்ற அதேவேளையில், ஐக்கிய நாடுகள் பட்டயம் 25 ஆவது துணைப் பிரிவின்படி, பாதுகாப்புச் சபைக்கு, உறுப்பு நாடுகளைக் கட்டுப்படுத்தக்கூடிய தீர்மானங்களை எடுக்கும் அதிகாரமும் உண்டு. இத்தகைய தீர்மானங்கள், ஐக்கிய நாடுகள் பாதுகாப்புச் சபைத் தீர்மானங்கள் என அறியப்படுகின்றன.

பாதுகாப்புச் சபையின் உறுப்பினர்களாகப் 15 நாடுகள் உள்ளன. இவற்றுள் சீனா, பிரான்சு, உருசியா, பிரிட்டன், அமெரிக்கா ஆகிய ஐந்தும் நிரந்தர உறுப்பு நாடுகள். ஏனைய 10ம் தற்காலிக உறுப்பினர். 10 தற்காலிக உறுப்பு நாடுகளின் பதவிக்காலம் இரண்டு ஆண்டுகள் மட்டுமே. இவ்வுறுப்பினர், பிரதேச அடிப்படையில் பொதுச் சபையில் இடம்பெறும் வாக்கெடுப்பு மூலம் தெரிவு செய்யப்படுகின்றனர். பாதுகாப்புச் சபையின் தலைமைப் பதவி ஒவ்வொரு மாதமும் பெயர் அடிப்படையிலான ஆங்கில அகர வரிசைப்படி சுழற்சி முறையில் சபையின் உறுப்பு நாடுகளுக்கு வழங்கப்படுகின்றது. நடைமுறை சார்ந்த தீர்மானங்களைத் தவிர்த்துத் தமக்கு ஏற்பு இல்லாத தனித் தீர்மானங்களை நிறைவேற்ற விடாமல் தடுக்கக்கூடிய தடுப்பு அதிகாரம் (வீட்டோ) நிரந்தர உறுப்பு நாடுகளுக்கு உண்டு. ஆனாலும், இத்தீர்மானங்கள் குறித்த விவாதங்களைத் தடுக்கும் அதிகாரம் கிடையாது. ஐ நா. பாதுகாப்பு சபையின் நிரந்தரமில்லாத உறுப்பினராக 8 வது முறையாக இந்தியா தேர்வாகியுள்ளது. 2021-ஆம் ஆண்டு ஜனவரி ஒன்றாம் தேதி முதல் 2 ஆண்டுகளுக்கு இந்தியா இப்பொறுப்பில் நீடிக்கும்.

ஐக்கிய நாடுகள் பொருளாதார மற்றும் சமூக சபை (ECOSOC)

இது ஐக்கிய நாடுகள் முறைமையின் ஆறு முதன்மை உறுப்புகளில் ஒன்றாகும். ஐநாவின் 14 சிறப்பு முகமைகள், செயலாக்க ஆணயங்கள் மற்றும் அதன் ஐந்து மண்டல அணையங்களின் பொருளாதார சமூக மற்றும் தொடர்பான விஷயங்களை ஒருங்கிணைக்கும் பொறுப்புடைய அமைப்பாகும். இந்த சபையில் 54 நாடுகள் உறுப்பினர்களாக உள்ளனர். ஆண்டுக்கு ஒருமுறை சூலையில், நான்கு வாரங்கள் கூடுகிறது. உலக பொருளாதார மற்றும் சமூக பிரச்சினைகளை விவாதித்து உறுப்பு நாடுகளுக்கும், ஐநா அமைப்பிலுள்ள முகமைகளுக்கும் ஒர் செயலாக்கத் திட்டத்தை வகுப்பது இதன் நோக்கமாகும். 1998 முதல் ஏப்ரல் மாதத்தில் உலக வங்கி மற்றும் ஐஎம்எஃப் ஆகிய முக்கியக் குழுக்களின் தலைமையேற்கும் நிதி அமைச்சர்கள் இங்கு கூடுகிறார்கள்.

ஐக்கிய நாடுகள் பொறுப்பாட்சி மன்றம் (Trusteeship Council)

ஐக்கிய நாடுகள் முறைமையின் ஐந்து அங்கங்களில் ஒன்றான ஐக்கிய நாடுகள் பொறுப்பாட்சி மன்றம் (United Nations Trusteeship Council) ஐக்கிய நாடுகளின் பொறுப்பில் விடப்பட்ட நாடு/ பகுதிகளை பன்னாட்டு அமைதி மற்றும் பாதுக்காப்பினையும் அப்பகுதி மக்களின் நலனையும் கருத்தில் கொண்டும் நிர்வகிக்க ஏற்படுத்தப்பட்டது. பொறுப்பாட்சிப் பகுதிகள் பெரும்பாலன முன்னாள் உலக நாடுகள் சங்கப் பொறுப்பில் இருந்தவை அல்லது இரண்டாம் உலகப் போருக்குப் பிறகு தோற்கடிக்கப்பட்ட நாடுகளாகும். இவற்றில் சில தற்போது விடுதலை பெற்றன அல்லது தன்னாட்சி அடைந்து விட்டன. ஒரு சில அடுத்துள்ள நாடுகளுடன் இணைந்து கொண்டன. கடைசியாக பசிபிக் பெருங்கடல் பகுதியில் ஐநா பொறுப்பாட்சியில் இருந்த பலாவு தன்னாட்சி பெற்று 1994ஆம் ஆண்டு ஐநாவின் உறுப்பினர் நாடாக இணைந்தது.

ஐக்கிய நாடுகள் செயலகம் (United Nations Secretariat)

ஐக்கிய நாடுகள் செயலகம் முறைமையின் ஐந்து அங்கங்களில் ஒன்றாகும். உலகளவில் பன்னாட்டு குடிமை ஊழியர்கள் துணையுடன் இதன் தலைமைப் பொறுப்பில் ஐநா பொதுச்செயலாளர் உள்ளார். இது ஐக்கிய நாடுகளின் பல்வேறு அமைப்புகளின் கூட்டங்களுக்கு வேண்டிய ஆய்வுகள், தகவல்கள் மற்றும் வசதிகளை ஒருங்கிணைத்துத் தருகிறது. மேலும் ஐக்கிய நாடுகள் பாதுகாப்பு அவை, ஐக்கிய நாடுகள் பொதுச் சபை, ஐக்கிய நாடுகள் பொருளாதார மற்றும் சமூக சபை மற்றும் பிற அமைப்புகள் இடுகின்ற பணிகளை நிறைவேற்றுகிறது. ஐக்கிய நாடுகள் பட்டயத்தின்படி இதில் பணி புரியும் ஊழியர்கள் "செயற்திறன், திறமை மற்றும் நேர்மையில் மிகுந்த தரமுடையவர்களையே" புவியின் பரந்தளவில் தேர்ந்தெடுக்கப்பட வேண்டும் என வலியுறுத்துகிறது. ஐக்கிய நாடுகள் செயலகம் ஒவ்வொரு துறைக்கும் அல்லது அலுவலகத்திற்கும் தனித்தனியான நடவடிக்கை மற்றும் பொறுப்பைக் கொண்டு, துறைவாரியாக ஒழுங்கமைக்கப்பட்டுள்ளது. ஐ. நா. வின் வேலைத் திட்டத்தில் ஒருங்கிணைப்பை உறுதி செய்வதற்காக அலுவலகங்கள் மற்றும் துறைகள் ஒன்றுடன் ஒன்று ஒருங்கிணைக்கின்றன. ஐநா செயலகத்தின் பெரும்பகுதி அமெரிக்காவின் நியூயார்க் நகரில் அமைந்துள்ளது. ஐக்கிய நாடு அதன் தலைமையகத்திற்கு வெளியே மூன்று முக்கிய அலுவலகங்கள் மற்றும் ஐந்து பிராந்திய பொருளாதார ஆணையங்களையும் கொண்டுள்ளது.

அனைத்துலக நீதிமன்றம்

அனைத்துலக நீதிமன்றம் அல்லது தேசம்கடந்த நீதிமன்றம் (International Court of Justice) என்பது, ஐ. நா சபையின் நீதித்துறை சார்ந்த முதன்மை அமைப்பு ஆகும். இது நெதர்லாந்து நாட்டின் தலைநகரான ஹேக்கில் தலைமையகத்தைக் கொண்டுள்ளது. அனைத்துலகச் சட்டங்கள் தொடர்பான தனியார் ஆய்வு

மையமான, ஹேக் அனைத்துலகச் சட்ட அக்காடமி என்னும் நிறுவனத்துடன் அமைதி மாளிகை (Peace Palace) என அழைக்கப்படும் கட்டிடத்தை அனைத்துலக நீதிமன்றம் பகிர்ந்து கொண்டுள்ளது. இந்த நீதிமன்றத்தின் பல நீதிபதிகள் ஹேக் அனைத்துலகச் சட்ட அக்கடமியுடன் தொடர்பு உள்ளவர்களாக உள்ளனர்.

ஐக்கிய நாடுகள் அவையின் பட்டயத்தின்படி 1945 ஆம் ஆண்டில் நிறுவப்பட்ட இந்நீதிமன்றம் 1946 ஆம் ஆண்டில் இயங்கத் தொடங்கியது. இது முன்னர் இயங்கிவந்த நிரந்தர அனைத்துலக நீதிமன்றம் (Permanent Court of International Justice) என்பதற்கு பதிலாகச் செயல்பட்டது. அனைத்துலகக் குற்றவியல் நீதிமன்றம் என்பதும் அனைத்துலக அளவிலான நீதி வழங்குதலுடன் தொடர்புடையதாக இருப்பினும் அதுவும், அனைத்துலக நீதிமன்றமும் ஒன்றல்ல.

ஐநா உறுப்பு நாடுகளால் முன்வைக்கப்படும் சட்டத் தகராறுகளைத் தீர்த்து வைப்பதும், முறையான அதிகாரம் பெற்ற அனைத்துலக அமைப்புக்கள், ஐக்கிய நாடுகள் பொதுச்சபை ஆகியவை முன்வைக்கும் சட்டம் தொடர்பான கேள்விகள் குறித்து ஆலோசனை வழங்குவதும் இந்த நீதிமன்றத்தின் முக்கிய பணிகளாகும். இதன் வரலாற்றில் மிகக் குறைந்த வழக்குகளையே கையாண்டுள்ளது எனினும், 1980 களுக்குப் பின்னர் இந்நீதிமன்றத்தைப் பயன்படுத்திக் கொள்வதில், வளர்ந்துவரும் நாடுகள் மத்தியில், ஆர்வம் காணப்படுகின்றது. ஐக்கிய நாடுகள் அவைப் பட்டயத்தின் 14 ஆம் பிரிவு, உலக நீதிமன்றத்தின் தீர்ப்புக்களை நிறைவேற்றுவதற்குப் பொதுச்சபைக்கு அதிகாரம் அளித்துள்ளது. எனினும் இது சபையின் நிரந்தர உறுப்பு நாடுகளின் தடுப்பு வாக்குரிமைக்கு உட்பட்டது ஆகும்.

இதில் பதினைந்து நீதிபதிகள் பதவி வகிப்பர். ஒவ்வொருவருக்குமான காலம் ஒன்பது ஆண்டுகள். ஐக்கிய

நாடுகள் சபையின் பொதுக் குழுவும், பாதுகாப்புக் குழுவும் இணைந்து இவர்களை தேர்ந்தெடுக்கின்றன. மூன்றாண்டுகளுக்கு ஒருமுறை ஐந்து நீதிபதிகள் என்ற அளவில் தேர்தல் நடைபெறும். பதவியில் இருக்கும்போதே ஒருவர் இறப்பார் எனில், அவருக்கு மாற்றாக வேறொருவர் தேர்ந்தெடுக்கப்படுவார். ஒரே நாட்டில் ஒன்றுக்கு மேற்பட்ட நீதிபதிகளை தேர்வு செய்யக் கூடாது. இந்த அமைப்பு தொடங்கியதில் இருந்து இன்றுவரை, பாதுகாப்பு குழுவில் உள்ள நாடுகள் தங்கள் நாட்டைச் சேர்ந்த நீதிபதிகளை நியமித்துக் கொண்டிருக்கின்றன. சீனா மட்டும் சில ஆண்டுகாலத்திற்கு தன் நாட்டு நீதிபதியை இந்த குழுவில் கொண்டிருக்கவில்லை.

ப்ரிட்டைன், அமெரிக்கா, பிரான்சு, ரஷ்யா உள்ளிட்ட நாடுகள் அனைத்து தடவையும், தங்கள் நாட்டு நீதிபதிகளை அனைத்துலக நீதிமன்றத்தில் நியமித்திருந்தன. புவிப்பிரிவு அடிப்படையில் நீதிபதிகளின் நியமனம் இருக்கும். என்றாலும், சட்டப்பூர்வமாக இதற்கு விதி எதுவுமில்லை. இந்த அமைப்பின் சட்டத்தின்படி, நாட்டின் அடிப்படையில் அல்லாமல், உயர்ந்த குணங்களின் அடிப்படையில் நீதிபதிகள் தேர்ந்தெடுக்கப்பட வேண்டும் என்று கூறுகிறது. இதில் பதவியில் உள்ல நீதிபதிகள் பிற இடங்களில் பணியாற்றக் கூடாது என்பது விதி. நீதிபதி ஒருவரை நீக்க நீதிமன்றத்தின் பெரும்பான்மையினரது வாக்குகள் தேவை. வழக்கின் நிலையைப் பொருத்து, தற்காலிகமாக நீதிபதிகள் இணைந்து கொள்ளலாம். அதிகபட்சமாக, ஒரு வழக்கிற்கு பதினேழு நீதிபதிகள் தீர்ப்பு வழங்க முடியும். நீதிபதிகளின் தீர்ப்புகள் ஒரே மாதிரியோ, வேறுபட்டோ இருக்கலாம். வேறுபட்டு இருந்தால், அதிகம் பேரின் கருத்துக்கு ஏற்ப முடிவெடுக்கப்படும். சம அளவில் வேறுபட்ட கருத்துகள் இருந்தால், தலைவரின் முடிவே இறுதியானது.

ஜனா சபையின் சட்டத்தின் 93வது பட்டயத்தின்படி, அதன் உறுப்பினர்கள் அனைவரும் இந்த நீதிமன்றத்தின் உறுப்பினர்களாக சேர்க்கப்படுவர். ஜனா சபையில் இல்லாத

நாடுகளும் இதன் உறுப்பினர்களாக சேர விண்ணப்பிக்கலாம். சுவிட்சர்லாந்தும், நவுருவும் ஐநா சபையில் இல்லாத போதே இதன் உறுப்பினராகச் சேர்ந்தன என்பது குறிப்பிடத்தக்கது.

ஐநா சபையில் 1976 முதல் இந்தியா செயல்பாடுகள் இருந்துகொண்டே வந்தது. ஆனால் ஜனவரி 2011 முதல் ஜனவரி 2013 வரை, ஐநா பாதுகாப்பு கவுன்சிலில் இந்தியா நிரந்தரமற்ற உறுப்பினராக இருந்தது. இந்தியாவின் வெளியுறவுக் கொள்கையின் அறிஞரான ரெஜவுல் கரீம் லஸ்கரின் கூற்றுப்படி, ஜனவரி 2011 முதல் ஜனவரி 2013 வரை நிரந்தரமற்ற உறுப்பினராக, சர்வதேச அமைதி மற்றும் பாதுகாப்பையும் இந்தியாவின் சொந்த தேசத்தையும் மேம்படுத்தும் நோக்கில் முக்கியமான சர்வதேச பிரச்சினைகளில் இந்தியா முக்கிய பங்கு வகித்தது. ஜனவரி 2021 முதல், இந்தியா 8வது முறையாக ஐநா பாதுகாப்பு கவுன்சிலில் நிரந்தரமற்ற உறுப்பினராக ஆனது. இந்தியாவின் பதவிக்காலம் 2021 மற்றும் 2022 வரை நீடித்திருந்தது. இந்தியா ஆகஸ்ட் 2021 ல் பாதுகாப்பு கவுன்சிலின் தலைவரானார் மற்றும் டிசம்பர் 2022 ல் மீண்டும் பதவியை வகித்தது. கடல் பாதுகாப்பு, அமைதி காத்தல் போன்ற பிரச்சினைகளில் கவனம் செலுத்துவதை இந்தியா நோக்கமாகக் கொண்டுள்ளது. பாதுகாப்பு கவுன்சிலில் ஜி4 உறுப்பினராக இந்தியா நிரந்தர இடத்தைப் பெற முயல்கிறது.

பல உலகளாவிய பிரச்சினைகளில் இந்தியாவின் நிலைப்பாடு எதிர்ப்பாக இருந்தபோதிலும், ஐ. நா. வின் அடிப்படைக் கட்டமைப்பின் மீதான இந்தியாவின் அணுகுமுறை அடிப்படையில் பழமைவாதமாக இருந்தது. ஐ. நா. வில் அமைப்பு மற்றும் அதிகாரப் பகிர்வை, இந்திய இறையாண்மைக்கான உத்தரவாதமாகவும், அமெரிக்கா மற்றும் அதன் மேற்கத்திய கூட்டணியின் எண்ணிக்கை மேன்மைக்கான காசோலையாகவும் ஏற்றுக்கொண்டது. பெரும் வல்லரசுகளுக்கான பாதுகாப்பு கவுன்சில் வீட்டோவிற்கான சாசன விதிகளை இந்தியா ஆதரித்தது. இந்தியாவின் நடைமுறைப் பழமைவாதமானது தேசிய இறையாண்மைக்கான அதன் அர்ப்பணிப்பு மற்றும்

இந்திய நலன்களைப் பாதுகாப்பதற்கான அதன் விருப்பம் ஆகிய இரண்டின் அடிப்படையிலும் அமைந்தது. ஐ. நாவுடனான அதன் அனுபவம் எப்போதும் நேர்மறையானதாக இருக்கவில்லை. சுதந்திரத்திற்குப் பிறகு ஆரம்ப ஆண்டுகளில் இந்திய துணைக் கண்டத்தை இந்தியாவிற்கும் பாகிஸ்தானுக்கும் இடையில் பிரித்ததில் இருந்து வந்த பல்வேறு பிரச்சனைகள். ஐ. நா. இந்தப் பிரச்சினைகளில் சர்ச்சைக்குரிய சமஸ்தானங்களான ஜூனாகத், ஹைதராபாத் மற்றும் காஷ்மீர் ஆகியவை இறுதியில் இராணுவப் பலத்தைப் பயன்படுத்தி இந்திய யூனியனுடன் இணைக்கப்பட்டன.

இந்தியா எப்போதுமே உலகளாவிய சூழலில் பன்முகத்தன்மைக்கு மிகவும் வலுவான பிரதிநிதியாக இருந்து வருகிறது. மேலும் அனைத்து நாடுகளுடனும் சிறந்த உறவுகளைக் கொண்ட ஒரு குறிப்பிடத்தக்க மற்றும் ஆக்கபூர்வமான பாத்திரத்தை வகிக்க முயற்சிக்கிறது. UNSC(United Nations Security Council) யல் இந்தியா தனது தற்போதைய பதவிக் காலத்தில், அதன் முன்னுரிமைகள், குறிப்பாக கடல்சார் பாதுகாப்பு, UN அமைதி காத்தல், அமைதி காக்கும் படையினரின் பாதுகாப்பு மற்றும் அதன் அனைத்து வடிவங்களிலும் பயங்கரவாதத்தை எதிர்த்துப் போராடுதல் ஆகியவற்றில் கவுன்சிலின் கவனத்தை புதுப்பித்துள்ளது.

சர்வதேச அமைதி மற்றும் பாதுகாப்பைப் பேணுவதற்கான முதன்மைப் பொறுப்பை UNSC கொண்டுள்ளது. ஆனால், கடந்த சில ஆண்டுகளில், ஆயுத மோதலில் பாதிக்கப்பட்டவர்களுக்கு அல்லது அதுபோன்ற பிற சூழ்நிலைகளில் ஏற்படும் பேரழிவு விளைவுகளைப் பொருட்படுத்தாமல், நிரந்தர ஐந்து உறுப்பினர்களிடம் உள்ள வீட்டோ அதிகாரங்கள் தங்கள் சொந்த புவிசார் அரசியல் நலன்களுக்காகப் பயன்படுத்தப்படுகின்றன. ஐநா சீர்திருத்தங்களுக்கு அப்பால், உலக சுகாதார அமைப்பு (WHO), மற்றும் உலக வர்த்தக அமைப்பு போன்ற பலதரப்பு நிறுவனங்களில் இந்தியாவும் சீர்திருத்தங்களைக் கொண்டுள்ளது, ஏனெனில் உலகளாவிய பிரச்சினைகள் ஒன்றோடொன்று

இணைக்கப்பட்டுள்ளன. எடுத்துக்காட்டாக, நிரந்தர UNSC உறுப்பினரான சீனாவின் கடுமையான எதிர்ப்பின் காரணமாக கோவிட் தொற்றுநோய்களின் போது WHOவால் சரியான நேரத்தில் செயல்பட முடியவில்லை.

மாற்றப்பட்ட புவிசார் அரசியல் ஒழுங்குடன் தற்போதைய மனிதாபிமான மற்றும் பொருளாதார இழப்புகளின் பல்வேறு வகையான சவால்களை ஐக்கிய நாடுகள் சபை எதிர்கொள்கிறது. பலதரப்பு அமைப்பாக அதன் செயல்திறன் மற்றும் நம்பகத்தன்மையை வலுப்படுத்த, சரியான நேரத்தில் மற்றும் பொருத்தமான சீர்திருத்தங்களுடன் ஐ. நா மிகவும் பதிலளிக்க வேண்டும். இந்தியா தனது இராஜதந்திர மூலதனத்தை ஐ. நா. வில் பாதுகாத்து, உள்நாட்டு திறனை வளர்ப்பதற்கும், ஐ. நா. செயல்படும் விதத்தில் செல்வாக்கு செலுத்துவதற்கும் பயன்படுத்தவேண்டும். மேலும் இந்த சீர்திருத்தங்களுடனோ அல்லது இல்லாமலோ ஐ. நா. வில் இந்தியா விரும்பும் செல்வாக்கை செலுத்த அனுமதிக்கும்.

இயல்–பத்து

இந்தியா மற்றும் பிராந்திய அமைப்புகள்

முன்னுரை

பிராந்திய அமைப்புகள் அடிப்படையில் ஒரு குறிப்பிட்ட பகுதியில் உள்ள நாடுகளை இணைத்து பரஸ்பரம் பொருளாதார வளர்ச்சியையும் இன்ன பிற தொழிற்நுட்ப முன்னேற்றத்தையும் பகிர்ந்து வளர்ச்சி அடைய கூடிய நோக்கத்தை உடையதாகும். ஐரோப்பா யூனியன் போன்ற அமைப்புகள் சிறிய அளவில் இருந்து மாபெரும் வளர்ச்சியை முன்னெடுத்தது. அங்கே உள்ள நாடுகள் பெரும்பாலும் ஒன்றினைந்து ஒரே நாணயத்தை பொருளாதார பரிமாற்றத்திற்கு உபயோகித்தது மாபெரும் சாதனையாகும். இது போல பல அமைப்புகள் உலகத்தில் உள்ளன. அமெரிக்க நாடுகள் அமைப்பு, ஆப்ரிக்க ஒன்றிய அமைப்பு, அரபு நாடுகள் கூட்டமைப்பு, ஆசியான், சார்க், குவாட் போன்ற எண்ணற்ற அமைப்புகள் உலகில் இயங்கி வருகின்றன. இவற்றுள் சில முக்கிய அமைப்புகளை இப்பகுதியில் பார்ப்போம்.

தெற்காசிய நாடுகளின் பிராந்தியக் கூட்டமைப்பு (சார்க்)

தெற்காசிய நாடுகளின் பிராந்தியக் கூட்டமைப்பு என்பது தெற்காசிய நாடுகளுக்கிடையேயான நல்லுறவு, பிராந்திய ஒத்துழைப்பு ஆகியவற்றை ஏற்படுத்தும் ஓர் அமைப்பு ஆகும். தெற்காசியாவின் 8 நாடுகள் இவ்வமைப்பில் முழுமையான அங்கத்துவ நாடுகளாக உள்ளன. இவ்வமைப்பு டிசம்பர் 8, 1985 ம் ஆண்டில் இந்தியா, பாகிஸ்தான், ஆப்கானிஸ்தான், பங்களாதேஷ்,

இலங்கை, நேபாளம், மாலத்தீவு மற்றும் பூட்டான் ஆகிய நாடுகளினால் உருவாக்கப்பட்டது. ஏப்ரல் 2007 ல் இடம்பெற்ற இவ்வமைப்பின் 14வது உச்சி மாநாட்டில் ஆப்கானிஸ்தான் இதன் 8வது உறுப்பு நாடாக சேர்த்துக்கொள்ளப்பட்டது. பிராந்திய ஒத்துழைப்புக்கான தெற்காசிய சங்கம் (SAARC) என்பது தெற்காசியாவில் உள்ள பிராந்திய அரசுகளுக்கிடையேயான அமைப்பு மற்றும் நாடுகளின் புவிசார் அரசியல் ஒன்றியமாகும். 2021 ம் ஆண்டு நிலவரப்படி, சார்க் உலகின் நிலப்பரப்பில் 3%, உலக மக்கள்தொகையில் 21% மற்றும் உலகப் பொருளாதாரத்தில் 5.21% ஆகியவற்றைக் கொண்டுள்ளது.

சார்க் 8 டிசம்பர் 1985 அன்று டாக்காவில் நிறுவப்பட்டது. இதன் செயலகம் நேபாளத்தின் காத்மாண்டுவில் அமைந்துள்ளது. இந்த அமைப்பு பொருளாதார வளர்ச்சி மற்றும் பிராந்திய ஒருங்கிணைப்பை ஊக்குவிக்கிறது. இது தெற்காசிய சுதந்திர வர்த்தகப் பகுதியை 2006 ல் துவக்கியது. சார்க் ஒரு பார்வையாளராக ஐக்கிய நாடுகள் சபையில் நிரந்தர இராஜதந்திர உறவுகளை பராமரிக்கிறது மற்றும் ஐரோப்பிய ஒன்றியம் உட்பட பலதரப்பு நிறுவனங்களுடன் தொடர்புகளை உருவாக்கியுள்ளது.

தெற்காசிய நாடுகளுக்கிடையிலான ஒத்துழைப்பை பற்றி மூன்று மாநாடுகளில் விவாதிக்கப்பட்டது. அவையே ஏப்ரல் 1947 ல் புது தில்லியில் நடைபெற்ற ஆசிய உறவுகள் மாநாடு, மே 1950 ல் பிலிப்பைன்ஸில் பகியோ(Baguio) மாநாடு மற்றும் ஏப்ரல் 1954 ல் இலங்கையில் நடைபெற்ற கொழும்பு அதிகாரங்கள் மாநாடு ஆகும்.

1970களின் இறுதி ஆண்டுகளில், பங்களாதேஷ், பூட்டான், இந்தியா, மாலத்தீவு, நேபாளம், பாகிஸ்தான் மற்றும் இலங்கை ஆகிய ஏழு உள் தெற்காசிய நாடுகள், வர்த்தகத் தொகுதியை உருவாக்குவதற்கும், மக்களுக்கு ஒரு தளத்தை வழங்குவதற்கும் ஒப்புக்கொண்டன. தெற்காசியா நட்பு, நம்பிக்கை மற்றும்

புரிந்துணர்வின் உணர்வுடன் இணைந்து செயல்படும் என ஜனாதிபதி ஜியாவுர் ரஹ்மான் தெற்காசிய நாடுகளின் தலைவர்களுக்கு உத்தியோகபூர்வ கடிதங்களை அனுப்பினார். பிராந்தியத்தின் எதிர்காலத்திற்கான தனது பார்வை மற்றும் ஒத்துழைப்புக்கான கட்டாய வாதங்களை முன்வைத்தார். 1977 டிசம்பரில் இந்தியாவுக்கு விஜயம் செய்தபோது, இந்தியப் பிரதமர் மொரார்ஜி தேசாய் உடன் பிராந்திய ஒத்துழைப்புப் பிரச்சினை குறித்து ரஹ்மான் விவாதித்தார். 1977 ல் காத்மாண்டுவில் கூடிய கொழும்பு திட்ட ஆலோசனைக் குழுவின் தொடக்க உரையில், நேபாள மன்னர் பிரேந்திரா, தெற்காசிய நாடுகளுக்கு இடையே நதி நீரைப் பகிர்ந்து கொள்வதில் நெருக்கமான பிராந்திய ஒத்துழைப்புக்கான அழைப்பு விடுத்தார்.

ஆப்கானிஸ்தானில் சோவியத் ஒன்றியத்தின் தலையீட்டிற்குப் பிறகு, 1979 ம் ஆண்டில் தெற்காசியப் பாதுகாப்பு நிலைமையின் விரைவான சரிவுக்கு மத்தியில் தொழிற்சங்கத்தை நிறுவுவதற்கான முயற்சிகள் துரிதப்படுத்தப்பட்டன. ரஹ்மான் மற்றும் பிரேந்திராவின் மாநாட்டிற்கு பதிலளித்து, ஏழு நாடுகளின் வெளியுறவு அமைச்சகங்களின் அதிகாரிகள் முதல் முறையாக கொழும்பில் ஏப்ரல் 1981 ல் சந்தித்தனர். தெற்காசியாவின் பாதுகாப்பு விஷயங்களில் இந்தியாவின் அக்கறை இருந்தது, மேலும் ரஹ்மானின் பிராந்திய அமைப்புக்கான முன்மொழிவு புதிய சிறிய அண்டை நாடுகளுக்கு அனைத்து இருதரப்பு பிரச்சினைகளையும் மீண்டும் சர்வதேசமயமாக்குவதற்கும், இந்தியாவிற்கு எதிரான எதிர்ப்பை உருவாக்குவதற்கும் ஒருவரையொருவர் இணைப்பதற்கு வாய்ப்பளிக்கும் என்று அஞ்சியது. பாகிஸ்தானுக்கு எதிராக மற்ற தெற்காசிய நாடுகளை ஒருங்கிணைத்து, இந்தியப் பொருட்களுக்கான பிராந்திய சந்தையை உறுதிசெய்து, அதன் மூலம் பிராந்தியத்தில் இந்தியாவின் பொருளாதார மேலாதிக்கத்தை ஒருங்கிணைத்து மேலும் வலுப்படுத்துவது இந்திய உத்தியாக இருக்கலாம் என்று பாகிஸ்தான் கருதியது.

எவ்வாறாயினும், செப்டம்பர் 1979 முதல் 1980 வரை நியூயார்க்கில் உள்ள ஐ. நா. தலைமையகத்தில் தெற்காசிய ஐ. நா பிரதிநிதிகளுக்கு இடையே வங்காளதேசம் தலைமையிலான இராஜதந்திர ஆலோசனைகளுக்குப் பிறகு, வங்காளதேசம் வெளியுறவுச் செயலர்களிடையே விவாதத்திற்காக அறிக்கையின் வரைவைத் தயாரிக்கும் என்று ஒப்புக்கொள்ளப்பட்டது. தெற்காசிய நாடுகள் 1981 செப்டம்பரில் கொழும்பில் உள்ள ஏழு நாடுகளின் வெளியுறவு செயலாளர்கள் மீண்டும் ஒரு குழுவை கொழும்பில் நியமித்தனர்.

1983 ம் ஆண்டில், டாக்காவில் அதன் வெளியுறவு அமைச்சகம் நடத்திய சர்வதேச மாநாட்டில், ஏழு நாடுகளின் வெளியுறவு அமைச்சர்கள் தெற்காசிய சங்கத்தின் பிராந்திய ஒத்துழைப்பு (சார்க்) பிரகடனத்தை ஏற்றுக்கொண்டனர் மற்றும் ஆரம்பத்தில் ஒருங்கிணைக்கப்பட்ட செயல் திட்டத்தை முறையாகத் தொடங்கினர். அதாவது விவசாயம், கிராமப்புற வளர்ச்சி, தொலைத்தொடர்பு, வானிலை ஆய்வு, மற்றும் சுகாதாரம் மற்றும் மக்கள்தொகை நடவடிக்கைகள் ஆகியவை பிராந்திய ஒத்துழைப்புக்கான ஐந்து பரந்த பகுதிகளாக அறிவிக்கப்பட்டன.

முதல் சார்க் உச்சி மாநாடு 7-8 டிசம்பர் 1985 ல் டாக்காவில் நடைபெற்றது மற்றும் பங்களாதேஷ் ஜனாதிபதி ஹூசைன் எர்ஷாத் அவர்களால் நடத்தப்பட்டது. பிரகடனத்தில் பூட்டான் மன்னர் ஜிக்மே சிங்யே வாங்சுக், பாகிஸ்தான் அதிபர் ஜியா-உல்-ஹக், இந்தியப் பிரதமர் ராஜீவ் காந்தி, நேபாள மன்னர் பிரேந்திர ஷா, இலங்கையின் ஜனாதிபதி ஜே. ஆர். ஜெயவர்தன, மற்றும் மாலத்தீவு அதிபர் மௌமூன் கயூம் ஆகியோர் கையெழுத்திட்டனர்.

2005 ம் ஆண்டில், ஆப்கானிஸ்தான் சார்க் அமைப்பில் சேர்வதற்கான பேச்சுவார்த்தையை ஆரம்பித்தது மற்றும் அதே ஆண்டில் உறுப்பினராக முறைப்படி விண்ணப்பித்தது. ஆப்கானிஸ்தான் சார்க் உடன் இணைவது பற்றிய பிரச்சினை,

தெற்காசிய அடையாளத்தின் வரையறை பற்றிய கவலைகள் உட்பட ஒவ்வொரு உறுப்பு நாடுகளிலும் பெரும் விவாதத்தை உருவாக்கியது. ஏனெனில் ஆப்கானிஸ்தான் மத்திய ஆசிய நாடாகக் கருதப்பட்டது, அதே சமயம் அது மத்திய கிழக்கு நாடாக ஏற்றுக்கொள்ளப்படவில்லை. மத்திய ஆசிய நாடாக, அல்லது இந்திய துணைக் கண்டத்தின் ஒரு பகுதியாக, தெற்காசியாவின் ஒரு பகுதியாக மட்டுமே உள்ளது.

சார்க் உறுப்பு நாடுகள் ஆப்கானிஸ்தானுக்கு பொதுத் தேர்தலை நடத்த நிபந்தனை விதித்தன. 2005 ன் பிற்பகுதியில் கட்சி சார்பற்ற தேர்தல்கள் நடத்தப்பட்டன. ஆரம்ப தயக்கம் மற்றும் உள் விவாதங்கள் இருந்தபோதிலும், ஏப்ரல் 2007 ல் ஆப்கானிஸ்தான் சார்க்கின் எட்டாவது உறுப்பு நாடாக இணைந்தது.

கண்காணிப்பு நாடுகள் அல்லது பார்வையாளர் அந்தஸ்து கொண்ட நாடுகளான ஆஸ்திரேலியா, சீனா, ஐரோப்பிய ஒன்றியம், ஈரான், ஜப்பான், மொரீஷியஸ், மியான்மர், தென் கொரியா மற்றும் அமெரிக்கா ஆகியவை அடங்கும். சீனாவிற்க்கு 2007 ம் ஆண்டு பார்வையாளர் அந்தஸ்து விண்ணப்பம் பங்களாதேஷ், இலங்கை, மாலத்தீவுகள், நேபாளம் மற்றும் பாக்கிஸ்தான் ஆகியவற்றிலிருந்து வலுவான ஆதரவைப் பெற்றது. சார்க்கின் மற்ற தெற்காசிய உறுப்பினர்கள் சீனாவின் பார்வையாளர் அந்தஸ்தை ஆதரிக்க ஒப்புக்கொண்டனர்.

2 ஆகஸ்ட் 2006 அன்று, சார்க் நாடுகளின் வெளியுறவு அமைச்சர்கள் மூன்று விண்ணப்பதாரர்களுக்கு பார்வையாளர் அந்தஸ்து வழங்க கொள்கையளவில் ஒப்புக்கொண்டனர். அவையே அமெரிக்கா, தென் கொரியா, மற்றும் ஐரோப்பிய ஒன்றியம். மார்ச் 4, 2007 அன்று, ஈரான் பார்வையாளர் அந்தஸ்தைக் கோரியது, அதைத் தொடர்ந்து மொரீஷியஸும் விரைவில் வந்தது.

செயலகம்

நேபாளத்தின் காத்மாண்டுவில் உள்ள பிராந்திய ஒத்துழைப்புக்கான தெற்காசிய சங்கத்தின் செயலகம் சார்க் செயலகம் 16 ஜனவரி 1987 ல் காத்மாண்டுவில் நிறுவப்பட்டது மற்றும் நேபாளத்தின் மறைந்த மன்னர் பிரேந்திர பிர் பிக்ரம் ஷாவால் திறந்து வைக்கப்பட்டது. சார்க்கில் வேறு சில பிராந்திய அமைப்புகளைப் போல அதிகாரப்பூர்வ பாடலோ அல்லது கீதம் இல்லை. எசல வீரகோன் சார்க் அமைப்பின் தற்போதைய பொதுச் செயலாளர் ஆவார். சார்க்கிலும் சுமார் 18 அங்கீகரிக்கப்பட்ட அமைப்புகள் உள்ளன.

சிறப்பு அமைப்பு சார்க் உறுப்பு நாடுகளில் சார்க்கின் பின்வரும் சிறப்பு அமைப்புகளை உருவாக்கியுள்ளன. அவை பிராந்திய மையங்களிலிருந்து வேறுபட்ட சிறப்பு ஆணைகள் மற்றும் கட்டமைப்புகளைக் கொண்டுள்ளன. இந்த அமைப்புகள் அனைத்து உறுப்பு நாடுகளின் பிரதிநிதிகளைக் கொண்ட அந்தந்த ஆளும் வாரியங்களால் நிர்வகிக்கப்படுகின்றன. இந்த அமைப்புகளின் தலைவர்கள் ஆளும் குழுவின் உறுப்பினர் செயலாளராக செயல்படுகின்றனர், இது சார்க்கின் நிரலாக்கக் குழுவிற்கு அறிக்கை அளிக்கிறது. இந்த அமைப்புகளை

- ✓ சார்க் நடுவர் மன்றம் (SARCO)

- ✓ சார்க் மேம்பாட்டு நிதி (SDF)

- ✓ தெற்காசிய பல்கலைக்கழகம் (SAU)

- ✓ தெற்காசிய பிராந்திய தரநிலை அமைப்பு (SARSO)

பிராந்திய மையங்கள்

பிராந்திய ஒத்துழைப்பை மேம்படுத்துவதற்காக உறுப்பு நாடுகளில் நிறுவப்பட்ட பின்வரும் பிராந்திய மையங்களால் சார்க் செயலகம் ஆதரிக்கப்படுகிறது. இந்த மையங்கள் அனைத்து

உறுப்பு நாடுகளின் பிரதிநிதிகள், சார்க் பொதுச்செயலாளர் மற்றும் புரவலன் அரசாங்கத்தின் வெளியுறவு அமைச்சகம் ஆகியவற்றின் பிரதிநிதிகளை உள்ளடக்கிய ஆளும் வாரியங்களால் நிர்வகிக்கப்படுகின்றன. மையத்தின் இயக்குநர், நிரலாக்கக் குழுவுக்கு அறிக்கை அளிக்கும் ஆளும் குழுவின் உறுப்பினர் செயலாளராகச் செயல்படுகிறார். 31 டிசம்பர் 2015க்குப் பிறகு, 6 மண்டல பிராந்திய மையங்கள் ஒருமித்த முடிவால் நிறுத்தப்பட்டன. இவை SMRC, SFC, SDC, SCZMC, SIC, SHRDC என்று அழைக்கப்படும். ஆனால் இன்றும் தொடர்ந்து சில மண்டல மையங்கள் இயங்கி வருகின்றன. அவையே,

- ✓ சார்க் விவசாய மையம் (SAC)

- ✓ சார்க் வானிலை ஆய்வு மையம் (SMRC)

- ✓ சார்க் வனவியல் மையம் (SFC)

- ✓ சார்க் ஆவண மையம் (SDC)

- ✓ சார்க் பேரிடர் மேலாண்மை மையம் (SDMC)

- ✓ சார்க் கடலோர மண்டல மேலாண்மை மையம் (SCZMC)

- ✓ சார்க் தகவல் மையம் (SIC)

- ✓ சார்க் காசநோய் மற்றும் எச்ஐவி/எய்ட்ஸ் மையம் (STAC)

- ✓ சார்க் மனித வள மேம்பாட்டு மையம் (SHRDC)

- ✓ சார்க் எரிசக்தி மையம் (SEC)

- ✓ சார்க் கலாச்சார மையம் (SCC)

உச்சம் மற்றும் அங்கீகரிக்கப்பட்ட அமைப்புகள்

ஆறு உச்சநிலை அமைப்புகளைக் கொண்டுள்ளது. அவை,

- ✓ சார்க் வர்த்தகம் மற்றும் தொழில்துறை (SCCI),

- ✓ சட்டத்தில் பிராந்திய ஒத்துழைப்புக்கான தெற்காசிய சங்கம் (SAARCLAW)

- ✓ தெற்காசிய கணக்காளர் கூட்டமைப்பு (SAFA),

- ✓ தெற்காசியா அறக்கட்டளை (SAF),

- ✓ குழந்தைகளுக்கு எதிரான வன்முறையை முடிவுக்குக் கொண்டுவருவதற்கான தெற்காசிய முன்முயற்சி (SAIEVAC),

- ✓ சார்க் எழுத்தாளர்கள் மற்றும் இலக்கியத்தின் அடித்தளம் (FOSWAL)

சார்க் பேரிடர் மேலாண்மை மையம்

தெற்காசிய பிராந்திய ஒத்துழைப்பு சங்கம் (SAARC) பேரிடர் மேலாண்மை மையம் (SDMC-IU) குஜராத் இன்ஸ்டிடியூட் ஆப் பேரிடர் மேலாண்மை (ஜிஐடிஎம்) வளாகத்தில், குஜராத் பகுதியில், இந்தியாவில் அமைக்கப்பட்டுள்ளது. எட்டு உறுப்பு நாடுகள், அதாவது, ஆப்கானிஸ்தான், பங்களாதேஷ், பூட்டான், இந்தியா, மாலத்தீவுகள், நேபாளம், பாகிஸ்தான் மற்றும் இலங்கை ஆகிய நாடுகளுக்கு SDMC-IU சேவை வழங்கும் என எதிர்பார்க்கப்படுகிறது. சார்க் பிராந்தியத்தில் பேரிடர் அபாயத்தை முழுமையாக நிர்வகிப்பதற்கான கொள்கை ஆலோசனை, அமைப்பு மேம்பாட்டிற்கான தொழில்நுட்ப ஆதரவு, திறன் மேம்பாட்டு சேவைகள் மற்றும் பயிற்சிகளை வழங்குவதன் மூலம் உறுப்பு நாடுகளுக்கு சேவை செய்யும் பொறுப்பு இது ஒப்படைக்கப்பட்டுள்ளது. பேரிடர் அபாயத்தை திறம்பட நிர்வகிப்பதற்கான தகவல் மற்றும் நிபுணத்துவம் பரிமாற்றத்திற்கும் இந்த மையம் உதவுகிறது.

அரசியல் பிரச்சினைகள்

தெற்காசியாவில் நீடித்த அமைதியும் செழுமையும், பிராந்தியத்தில் நடந்து வரும் பல்வேறு மோதல்களால் மழுப்பலாக உள்ளது.

அரசியல் உரையாடல் பெரும்பாலும் சார்க் கூட்டங்களின் இருதியில் நடத்தப்படுகிறது, அவை அதன் உறுப்பு நாடுகளின் உள் விவகாரங்களில் தலையிடுவதைத் தவிர்த்துவிட்டன. 12வது மற்றும் 13வது சார்க் உச்சிமாநாட்டின் போது, பயங்கரவாதத்தை எதிர்த்துப் போராட சார்க் உறுப்பினர்களுக்கு இடையே அதிக ஒத்துழைப்பு கொடுக்கப்பட்டது.

பாகிஸ்தானில் நடைபெறவிருந்த 19வது சார்க் உச்சி மாநாடு, உரியில் உள்ள ராணுவ முகாம் மீது பயங்கரவாதத் தாக்குதல் நடத்தியதால், இந்தியா, வங்கதேசம், பூடான் மற்றும் ஆப்கானிஸ்தான் ஆகிய நாடுகள் அதை புறக்கணிக்க முடிவு செய்ததால், ரத்து செய்யப்பட்டது. நான்கு நாடுகள் சார்க் உச்சிமாநாட்டை புறக்கணித்தது இதுவே முதல்முறையாகும்.

தெற்காசிய சுதந்திர வர்த்தக பகுதி (SAFTA)

SAFTA னது தெற்காசிய சுதந்திர வர்த்தகப் பகுதிக்கு (SAFTA) மாறுவதற்கான முதல் படியாகக் கருதப்பட்டது. பின்னர் சுங்க ஒன்றியம், பொதுச் சந்தை மற்றும் பொருளாதார ஒன்றியத்தை நோக்கிச் சென்றன. 1995 ம் ஆண்டில், அமைச்சர்கள் குழுவின் பதினாறாவது அமர்வு புது தில்லி, டிசம்பர் 1995ல் நடைபெற்று, SAFTAஐ நடைமுறைப்படுத்த பாடுபட வேண்டியதன் அவசியத்தை ஒப்புக்கொண்டது,

இதற்காக 1996 ல் அரசுகளுக்கிடையேயான நிபுணர் குழு (IGEG) அமைக்கப்பட்டது. தடையற்ற வர்த்தகப் பகுதிக்கு முன்னேறத் தேவையான நடவடிக்கைகளை அடையாளம் காண, பத்தாவது சார்க் உச்சி மாநாடு கொழும்பு, 29-31 ஜூலை 1998ல் பிராந்தியத்திற்குள் வளர்ச்சியில் உள்ள சமச்சீரற்ற தன்மையைக் கருத்தில் கொண்டு, பிராந்தியத்திற்குள் ஒரு தடையற்ற வர்த்தகப் பகுதியை உருவாக்குவதற்கான ஒரு விரிவான ஒப்பந்தக் கட்டமைப்பை உருவாக்க நிபுணர்கள் குழுவை (COE) அமைக்க முடிவு செய்தது.

SAFTA ஒப்பந்தம் 6 ஜனவரி 2004 அன்று பாகிஸ்தானின் இஸ்லாமாபாத்தில் நடைபெற்ற பன்னிரண்டாவது சார்க் உச்சிமாநாட்டின் போது கையெழுத்தானது. இந்த ஒப்பந்தம் ஜனவரி 1, 2006 ல் நடைமுறைக்கு வந்தது, மேலும் வர்த்தக தாராளமயமாக்கல் திட்டம் 1 ஜூலை 2006 முதல் தொடங்கியது. இந்த ஒப்பந்தத்தின் கீழ், சார்க் உறுப்பினர்கள் 2009 ம் ஆண்டுக்குள் தங்கள் கடமைகளை 20 சதவீதமாகக் குறைத்தார்கள். ஒப்பந்தம் நடைமுறைக்கு வந்ததைத் தொடர்ந்து, உறுப்பு நாடுகளின் வர்த்தக அமைச்சர்களை உள்ளடக்கிய SAFTA மந்திரி சபை (SMC) நிறுவப்பட்டது.

ஆனால் சார்க் நாடுகளுக்கிடையேயான வர்த்தகம் சார்க்கின் மொத்த உள்நாட்டு உற்பத்தியில் 1%க்கும் சற்று அதிகமாகவே உள்ளது. சார்க்கிற்கு மாறாக, ASEAN ல் பொருளாதாரத்தின் அளவின் அடிப்படையில் இது SAARC ஐ விட உண்மையில் சிறியது. SAARC பிராந்தியத்தில் உள்ள பிராந்தியங்களுக்கு இடையேயான வர்த்தகம், விவசாய ஏற்றுமதியை ஆண்டுக்கு $14 பில்லியன் வரை, தற்போதுள்ள $8 பில்லியனில் இருந்து $22 பில்லியனாக உயர்த்தும் திறனைக் கொண்டுள்ளது என்று ஆசிய வளர்ச்சி வங்கி மதிப்பிட்டுள்ளது. ஆசிய வளர்ச்சி வங்கியின் ஆய்வில், சார்க் நாடுகளுக்கு இடையேயான சராசரி ஆண்டுக்கு $22 பில்லியன் வர்த்தகத்திற்கு எதிராக, தெற்காசியாவின் உண்மையான வர்த்தகம் சுமார் $8 பில்லியன் மட்டுமே. உள்-பிராந்திய வர்த்தகத்திற்கான கைப்பற்றப்படாத சாத்தியம் ஆண்டுக்கு $14 பில்லியன் ஆகும்.

சார்க் விசா விலக்கு திட்டம்

சார்க் விசா விலக்கு திட்டம் 1992 ல் தொடங்கப்பட்டது. நான்காவது உச்சி மாநாட்டில் (இஸ்லாமாபாத், 29-31 டிசம்பர் 1988) தலைவர்கள், சார்க் நாடுகளிடையே மக்களிடையேயான தொடர்பின் முக்கியத்துவத்தை உணர்ந்து, குறிப்பிட்ட வகை உயரதிகாரிகளுக்கு உரிமை வழங்கப்பட வேண்டும்

என்று முடிவு செய்தனர். இந்த ஆவணம் பிராந்தியத்தில் உள்ள விசாக்களிலிருந்து அவர்களுக்கு விலக்கு அளிக்கும். உச்சிமாநாட்டின் வழிகாட்டுதலின்படி, அமைச்சர்கள் குழுவானது உரிமையுள்ள வகைகளின் பட்டியலை தொடர்ந்து மதிப்பாய்வு செய்து வந்தது.

தற்போது, இந்த பட்டியலில், உயரதிகாரிகள், உயர் நீதிமன்ற நீதிபதிகள், நாடாளுமன்ற உறுப்பினர்கள், மூத்த அதிகாரிகள், தொழில்முனைவோர், பத்திரிகையாளர்கள், விளையாட்டு வீரர்கள் என 24 வகையான தகுதியுள்ள நபர்கள் இடம்பெற்றுள்ளனர். விசா ஸ்டிக்கர்கள் அந்தந்த உறுப்பு நாடுகளால் குறிப்பிட்ட நாட்டின் உரிமையுள்ள வகைகளுக்கு வழங்கப்படுகின்றன. விசா ஸ்டிக்கரின் செல்லுபடியாகும் காலம் பொதுவாக ஒரு வருடம் ஆகும். சார்க் உறுப்பு நாடுகளின் குடிவரவு அதிகாரிகளால் அமலாக்கம் தொடர்ந்து மதிப்பாய்வு செய்யப்படுகிறது.

சார்க் அமைப்பின் பொதுச் செயலாளர்கள்

பிராந்திய ஒத்துழைப்புக்கான தெற்காசிய சங்கத்தின் பொதுச் செயலாளர் பெயர் மற்றும் நாடு

1. அபுல் அஹ்சன் பங்களாதேஷ் 16 ஜனவரி 1985 15 அக்டோபர் 1989

2. காந்த் கிஷோர் பார்கவா இந்தியா 17 அக்டோபர் 1989 31 டிசம்பர் 1991

3. இப்ராஹிம் ஹுசைன் ஜாக்கி மாலத்தீவுகள் 1 ஜனவரி 1992 31 டிசம்பர் 1993

4. யாதவ் காந்த் சில்வால் நேபாளம் 1 ஜனவரி 1994 31 டிசம்பர் 1995

5. நயீம் யு. ஹசன் பாகிஸ்தான் 1 ஜனவரி 1996 31 டிசம்பர் 1998

6. நிஹால் ரோட்ரிகோ இலங்கை 1 ஜனவரி 1999 10 ஜனவரி 2002

7. கே. ஏ. எம். ஏ. ரஹீம் பங்களாதேஷ் 11 ஜனவரி 2002 28 பிப்ரவரி 2005

8. செங்கியாப் டோர்ஜி பூட்டான் 1 மார்ச் 2005 29 பிப்ரவரி 2008

9. ஷீல் காந்த் சர்மா இந்தியா 1 மார்ச் 2008 28 பிப்ரவரி 2011

10. பாத்திமத் தியானா சயீத் மாலத்தீவுகள் 1 மார்ச் 2011 11 மார்ச் 2012

11. அகமது சலீம் மாலத்தீவுகள் 12 மார்ச் 2012 28 பிப்ரவரி 2014

12. அர்ஜுன் பகதூர் தாபா நேபாளம் 1 மார்ச் 2014 28 பிப்ரவரி 2017

13. அம்ஜத் ஹுசைன் பி. சியால் பாகிஸ்தான் 1 மார்ச் 2017 29 பிப்ரவரி 2020

14. எசல ருவன் வீரகோன் இலங்கை

SAARC உச்சிமாநாடு

மாநிலத் தலைவர்கள் அல்லது உறுப்பு நாடுகளின் அரசாங்கத்தின் கூட்டங்கள் சார்க்கின் கீழ் முடிவெடுக்கும் மிக உயர்ந்த அதிகாரமாகும். உச்சி மாநாடுகள் பொதுவாக இரண்டு ஆண்டுகளுக்கு ஒரு முறை ஒரு உறுப்பு நாடு அகர வரிசைப்படி நடத்தப்படும். உச்சிமாநாட்டை நடத்தும் உறுப்பு நாடு சங்கத்தின் தலைவராக பொறுப்பேற்கிறது. சார்க் உச்சிமாநாட்டின் முக்கிய முடிவு ஒரு பிரகடனம் ஆகும். SAARC ன் அனுசரணையில் தொடரப்படும் பல்வேறு பகுதிகளில் பிராந்திய ஒத்துழைப்பை வலுப்படுத்துவதற்கும் ஒருங்கிணைப்பதற்கும் தலைவர்களின் முடிவுகள் மற்றும் உத்தரவுகளை உச்சிமாநாட்டின் பிரகடனம்

கொண்டுள்ளது. பிரகடனம் ஒரு உச்சிமாநாட்டின் நிறைவு அமர்வில் தலைவர்களால் ஏற்றுக்கொள்ளப்படுகிறது.

அமைச்சர்கள் குழு மற்றும் அமைச்சர்கள் கூட்டங்களின் அறிக்கைகளையும் உச்சிமாநாடு பரிசீலித்து அங்கீகரிக்கிறது. உச்சிமாநாட்டின் போது, சார்க் அமைப்பின் கீழ் பிராந்திய ஒத்துழைப்பு குறித்த கொள்கை அறிக்கைகள் தலைவர்களால் வெளியிடப்படுகின்றன. உச்சிமாநாட்டில் பார்வையாளர் பிரதிநிதிகளின் தலைவர்கள் மற்றும் பொதுச் செயலாளரால் உரையாற்றப்படுகிறது.

நிகழ்வுகள்

1வது 7-8 டிசம்பர் 1985 பங்களாதேஷ் டாக்கா அடவுர் ரஹ்மான் கான்

2வது 16-17 நவம்பர் 1986 இந்தியா பெங்களூரு ராஜீவ் காந்தி

3வது 2-4 நவம்பர் 1987 நேபாள காத்மாண்டு மன்னர் பிரேந்திர பிர் பிக்ரம் ஷா

4வது 29-31 டிசம்பர் 1988 பாகிஸ்தான் இஸ்லாமாபாத் பெனாசிர் பூட்டோ

5வது 21-23 நவம்பர் 1990 மாலத்தீவு மாலே மௌமூன் அப்துல் கயூம்

6வது 21 டிசம்பர் 1991 இலங்கை கொழும்பு ரணசிங்க பிரேமதாச

7வது 10-11 ஏப்ரல் 1993 பங்களாதேஷ் டாக்கா கலீதா ஜியா

8வது 2-4 மே 1995 இந்தியா புது டெல்லி பி வி நரசிம்ம ராவ்

9வது 12-14 மே 1997 மாலத்தீவு மாலே மௌமூன் அப்துல் கயூம்

10வது 29-31 ஜூலை 1998 இலங்கை கொழும்பு சந்திரிகா குமாரதுங்க

11வது 4-6 ஜனவரி 2002 நேபாளம் காத்மாண்டு ஷேர் பகதூர் டியூபா

12வது 2-6 ஜனவரி 2004 பாகிஸ்தான் இஸ்லாமாபாத் ஜஃபருல்லா கான் ஜமாலி

13வது 12-13 நவம்பர் 2005 பங்களாதேஷ் டாக்கா கலீதா ஜியா

14வது 3-4 ஏப்ரல் 2007 இந்தியா புது டெல்லி மன்மோகன் சிங்

15வது 1-3 ஆகஸ்ட் 2008 இலங்கை கொழும்பு மஹிந்த ராஜபக்ஷ

16வது 28-29 ஏப்ரல் 2010 பூட்டான் திம்பு ஜிக்மே தின்லே

17வது 10-11 நவம்பர் 2011 மாலத்தீவு அட்டு முகமது நஷீத்

18வது 26-27 நவம்பர் 2014[75] நேபாளம் காத்மாண்டு சுஷில் கொய்ராலா

19 15-16 நவம்பர் 2016 பாகிஸ்தான் இஸ்லாமாபாத் ரத்து செய்யப்பட்டது

2022 பாகிஸ்தானுக்கு 20வது திட்டமிடப்பட்டது

தென்கிழக்கு ஆசிய நாடுகள் சங்கம் (ASEAN)

ஆசியான் அதிகாரப்பூர்வமாக தென்கிழக்கு ஆசிய நாடுகளின் சங்கம், என்பது தென்கிழக்கு ஆசியாவில் உள்ள 10 உறுப்பு நாடுகளின் அரசியல் மற்றும் பொருளாதார ஒன்றியம் ஆகும். இது அரசுகளுக்கிடையேயான ஒத்துழைப்பை மேம்படுத்துகிறது மற்றும் அதன் உறுப்பினர்கள் மற்றும் ஆசிய-பசிபிக் நாடுகளுக்கு இடையே பொருளாதார, அரசியல், பாதுகாப்பு, இராணுவம், கல்வி மற்றும் சமூக கலாச்சார ஒருங்கிணைப்பை எளிதாக்குகிறது.

ஆசியானின் முதன்மை நோக்கம் பொருளாதார வளர்ச்சியை விரைவுபடுத்துவதும், அதன் மூலம் சமூக முன்னேற்றம் மற்றும் கலாச்சார வளர்ச்சியும் ஆகும். சட்டத்தின் ஆட்சி மற்றும் ஐ. நா சாசனத்தின் கொள்கைகளின் அடிப்படையில் பிராந்திய அமைதி

மற்றும் ஸ்திரத்தன்மையை மேம்படுத்துவது இரண்டாம் நோக்கமாக இருந்தது. உலகில் வேகமாக வளர்ந்து வரும் சில பொருளாதாரங்களுடன், ஆசியான் அதன் நோக்கத்தை பொருளாதார மற்றும் சமூகத் துறைகளுக்கு அப்பால் விரிவுபடுத்தியுள்ளது. 2003 ம் ஆண்டில், ஆசியான் பாதுகாப்பு சமூகம், ஆசியான் பொருளாதார சமூகம் மற்றும் ஆசியான் சமூக-கலாச்சார சமூகம் ஆகிய மூன்று தூண்களைக் கொண்டது. ஆசியான் கொடி மற்றும் சின்னத்தில் உள்ள அரிசியின் பத்து தண்டுகள் பத்து தென்கிழக்கு ஆசிய நாடுகளை ஒற்றுமையுடன் இணைக்கின்றன என்பதை காட்டுகிறது.

ஆசிய-பசிபிக் பிராந்தியத்திலும் அதற்கு அப்பாலும் உள்ள மற்ற நாடுகளை ASEAN தொடர்ந்து ஈடுபடுத்துகிறது. UN, SCO, PA, GCC, MERCOSUR, CELAC மற்றும் ECO ஆகியவற்றின் முக்கிய பங்குதாரரான ஆசியான், கூட்டணிகள் மற்றும் உரையாடல் உறவுகளின் உலகளாவிய வலையமைப்பைப் பராமரிக்கிறது மற்றும் பலரால் உலகளாவிய அதிகார மையமாக கருதப்படுகிறது. ஆசிய-பசிபிக் ஒத்துழைப்புக்கான அமைப்பு மற்றும் ஒரு முக்கிய செல்வாக்குமிக்க அமைப்பு ஆகும். இது பல சர்வதேச விவகாரங்களில் ஈடுபட்டுள்ளது, மேலும் உலகம் முழுவதும் தூதரக பணிகளை வழங்குகிறது. இந்த அமைப்பின் வெற்றியானது APEC மற்றும் RCEP உட்பட வரலாற்றில் மிகப் பெரிய வர்த்தகத் தொகுதிகள் சிலவற்றின் உந்து சக்தியாக மாறியுள்ளது.

நிறுவுதல்

ASEAN க்கு முன்னதாக 31 ஜூலை 1961 ல் தென்கிழக்கு ஆசியாவின் சங்கம் (ASA) என்று தாய்லாந்து, பிலிப்பைன்ஸ் மற்றும் மலாயா கூட்டமைப்பு ஆகியவற்றைக் கொண்ட ஒரு குழு அமைக்கப்பட்டது. இந்தோனேசியா, மலேசியா, பிலிப்பைன்ஸ், சிங்கப்பூர் மற்றும் தாய்லாந்து ஆகிய ஐந்து நாடுகளின் வெளியுறவு அமைச்சர்கள் ஆசியான் பிரகடனத்தில்

கையெழுத்திட்டு 8 ஆகஸ்ட் 1967 அன்று ஆசியான் உருவாக்கப்பட்டது. பிரகடனத்தில் குறிப்பிடப்பட்டுள்ளபடி, பிராந்தியத்தில் பொருளாதார வளர்ச்சி, சமூக முன்னேற்றம் மற்றும் கலாச்சார வளர்ச்சியை விரைவுபடுத்துதல், பிராந்திய அமைதியை மேம்படுத்துதல், ஒத்துழைப்பு மற்றும் பொதுவான ஆர்வமுள்ள விஷயங்களில் பரஸ்பர உதவி, ஒருவருக்கொருவர் உதவி வழங்குதல் ஆகியவை ஆசியானின் நோக்கங்களும் ஆகும்.

பயிற்சி மற்றும் ஆராய்ச்சி வசதிகள் வடிவில், மக்களின் வாழ்க்கைத் தரத்தை உயர்த்துவதற்கு விவசாயம் மற்றும் தொழில்துறையை சிறப்பாகப் பயன்படுத்துவதற்கு ஒத்துழைப்பது, தென்கிழக்கு ஆசிய ஆய்வுகளை மேம்படுத்துதல் மற்றும் இதேபோன்ற நோக்கங்கள் இருக்கும் சர்வதேச நிறுவனங்களுடன் நெருக்கமான, நன்மை பயக்கும் ஒத்துழைப்பைப் செய்கிறது. ஆசியானின் உருவாக்கம் ஆரம்பத்தில் கம்யூனிசத்தைக் கட்டுப்படுத்தும் விருப்பத்தால் தூண்டப்பட்டது. இரண்டாம் உலகப் போருக்குப் பிறகு வட கொரிய தீபகற்பத்தை சோவியத் யூனியன் ஆக்கிரமித்து, வட கொரியாவில் கம்யூனிச அரசாங்கங்களை நிறுவியதன் மூலம் கம்யூனிசம் ஆசியாவின் பிரதான நிலப்பரப்பில் காலூன்றியது

இந்த நிகழ்வுகள் 1954 ம் ஆண்டில் "கட்டுப்பாட்டு நீட்டிப்பாகவும், ஆரம்பகால தற்காப்பு அரண்களளான நேட்டோவின் கிழக்குப் பதிப்பாகவும் பல தென்கிழக்கு ஆசிய அமைப்புகளுடன் சேர்ந்து அமெரிக்கா மற்றும் பிரிட்டிஷ் தலைமையிலான SEATO (தென் கிழக்கு ஆசிய ஒப்பந்த அமைப்பு) உருவாவதை ஊக்குவித்தது. எவ்வாறாயினும், ஏப்ரல் 1975 ல் வியட்நாம் போரின் முடிவு மற்றும் சீட்டோவின் சரிவுக்குப் பிறகு அதிகார சமநிலையில் ஏற்பட்ட மாற்றத்தைத் தொடர்ந்து 1970 களின் நடுப்பகுதியில் ஆசியான் குழுவின் உள்ளூர் உறுப்பு நாடுகள் அதிக ஒற்றுமையை அடைந்தன.

1976 ம் ஆண்டு இந்தோனேசியாவின், பாலியில் நடைபெற்ற ஆசியானின் முதல் உச்சி மாநாட்டில், பல தொழில்துறை திட்டங்களுக்கான ஒப்பந்தம், இணக்கம், ஒத்துழைப்பு ஒப்பந்தம் மற்றும் ஒப்பந்தம் பிரகடனம் ஆகியவை கையெழுத்தானது. பனிப்போரின் முடிவின்போது, ஆசியான் நாடுகளுக்கு பிராந்தியத்தில் அதிக அரசியல் சுதந்திரத்தைப் பயன்படுத்த அனுமதித்தது, மேலும் 1990களில், பிராந்திய வர்த்தகம் மற்றும் பாதுகாப்புப் பிரச்சினைகளில் ஆசியான் முன்னணிக் குரலாக உருவெடுத்தது.

1995 ஆம் ஆண்டு டிசம்பர் 15 ல், தென்கிழக்காசியாவை அணு ஆயுதம் இல்லாத மண்டலமாக மாற்ற தென்கிழக்கு ஆசிய அணு ஆயுதம் இல்லாத மண்டல ஒப்பந்தம் கையெழுத்தானது. இந்த ஒப்பந்தம் 28 மார்ச் 1997 அன்று நடைமுறைக்கு வந்தது, உறுப்பு நாடுகளில் ஒன்றைத் தவிர மற்ற நாடுகள் அதை அங்கீகரித்த பிறகு, 21 ஜூன் 2001 அன்று பிலிப்பைன்ஸ் அதை அங்கீகரித்தது.

விரிவாக்கம்

7 ஜனவரி 1984 ல், புருனே ஆசியானின் ஆறாவது உறுப்பினரானது. மேலும் 28 ஜூலை 1995 ல், பனிப்போர் முடிவுக்கு வந்ததைத் தொடர்ந்து, ஏழாவது உறுப்பினராக வியட்நாம் இணைந்தது. லாவோஸ் மற்றும் மியான்மர் (முன்னர் பர்மா) இரண்டு ஆண்டுகளுக்குப் பிறகு 23 ஜூலை 1997 ல் இணைந்தன. கம்போடியா, லாவோஸ் மற்றும் மியான்மருடன் இணைந்த அதே நேரத்தில் சேர இருந்தது. ஆனால் 1997 ல் ஒரு சதி மற்றும் பிற உள் உறுதியற்ற தன்மை அதன் நுழைவை தாமதப்படுத்தியது. கம்போடியா அரசாங்கம் தொடர்ந்து 30 ஏப்ரல் 1999 ல் இணைந்தது. 2006 ல், ஐக்கிய நாடுகளின் பொதுச் சபையில் ஆசியானுக்கு பார்வையாளர் அந்தஸ்து வழங்கப்பட்டது. இதற்கு பதிலாக அந்த அமைப்பு ஐ. நா. வுக்கு "உரையாடல் பங்குதாரர்" என்ற அந்தஸ்தை வழங்கியது.

ஆசியான் சாசனம்

2008 ம் ஆண்டு டிசம்பர் 15 ம் நாள், உறுப்பு நாடுகள் ஜகார்த்தாவில் கூடி நவம்பர் 2007 ல் கையெழுத்திட்ட சாசனத்தை அறிமுகப்படுத்தியது. சாசனம் ASEAN ஐ ஒரு சட்டப்பூர்வ நிறுவனமாக மாற்றியது மற்றும் 500 மில்லியன் மக்களை உள்ளடக்கிய பிராந்தியத்திற்கு ஒரு தடையற்ற வர்த்தக பகுதியை உருவாக்குவதை நோக்கமாகக் கொண்டது. இந்தோனேசியாவின் ஜனாதிபதி சுசிலோ பாம்பாங்யுதோயோனோ கூறினார்: "ஆசியான் தன்னை ஒருங்கிணைத்து, ஒரு சமூகமாக மாற்றும் போது இது ஒரு முக்கியமான வளர்ச்சியாகும். சர்வதேச அமைப்பு இருக்கும் நேரத்தில் ஆசிய மற்றும் உலகளாவிய விவகாரங்களில் ஆசியான் மிகவும் தீவிரமான பங்கை நாடும்போது இது அடையப்படுகிறது.

2007-2008 நிதி நெருக்கடியானது சாசனத்தின் இலக்குகளுக்கு அச்சுறுத்தலாகக் காணப்பட்டது. மேலும் 2009 பிப்ரவரியில் எதிர்கால உச்சி மாநாட்டில் விவாதிக்கப்படும் உத்தேச மனித உரிமைகள் அமைப்பின் யோசனையையும் முன்வைத்தது. இந்த முன்மொழிவு சர்ச்சையை ஏற்படுத்தியது. குடிமக்களின் உரிமைகளை மீறும் நாடுகளுக்கு பொருளாதாரத் தடைகளை விதிக்கவோ அல்லது தண்டிக்கவோ அதிகாரம் இருக்காது. எனவே, செயல்திறன் குறைவாக இருக்கும். இந்த அமைப்பு பின்னர் 2009 ல் மனித உரிமைகளுக்கான ஆசியான் அரசுகளுக்கிடையேயான ஆணையமாக (AICHR) நிறுவப்பட்டது. நவம்பர் 2012 ல், ஆணையம் ஆசியான் மனித உரிமைகள் பிரகடனத்தை ஏற்றுக்கொண்டது. வியட்நாம் நாடானது 2020 ல் ஆசியானின் இன் தலைவராக இருந்தது.

பொது சுகாதாரம்

தொற்றுநோய்களுக்கு பதிலளிக்கும் விதமாக, பிராந்திய பொது சுகாதார தீர்வை உருவாக்க ஆசியான்+3 என்ற அமைப்பை உருவாக்கியது.

SARS உருவாக்கம்

சார்ஸ் நோய் உருவானபோது ASEAN மற்றும் ASEAN+3 ஆகியவை இணைந்து அதற்குண்டான நிவர்த்திகளை செய்வதற்கு தயாரானது. உடனடி மற்றும் குறுகிய முதல் நடுத்தர கால நடவடிக்கைகள் வகுக்கப்பட்டன. நோய்க்கு எதிரான சிறந்த நடைமுறைகளைப் பகிர்ந்துகொள்வதை மேம்படுத்துவதற்கும், அந்தந்த சுகாதார அதிகாரிகளிடையே ஒத்துழைப்பை வலுப்படுத்துவதற்கும், முறையான சுகாதாரத் திரையிடல் ஏற்படுவதை உறுதிசெய்ய பயண நடைமுறைகளை ஒப்புக்கொண்டன. கூடுதலாக, சீன அரசாங்கமானது ஆசியான் சார்ஸ் நிதிக்கு $1.2 மில்லியன் பங்களிப்பை வழங்க முன்வந்தது. மேலும் *சீனா* மற்ற பகுதிகளுடன் ஒத்துழைக்கத் தயாராக இருப்பதாகவும், உருவாக்கத்திற்க்கான ஆரம்ப கட்டங்களில் தகவல்களைத் தடுத்து நிறுத்தியதற்குத் திருத்தங்களைச் செய்யவும் தயாராக இருப்பதாகவும் வெளிப்படுத்தியது.

மியான்மர் நெருக்கடி

2017 ம் ஆண்டு முதல், மியான்மரில் அரசியல், இராணுவம் மற்றும் இன விவகாரங்கள், ஆசியானுக்கு அசாதாரணமான சவால்களை முன்வைத்து. முன்னுதாரணத்தை உடைக்கும் சூழ்நிலைகளை உருவாக்கி, குழுவின் மரபுகள், ஒற்றுமை மற்றும் அதன் உலகளாவிய நிலைப்பாட்டை அச்சுறுத்தும் வகையில் இருந்தது.

ரோஹிங்கியா இனப்படுகொலை

ஆகஸ்ட் 2017 ல் மியான்மரில் ரோஹிங்கியா இனப்படுகொலை வெடித்தது. மியான்மரில் ஆயிரக்கணக்கான ரோஹிங்கியா மக்கள் கொள்ளப்பட்டார்கள். பெரும்பாலானவர்களை அண்டை நாடான வங்காளதேசத்திற்கு ஓட்டிச் சென்றனர். ரோஹிங்கியாக்களுக்கு எதிராக நீண்டகாலமாக பாகுபாடு காட்டி வந்த மியான்மரின் சிவிலியன்-இராணுவக் கூட்டணி

அரசாங்கத்திற்கு எதிராக, ஆசியான் நடவடிக்கை எடுக்கக் கோரி உலகளாவிய கூச்சலை உருவாக்கியது. மேலும் அவர்கள் மீது 2017ல் தாக்குதல்களையும் நடத்தியது. ரோஹிங்கியாக்கள் பெரும்பான்மையாக முஸ்லீம்களாக இருந்ததால் இனச் சுத்திகரிப்பு மத அடிப்படையில் வடிவமைக்கப்பட்டது. மியான்மரின் சிவிலியன் தலைவரான ஆங் சான் சூ கியும், மார்ச் 2018 ல், ரோஹிங்கியா நெருக்கடிக்கு ஆசியானிடம் உதவி கேட்டதாகக் கூறப்படுகிறது. ஆனால் அது "உள் விவகாரம்" என்று கூறிய ஆசியானின் தலைவர் அதை நிராகரித்தார்.

உறுப்பு நாடுகளின் உள் விவகாரங்களில் தலையிடாது என்ற நீண்டகால உறுதியான கொள்கையை ஆசியான் கொண்டிருந்தது. மேலும் ஒரு அமைப்பாக, மோதலில் பக்கபலமாக செயல்படவோ அல்லது பொருள் ரீதியாக செயல்படவோ தயங்கியது. உள் மற்றும் சர்வதேச ரோஹிங்கியா நெருக்கடியில் உறுதியான நிலைப்பாட்டை எடுக்க ஆசியானுக்கு அழுத்தம் அதிகரித்தது. மேலும் 2018 ன் பிற்பகுதியில், குழுவின் உலகளாவிய நம்பகத்தன்மை அதன் செயலற்ற தன்மையால் அச்சுறுத்தப்பட்டது. இதற்குப் பதிலடியாக, ஆசியான், மியான்மர் மீது ரோஹிங்கியாக்கள் மீதான விரோதப் போக்கைக் குறைக்கவும், அவர்களுக்கு எதிரான அட்டூழியங்களுக்குப் பொறுப்பானவர்களை பொறுப்பேற்கவும் அழுத்தம் கொடுக்கத் தொடங்கியது.

எவ்வாறாயினும், பிரச்சினையில் ஆசியானின் நிலைப்பாடுகள் பெரும்பாலும் மத அடிப்படையில் பிளவுபட்டன. முஸ்லீம் நாடுகள் ரோஹிங்கியாக்களின் பக்கம் சாய்ந்தன, பௌத்த நாடுகள் ஆரம்பத்தில் மியான்மர் அரசாங்கத்தின் பக்கம் சாய்ந்து, ஆசியானின் குழுவாத பிரிவை அச்சுறுத்தின. சர்வாதிகார ஆசியான் நாடுகளும் அதாவது பெரும்பாலும் பௌத்தர்கள் இருந்த பகுதி, ஜனநாயக ஆசியான் நாடுகளை விட அதாவது பெரும்பாலும் முஸ்லீம்கள் இருந்த பகுதியை விட மியான்மர் அதிகாரிகளை, தாங்கள் ரோஹிங்கியா சிறுபான்மையினருக்கு

எதிரான குற்றங்களுக்குப் பொறுப்பேற்க வேண்டாம் என கூறியது.

ஆனால், 2018 ம் ஆண்டின் பிற்பகுதியில், பெரும்பாலான ஆசியான் நாடுகள் ரோஹிங்கியா நெருக்கடிக்கு மிகவும் வலிமையான ஆசியானின் பதிலடி மற்றும் மியான்மருக்கு எதிரான ஒரு கடினமான கோடு இவைகள் உறுப்பினர்களின் உள்விவகாரங்களில் தலையிடாத குழுவின் பாரம்பரியக் கொள்கையை உடைக்கத் தொடங்கின. ரோஹிங்கியா நெருக்கடி டிசம்பர் 2018 ஆசியான் உச்சிமாநாட்டு நிகழ்ச்சி நிரலில் முறையாக வைக்கப்பட்டதன் மூலம் ஒரு முடிவுக்கு வந்தது. 2019ம் ஆண்டின் முற்பகுதியில், ஆசியான் மேற்பார்வையின் கீழ் மியான்மர் ரோஹிங்கியாக்களுக்குப் பாதுகாப்பான புகலிடத்தை உருவாக்க வேண்டும் என்று வங்கதேசம் பரிந்துரைத்தது. பின்னர் இந்தியா, சீனா மற்றும் ஜப்பானை மேற்பார்வையாளர்கள் மத்தியில் சேர்க்க அந்த கருத்து விரிவடைந்தது.

2019 ம் ஆண்டின் நடுப்பகுதியில், ஆசியான் மனித உரிமை அமைப்புகளால் கடுமையாக விமர்சிக்கப்பட்டது. ஏன் விமர்சிக்கப்பட்டது என்றால்? ரோஹிங்கியாக்களுக்கு எதிரான அட்டூழியங்கள் மற்றும் துஷ்பிரயோகங்களை வெளிப்படுத்தும் அதே வேளையில், மியான்மரின் ரோஹிங்கியாக்களை திருப்பி அனுப்பும் பணியைப் பாராட்டி ஆசியான் அறிக்கை ஒன்றை வெளியிட்டது. ஜூன் 2019 ஆசியான் உச்சி மாநாடு, ரோஹிங்கியாக்களின் துஷ்பிரயோகங்களுக்கு காரணமான நபர்கள் மீது வழக்குத் தொடரப்பட்டு தண்டிக்கப்படுவார்கள் என்ற மலேசிய வெளியுறவு அமைச்சரின் அறிவிப்பு, ஆசியான் உச்சிமாநாட்டில் வழக்கத்திற்கு மாறாக இராஜதந்திரமற்ற முறையில் நடந்து கொண்டது.

மியான்மரை விட்டு வெளியேறிய ரோஹிங்கியா அகதிகளை திருப்பி அனுப்புவதற்கான உறுதியான காலக்கெடுவை

மியான்மருக்கு ஆசியான் அழுத்தம் கொடுத்தது. ராக்கைன் மாநிலத்தில் உள்ள அனைத்து சமூகங்களுக்கும் பாதுகாப்பு மற்றும் பாதுகாப்பை முடிந்தவரை திறம்பட வழங்கவும், இடம்பெயர்ந்தவர்கள் பாதுகாப்பாக திரும்புவதற்கு வசதியாகவும் மியான்மருக்கு அழுத்தம் கொடுத்தது. பாதுகாப்பான மற்றும் கண்ணியமான முறையில் இது நடந்தது. ஆகஸ்ட் 2019 ல், ஆசியான் வெளியுறவு அமைச்சர்களின் வருடாந்திர கூட்டம், மியான்மர் மற்றும் நாடுகடத்தப்பட்ட அனைத்து ரோஹிங்கியாக்களின் பாதுகாப்பிற்கு உத்தரவாதம் அளிக்க மியான்மர் அரசாங்கத்திற்கு அழைப்பு விடுக்கும் ஒரு கூட்டு அறிக்கையுடன் முடிவடைந்தது. ஆனால் அந்த மாதத்தின் பிற்பகுதியில், ஆசியானின் நாடாளுமன்றங்களுக்கு இடையேயான சபை (AIPA) மியான்மரின் முயற்சிகளை ஆதரித்தது. ஜனவரி 2020 வாக்கில், ரோஹிங்கியாக்கள் மியான்மருக்குத் திரும்புவதற்கு பாதுகாப்பான சூழ்நிலைகளைத் உருவாக்குவதில் ஆசியான் சிறிய முன்னேற்றம் அடைந்தது.

2021 ஆட்சிக்கவிழ்ப்பு

1 பிப்ரவரி 2021 அன்று, மியான்மரில் புதிதாக தேர்ந்தெடுக்கப்பட்ட சிவிலியன் தலைவர்கள் பதவியேற்பதற்கு முந்தைய நாள், இராணுவ ஆட்சிக்குழு மியான்மரின் சிவில் அரசாங்கத்தை ஒரு சதித்திட்டத்தின் மூலம் தூக்கி எறிந்து. தேசிய அவசரகால நிலையை அறிவித்து, இராணுவச் சட்டத்தை விதித்து, தேர்ந்தெடுக்கப்பட்ட பிரதிநிதியை கைது செய்தது. தலைவர்கள், அதிருப்தியை வன்முறையில் அடக்கி, சிவிலியன் அரசாங்கத்தை இராணுவத்தின் நியமனம் பெற்றவர்களைக் கொண்டு மாற்றியது. இதில் சில அடிப்படைய கருத்துகள்,

- ✓ மியான்மரில் வன்முறையை உடனடியாக நிறுத்துதல்;

- ✓ சம்பந்தப்பட்ட அனைத்துத் தரப்பினரிடையேயும் ஆக்கப்பூர்வமான உரையாடல்

- ✓ மக்களின் நலன்களுக்காக அமைதியான தீர்வைப் பெறுவது;

- ✓ ஆசியானின் தலைமைச் செயலாளரின் உதவியுடன், ஆசியான் தலைவரின் தூதுவரால் மத்தியஸ்தம் செய்யப்படுகிறது;

- ✓ அதன் AHA மையம் மூலம் ஆசியான் வழங்கும் மனிதாபிமான உதவி.

- ✓ சம்பந்தப்பட்ட அனைத்து தரப்பினரையும் சந்திப்பதற்காக சிறப்புத் தூதுவர் மற்றும் தூதுக்குழுவின் மூலம் மியான்மருக்கு விஜயம்.

மியான்மர் உடனான ஆசியான் உடன்படிக்கை 150 க்கும் மேற்பட்ட மனித உரிமை அமைப்புகளிடம் இருந்து அதன் மெத்தனமான அணுகுமுறைக்காக கடுமையான விமர்சனத்தை பெற்றது. 18 ஜூன் 2021 அன்று, ஐக்கிய நாடுகளின் பொதுச் சபை (UNGA) - ஒரு அரிய நடவடிக்கையில், ஏறக்குறைய ஒருமனதாக தீர்மானம் கொண்டு மியான்மரின் ஆட்சிக் கவிழ்ப்பைக் கண்டித்து, நாட்டிற்கு எதிராக ஆயுதத் தடைக்கு அழைப்பு விடுத்தது. UNGA ஆசியானுடன் கலந்தாலோசித்தது ஆசியானின் 5-புள்ளி ஒருமித்த தீர்மானத்தில் பெரும்பாலானவற்றை ஒருங்கினைத்தது (அனைத்து அரசியல் கைதிகளையும் இராணுவ ஆட்சிக்குழு விடுவிக்க வேண்டும் என்ற கோரிக்கைகளைச் சேர்த்தது). ஆனால், கம்யூனிஸ்ட் வியட்நாம் "ஆம்" என்று வாக்களித்தபோது, ஆசியான் ஜனநாயக நாடுகளுடன் (இந்தோனேசியா, மலேசியா, சிங்கப்பூர் மற்றும் பிலிப்பைன்ஸ்) பெரும்பாலான சர்வாதிகார ஆசியான் நாடுகள் (தாய்லாந்து, லாவோஸ், கம்போடியா மற்றும் புருனே) வாக்களிக்கவில்லை.

அக்டோபர் 2021 ல், ஆசியான் உடனான ஒருமித்த உடன்படிக்கை இருந்தபோதிலும், மியான்மரின் ஆட்சிக் குழுவானது ஆசியான் பிரதிநிதிகளை மியான்மரின் பதவி நீக்கம் செய்யப்பட்ட

மற்றும் சிறையில் அடைக்கப்பட்ட குடிமக்கள் தலைவர் ஆங் சான் சூகியுடன் பேச அனுமதிக்க மறுத்தது. ஐக்கிய நாடுகள் சபை, அமெரிக்கா, ஐரோப்பிய யூனியன், ப்ரிட்டன் மற்றும் பிற நாடுகளின் பரப்புரையைத் தொடர்ந்து, மியான்மரின் ஜெனரல் ஹ்லைங்கை மியான்மரை பிரதிநிதித்துவப்படுத்த மியான்மரின் அக்டோபர் 2021 உச்சிமாநாட்டிற்கு அழைக்க ஆசியான் மறுத்துவிட்டது. ஆசியான் வரலாற்றில் முதல் முறையாக அரசியல் அமைப்புக்கு அழைப்பு விடுக்கவில்லை. மியான்மரின் தேசிய ஒற்றுமை அரசாங்கத்தின் பிரதிநிதியை ஆசியான் அழைக்கவில்லை, மாறாக நாட்டின் அரசியல் சாராத பிரதிநிதியை அழைப்பது பற்றி பரிசீலிப்பதாகக் கூறியது. அசாதாரண ஆசியான் நடவடிக்கையானது, மியான்மரின் சட்டபூர்வமான அரசாங்கமாக உலகளாவிய அங்கீகாரத்தை அடைவதற்கான மியான்மர் ஆட்சிக்குழுவின் முயற்சிக்கு பெரும் பின்னடைவாகவும், மற்றும் நடத்தையில் பரந்த மாற்றத்திற்கான அறிகுறியாகவும் பரவலாகக் காணப்பட்டது. ஏப்ரல் 2021 ல், ஒரு உறுப்பு நாட்டில் உள்ள உள்நாட்டு நெருக்கடியை முதன்மையாக சமாளிக்க அழைக்கப்பட்ட முதல் ஆசியான் உச்சிமாநாட்டில், ஆசியான் தலைவர்கள் மியான்மரின் ஆட்சிக்கவிழ்ப்புத் தலைவரான மூத்த ஜெனரல் மின் ஆங் ஹ்லைங்கைச் சந்தித்து ஐந்து அம்ச ஒருமித்த தீர்வுக்கு ஒப்புக்கொண்டனர்.

உறுப்பு நாடுகள்

உறுப்பு நாடுகளின் பட்டியல்

புருனே 7 ஜனவரி 1984

கம்போடியா 30 ஏப்ரல் 1999

இந்தோனேசியா 8 ஆகஸ்ட் 1967

லாவோஸ் 23 ஜூலை 1997

மலேசியா 8 ஆகஸ்ட் 1967

மியான்மர் 23 ஜூலை 1997

பிலிப்பைன்ஸ் 8 ஆகஸ்ட் 1967

சிங்கப்பூர் 8 ஆகஸ்ட் 1967

தாய்லாந்து 8 ஆகஸ்ட் 1967

வியட்நாம்

கட்டமைப்பு

1997 ம் ஆண்டு தொடங்கி, கோலாலம்பூரில் நடைபெற்ற குழுவின் 30வது ஆண்டு கூட்டத்தின் போது, ஒவ்வொரு உறுப்பு நாடுகளின் தலைவர்களும் ஆசியான் விஷன் 2020ஐ ஏற்றுக்கொண்டனர். ஒற்றை ஆசியான் சமூகத்தை உருவாக்குவதற்கான வழிமுறையாக, இந்த அமைதி மற்றும் ஸ்திரத்தன்மை, அணுசக்தி இல்லாத பிராந்தியம், நெருக்கமான பொருளாதார ஒருங்கிணைப்பு, மனித மேம்பாடு, நிலையான வளர்ச்சி, கலாச்சார பாரம்பரியம், போதைப்பொருள் இல்லாத பிராந்தியமாக இருப்பது, சுற்றுச்சூழல் போன்றவற்றை வழங்குகிறது. இந்த பார்வையானது "வெளிப்புறமாக தோற்றமளிக்கும் ஆசியான் சர்வதேச அரங்கில் முக்கிய பங்கு வகிப்பதையும், ஆசியானின் பொதுவான நலன்களை முன்னேற்றுவதையும்" நோக்கமாகக் கொண்டது.

ஆசியான் விஷன் 2020 ஆனது 2003 ல் பாலி கான்கார்ட் II மூலம் முறைப்படுத்தப்பட்டு விரிவானது. ஒரே ஆசியான் சமூகத்தின் மூன்று முக்கிய தூண்கள் நிறுவப்பட்டன: அரசியல்-பாதுகாப்பு சமூகம் (APSC), பொருளாதார சமூகம் (AEC) மற்றும் சமூக-கலாச்சார சமூகம் (ASCC). 2015 ஆம் ஆண்டின் ஒருங்கிணைப்பின் ஒரு பகுதியாக மூன்று தூண்களை முழுமையாகச் செயல்படுத்த, APSC மற்றும் ASCC க்கான வரைபடங்கள் 2009 ஆம் ஆண்டில் தாய்லாந்தின் சா-அமில் ஏற்றுக்கொள்ளப்பட்டன. 2007ல் செபுவில் நடந்த 12வது ஆசியான்

உச்சி மாநாட்டின் போது முடிவு செய்யப்பட்டது. நவம்பர் 2013 ல் நடந்த 23வது ஆசியான் உச்சிமாநாட்டில், தலைவர்கள் 2015க்குப் பிந்தைய தொலைநோக்கு பார்வையை உருவாக்க முடிவு செய்து, அனைத்து உறுப்பு நாடுகளிலிருந்தும் பத்து உயர்மட்ட பிரதிநிதிகளைக் கொண்ட உயர்நிலை பணிக்குழுவை (HLTF) உருவாக்கினர். நவம்பர் 2015ல் கோலாலம்பூரில் நடந்த 27வது உச்சி மாநாட்டில் இந்த தொலைநோக்கு ஏற்றுக்கொள்ளப்பட்டது. ஆசியான் சமூகம் ஒவ்வொரு பத்து வருடங்களுக்கும் அதன் பார்வையை மறுபரிசீலனை செய்து, தொடர்ச்சியான வளர்ச்சி ஒருங்கிணைப்புக்கான கட்டமைப்பையும் வழங்கும்.

2015-க்குப் பிந்தைய பார்வையில் உள்ள விதிமுறைகள் APSC, AEC, ASCC மற்றும் முன்னோக்கி நகர்தல் என நான்கு துணைப்பிரிவுகளாகப் பிரிக்கப்பட்டுள்ளன. முந்தையது பொதுவாக சமூகத்தின் ஒட்டுமொத்த அபிலாஷையை ஒன்றுபட்ட, உள்ளடக்கிய, சமூகத்தை நோக்கமாகக் கொண்டுள்ளது. இது மனித மற்றும் சுற்றுச்சூழல் பாதுகாப்பையும் முக்கியமான புள்ளிகளாக வைக்கிறது. உள் மற்றும் வெளி தரப்பினருடன் ஆழமான ஈடுபாடு, சர்வதேச அமைதி, பாதுகாப்பு மற்றும் ஸ்திரத்தன்மைக்கு பங்களிக்க வலியுறுத்தப்படுகிறது."முன் னோக்கி நகரும்" துணைப்பிரிவானது, ஆசியான் பணிகளைச் செயல்படுத்துவதற்கும் ஒருங்கிணைப்பதற்கும் நிறுவனத்தின் திறனின் பலவீனங்களை அங்கீகரிப்பதைக் குறிக்கிறது. எனவே ஆசியான் செயலகம் மற்றும் பிற ஆசியான் உறுப்புகள் மற்றும் அமைப்புகளை வலுப்படுத்துவது விரும்பப்படுகிறது. தேசிய, பிராந்திய மற்றும் சர்வதேச மட்டங்களில் அதிக அளவிலான ஆசியான் நிறுவன இருப்புக்கான அழைப்பும் உள்ளது.

COVID-19 க்கு எதிராக போராடுவதில் அதன் முன்முயற்சிகளின் பயனற்ற தன்மையால் ஆசியான் நிறுவன பலவீனம் மேலும் அதிகரிக்கப்பட்டுள்ளது. ஆசியான்-சீனா தற்காலிக சுகாதார அமைச்சர்கள் கூட்டுப் பணிக்குழு, கோவிட்-19 ஆசியான் தீர்வு தொடர்பான சிறப்பு ஆசியான் உச்சி மாநாடு போன்ற உள் மற்றும்

கூடுதல் பிராந்திய தற்காலிக ஏஜென்சிகளை நிறுவுவதன் மூலம் தொற்றுநோயை எதிர்த்துப் போராடுவதற்கு ஆசியான் கடினமான முயற்சிகளை மேற்கொண்டு வந்தது. நிதி, மற்றும் கோவிட்-19 தொடர்பான சிறப்பு ஆசியான் பிளஸ் த்ரீ உச்சி மாநாடு. தொற்றுநோயின் பரவலை எவ்வாறு கட்டுப்படுத்துவது மற்றும் அதன் எதிர்மறையான தாக்கங்களைக் குறைப்பது குறித்து பிராந்திய நாடுகளிடையே மூத்த விவாதங்களை எளிதாக்குவதை இந்த வழிமுறைகள் நோக்கமாகக் கொண்டுள்ளன.

நாற்கர பாதுகாப்பு உரையாடல் (QUAD)

நாற்கர பாதுகாப்பு உரையாடல் (Quadrilateral Security Dialogue), பொதுவாக குவாட் என அழைக்கப்படுகிறது. குவாட் என்பது ஆஸ்திரேலியா, இந்தியா, ஜப்பான் மற்றும் அமெரிக்கா ஆகிய நாடுகளுக்கு இடையேயான ஒரு மூலோபாய பாதுகாப்பு உரையாடலாகும். இது "சுதந்திரமான, திறந்த மற்றும் செழிப்பான" இந்தோ-பசிபிக் பிராந்தியத்தை உறுதிப்படுத்தவும் ஆதரிக்கவும் பகிரப்பட்ட நோக்கத்துடன் உள்ளது. உலகின் தற்போதைய புவிசார் அரசியல் சூழ்நிலையின் காரணமாக இது தற்போது செய்திகளில் அடிக்கடி காணப்படும் ஒரு குழுவாகும். சமீபத்தில், குவாட் நாடுகளின் உயர்மட்ட மூத்த அதிகாரிகள் கூட்டம் நவம்பர் 4 ம் தேதி கிழக்கு ஆசிய உச்சிமாநாட்டின் விளிம்பில் பாங்காக்கில் (தாய்லாந்து) முடிவடைந்தது. இது உறுப்பு நாடுகளுக்கு இடையிலான பேச்சுவார்த்தைகளால் பராமரிக்கப்படுகிறது.

ஆஸ்திரேலிய பிரதமர் ஜான் ஹோவர்ட், இந்திய பிரதமர் மன்மோகன் சிங் மற்றும் அமெரிக்க துணை ஜனாதிபதி டிக் செனி ஆகியோரின் ஆதரவுடன் ஜப்பானிய பிரதமர் ஷின்சோ அபே 2007 ல் இந்த உரையாடலை தொடங்கினார். மலபார் பயிற்சி என்ற தலைப்பில் முன்னோடியில்லாத அளவிலான கூட்டு இராணுவப் பயிற்சிகளுடன் இந்த உரையாடல் இணையாக இருந்தது. இராஜதந்திர மற்றும் இராணுவ

ஏற்பாடு, சீனாவின் பொருளாதாரம் மற்றும் இராணுவ சக்தியை அதிகரித்ததன் பிரதிபலிப்பாக பரவலாக பார்க்கப்பட்டது. மேலும் சீன அரசாங்கம் நாற்கர பேச்சுவார்த்தைக்கு பதிலளித்து அதன் உறுப்பினர்களுக்கு முறையான இராஜதந்திர எதிர்ப்புகளை வெளியிட்டது. அதை "ஆசிய நேட்டோ" என்று அழைத்தது. இந்திய வெளியுறவு அமைச்சர் எஸ். ஜெய்சங்கர் சீனாவின் குற்றச்சாட்டுகளை மறுத்து, இந்தியாவுக்கு ஒருபோதும் 'நேட்டோ மனநிலை' இல்லை என்று கூறினார். கடந்த சில காலமாக, குவாட் நாடுகளுக்கு இடையிலான வேறுபாடுகள் குறைந்துவிட்டதாகத் தெரிகிறது.

2007 ம் ஆண்டு ஜப்பானிய பிரதமர் ஷின்சோ அபே என்பவரால் குவாட் யோசனை முதன்முதலில் முன்வைக்கப்பட்டது. இருப்பினும், சீனாவின் அழுத்தம் காரணமாக ஆஸ்திரேலியா அதிலிருந்து வெளியேறியதால் இந்த யோசனை முன்னோக்கி செல்ல முடியவில்லை. டிசம்பர் 2012 ல், ஷின்சோ அபே மீண்டும் ஆசியாவின் "ஜனநாயகப் பாதுகாப்பு வைரம்" என்ற கருத்தை ஆஸ்திரேலியா, இந்தியா, ஜப்பான் மற்றும் அமெரிக்காவை உள்ளடக்கி, இந்தியப் பெருங்கடலில் இருந்து மேற்கு பசிபிக் வரையிலான கடல்சார் பாதுகாப்பதற்காக அறிமுகப்படுத்தினார்.

நவம்பர் 2017 ல், இந்தியா, அமெரிக்கா, ஆஸ்திரேலியா மற்றும் ஜப்பான் ஆகியவை நீண்டகாலமாக நிலுவையில் உள்ள "குவாட்" கூட்டணிக்கு வடிவம் கொடுத்தன. இந்தோ-பசிபிக்கில் உள்ள முக்கியமான கடல் வழிகளை எந்தவிதமான செல்வாக்கும் இல்லாமல் வைத்திருக்க ஒரு புதிய உத்தியை உருவாக்கியது.

குவாட் குழு 2021

QUAD தலைவர்களின் முதல் உச்சி மாநாட்டில் இந்திய பிரதமர் உரையாற்றினார். இந்த சந்திப்பை அமெரிக்கா ஒரு மெய்நிகர் தளத்தில் நடத்தியது. முன்னதாக பிப்ரவரி 2021 ல், QUAD அமைச்சர்கள் கூட்டத்தில் இந்தோ-பசிபிக் முழுவதும்

உள்ள பிரச்சினைகள் மற்றும் மியான்மரில் இராணுவம் கையகப்படுத்துதல் பற்றி விவாதிக்கப்பட்டது. கோவிட்-19, காலநிலை மாற்றம் மற்றும் வளர்ந்து வரும் தொழில்நுட்பங்கள் போன்ற நெருக்கடிகளை குறைப்பதில் கவனம் செலுத்தப்பட்டது.

குவாட் தலைவர்களின் முதல் உச்சிமாநாட்டின் முக்கிய சிறப்பம்சங்கள்-

குவாட் தடுப்பூசி கூட்டாண்மை:

- ✓ தொற்றுநோயை எதிர்கொள்ள தடுப்பூசிகளுக்கான "சமமான" அணுகலை உறுதிப்படுத்த ஒப்புக்கொண்டது. அவர்களின் நிதி ஆதாரங்கள், உற்பத்தி திறன்கள் மற்றும் தளவாட பலம் ஆகியவற்றை ஒருங்கிணைக்கும் திட்டத்திற்கு ஒப்புக்கொள்ளப்பட்டது.

- ✓ இந்தியா வரவேற்றுள்ள தடுப்பூசி முயற்சிக்கு ஜப்பான், அமெரிக்கா மற்றும் ஆஸ்திரேலியா ஆகியவை நிதியளிக்கும். தடுப்பூசி முன்முயற்சி என்பது அண்டை நாடுகளுக்கு கோவிட்-19 தடுப்பூசிகளை வழங்குவதற்காக இந்தியாவால் தொடங்கப்பட்ட ஒரு முயற்சியாகும்.

- ✓ சீனா பற்றிய விவாதம் - அமெரிக்கா இலக்குகள் மீதான சீன சைபர் தாக்குதல்கள் மற்றும் இந்தியா, ஜப்பான் மற்றும் ஆஸ்திரேலியாவில் சைபர் பாதுகாப்பு சம்பவங்கள் பற்றிய கவலைகள் விவாதிக்கப்பட்டன.

- ✓ சீன ஆக்கிரமிப்பின் பல எடுத்துக்காட்டுகளில் ஒன்றாக உண்மையான கட்டுப்பாட்டுக் கோடு (LAC) விவாதிக்கப்பட்டது. ஹாங்காங், சின்ஜியாங், தைவான் ஜலசந்தி மற்றும் ஆஸ்திரேலியாவின் வற்புறுத்தல், செங்காகுவைச் சுற்றியுள்ள துன்புறுத்தல் தொடர்பான பிற பிரச்சனைகளும் விவாதிக்கப்பட்டன.

குவாட் குழு - அடிப்படை உண்மைகள்

QUAD குழுவானது உச்சிமாநாடுகள், கூட்டங்கள், தகவல் பரிமாற்றங்கள் மற்றும் அனைத்து உறுப்பினர்களின் இராணுவ பயிற்சிகள் மூலம் பராமரிக்கப்படுகிறது. இது கடல்சார் ஜனநாயக நாடுகளின் கூட்டணியாக பார்க்கப்படுகிறது. இருப்பினும், அதன் தோற்றம் 2004 சுனாமியின் போது இந்தியா தனக்கும் அண்டை நாடுகளுக்கும் நிவாரணம் மற்றும் மீட்பு நடவடிக்கைகளை மேற்கொண்டபோது ஜப்பானுடன் இணைந்தது., அமெரிக்கா, இந்தியா, ஜப்பான், ஆஸ்திரேலியா, சிங்கப்பூர் மற்றும் அமெரிக்காவை உள்ளடக்கிய முன்னோடியில்லாத அளவில் நடத்தப்பட்ட கூட்டு இராணுவப் பயிற்சியான 'மலபார்' இந்த நடவடிக்கைக்கு இணையாக இருந்தது. QUAD உறுப்பினர்களுக்கு, சீனா முறையான இராஜதந்திர எதிர்ப்புகளை வெளியிட்டது. எவ்வாறாயினும், 2017ம் ஆண்டில், பிலிப்பைன்ஸின் மணிலாவில், QUAD இன் கீழ் முதல் அதிகாரப்பூர்வ பேச்சுவார்த்தை நடந்தது.

குவாட் குழு வழிகாட்டுதல் கோட்பாடுகள்

- ✓ இந்தோ-பசிபிக் பகுதியில் உள்ள மூலோபாய மற்றும் குறிப்பிடத்தக்க கடல் வழிகளை எந்தவிதமான தாக்கமும் இல்லாமல் வைத்திருப்பதே QUAD குழுவின் யோசனையாகும்.

- ✓ இது சீனத் தாக்கங்களைத் தடுக்கவும் குறைக்கவும் ஒரு மூலோபாயக் குழுவாகக் கருதப்படுகிறது.

- ✓ விதிகள் அடிப்படையிலான உலகளாவிய ஒழுங்கு, தாராளவாத வர்த்தக அமைப்பு மற்றும் வழிசெலுத்தலின் சுதந்திரம் ஆகியவற்றைப் பாதுகாப்பதே QUAD ன் முக்கிய நோக்கங்கள் ஆகும்.

- ✓ அது 'உயர்ந்து வரும் சீனாவை' கட்டுப்படுத்த முயல்கிறது மற்றும் அதன் கொள்ளையடிக்கும் வர்த்தகம் மற்றும் பொருளாதாரக் கொள்கைகளுக்கு எதிராக செயல்படுகிறது.

- ✓ QUAD இன் மற்றொரு நோக்கம், இந்தோ-பசிபிக் பிராந்தியத்தில் உள்ள நாடுகளுக்கு மாற்று கடன் நிதியை வழங்குவதாகும்.

குவாட் குழுவின் முக்கியத்துவம்

குவாட் குழுவின் உறுப்பினர்களிடையே வளர்ந்து வரும் இராணுவ ஈடுபாடுகள் மற்றும் முத்தரப்பு மற்றும் இருதரப்பு உறவுகளின் நிலைகள் ஆகியவற்றைக் கருத்தில் கொண்டு, எப்போதாவது சந்திக்கும் அதிகாரத்துவ அளவிலான வெளியுறவு அமைச்சகம் தலைமையிலான உரையாடலாக மட்டுமே QUAD ஐப் பார்ப்பது சரியாக இருக்காது என்று ஆய்வாளர்கள் சுட்டிக்காட்டுகின்றனர். எல்லையில் சீனாவின் ஆக்கிரமிப்புகள் அதிகரித்தால், சீனாவை எதிர்கொள்ள மற்ற குவாட் உறுப்பினர்களின் ஆதரவை இந்தியா எடுத்துக்கொள்ளலாம் என்று நம்பப்படுகிறது. இந்தியா தனது கடற்படை முகப்பைப் பயன்படுத்திக் கொள்ளலாம் மற்றும் இந்தோ-பசிபிக் பிராந்தியத்தில் மூலோபாய ஆய்வுகளை நடத்தலாம்.

குவாட் உறுப்பினர்கள் குழுவிற்கான தெளிவான பார்வையை பட்டியலிட வேண்டும். "சுதந்திரமான மற்றும் திறந்த இந்தோ-பசிபிக்" என்பது வெறும் கோஷமாக மட்டும் இருக்கக்கூடாது. QUAD குழுவானது பிராந்திய ஆலோசனை பொறிமுறையை உருவாக்குவதுடன், ஆசியானுடன் மிகவும் நெருக்கமாக பணியாற்ற வேண்டும். குவாட் தனக்கென ஒரு தெளிவான பார்வையை கொண்டிருக்க வேண்டும். குவாட் உறுப்பினர்கள் எதிர்வினையாற்றாமல் இருப்பது முக்கியம். திறந்த மனப்பான்மையை வெளிப்படுத்துவதும் முக்கியம். மேலும் 'சுதந்திரமான மற்றும் திறந்த இந்தோ-பசிபிக்' பற்றிய அனைத்து பேச்சுகளும் வெறும் கோஷம் மட்டும் அல்ல என்பதை உறுதிப்படுத்தவும் செயல்படுகிறது.

இந்தியா, ஜப்பான் மற்றும் ஆஸ்திரேலியா ஆகியவை உள்கட்டமைப்பு திட்டங்களில் முன்னணியில் இருக்க முடியும்.

அதே நேரத்தில் அமெரிக்காவும் இணைப்பின் பார்வையை முன்னோக்கி நகர்த்துவதில் அதிக சுறுசுறுப்பாக இருக்க வேண்டும். குவாட் ஒரு வலுவான பிராந்திய ஆலோசனை பொறிமுறையை உருவாக்குவதில் கவனம் செலுத்த வேண்டும் மற்றும் பிராந்திய முக்கியத்துவம் வாய்ந்த பிரச்சினைகளில் ஆசியான் நாடுகளுடன் ஒருங்கிணைக்க வேண்டும். குவாட் கட்டமைப்பானது அதன் புவிசார் அரசியல் சரிபார்ப்பை இந்தியாவின் கூட்டமைப்பிலிருந்து பெறுகிறது. உலகளாவிய நாடுகளுடன் பிராந்திய பாதுகாப்பு கட்டமைப்பை வடிவமைப்பதில் இந்தியா பெருமளவு பங்கேற்பதற்கான ஒரு தனித்துவமான வாய்ப்பை வழங்குகிறது.

சவால்கள்

சீனாவின் பிராந்திய உரிமைகோரல்கள்: தென் சீனக் கடலின் கிட்டத்தட்ட முழுப் பகுதியிலும் தனக்கு வரலாற்று உரிமை இருப்பதாக சீனா கூறுகிறது. இது தீவுகளை சொந்தம் கொண்டாடும் உரிமையை அளிக்கிறது. இருப்பினும், சர்வதேச நடுவர் நீதிமன்றம் 2016 ல் சீனாவின் கோரிக்கையை நிராகரித்தது.

ஆசியானுடன் சீனாவின் நெருக்கம்: ஆசியான் நாடுகளும் சீனாவுடன் நல்ல உறவைக் கொண்டுள்ளன. பிராந்திய ஒத்துழைப்பு பொருளாதார கூட்டாண்மை (RCEP) ஆசியான் நாடுகளின் மீது சீனாவின் செல்வாக்கு அதிகரித்து வருவதற்கான சமீபத்திய உதாரணம்.

சீனாவின் பொருளாதார சக்தி: சீனாவின் பொருளாதார வலிமை மற்றும் ஜப்பான் மற்றும் ஆஸ்திரேலியா போன்ற குவாட் நாடுகள் சீனாவைச் சார்ந்திருப்பதைக் கருத்தில் கொண்டு, அதனுடன் உறவுகளை சீர்குலைக்க முடியாது.

குவாட் நாடுகளிடையே ஒன்றிணைதல்: குவாட் குழுவில் உள்ள நாடுகள் வெவ்வேறு அபிலாஷைகளைக் கொண்டுள்ளன.

அவற்றின் சொந்த ஆர்வத்தை சமநிலைப்படுத்துவதை நோக்கமாகக் கொண்டுள்ளன.

பிரேசில், ரஷ்யா, இந்தியா, சீனா மற்றும் தென்னாப்பிரிக்கா-(BRICS)

BRICS என்பது ஐந்து முன்னணி வளர்ந்து வரும் பொருளாதாரங்களின் சுருக்கமாகும். பிரேசில், ரஷ்யா, இந்தியா, சீனா மற்றும் தென்னாப்பிரிக்கா ஆகிய நாடுகள் இதில் பங்கு வகிக்கின்றன. 2001 ம் ஆண்டில் பொருளாதார வல்லுனர் ஜிம் ஒ'நீல் என்பவரால் முதலில் "பிஆர்ஜசி" அல்லது "பிஆர்ஜசிக்கள்" எனத் தொகுக்கப்பட்டது, அவர் 2050 ம் ஆண்டில் உலகப் பொருளாதாரத்தில் கூட்டாக ஆதிக்கம் செலுத்தும் வேகமாக வளரும் பொருளாதாரங்களை விவரிக்க இந்த வார்த்தையை உருவாக்கினார். தென்னாப்பிரிக்கா 2010 ல் சேர்க்கப்பட்டது.

2006 ல் செப்டம்பர் மாதம் பிரிக் நாடுகளின் வெளியுறவு அமைச்சர்களின் உயர்மட்ட சந்திப்பு நடந்தது. அதன்பிறகு 2008 மே 16 ல் ரஷ்யாவில் உயர்நிலை அரசியல் சந்திப்பு நடந்தது. நான்கு நாடுகளின் தலைவர்கள் லுலாடசில்வா(பிரேசில்), திமித்ரி மெட்வெடெவ்(ரஷ்யா) மன்மோகன் சிங்(இந்தியா), மற்றும் கூ சிங்தாவ்(சீனா) பங்கேற்க, ரஷ்யாவின் எகடரின்பர்க் நகரில் முதல் மாநாடு 2009 ஜூன் 16 ல் தொடங்கியது. உலக பொருளாதர நிலை, நிதி நிறுவனங்களின் சீர்திருத்தம் மற்றும் பரஸ்பர ஒத்துழைப்பு முதலியவை பற்றிக் கவனம் செலுத்தப்பட்டது.

2010 டிசம்பர் 24ல் தென்னாப்பிரிக்கா முறைப்படி பிரிக் கூட்டணியுடன் சேர்ந்து. அதனையடுத்து தென்னாப்பிரிக்காவை குறிக்க "எஸ்" என்ற ஆங்கில எழுத்து சேர்ந்து பிரிக்ஸ் என பெயரிட்டப்பட்டது. பிரிக்ஸ் கூட்டணியாக இருந்த இந்நாடுகள் 2011ல் சேர்ந்து பிரிக்ஸ் என கூட்டமைப்பாக மாற்றியது. 2014

பிரிக்ஸ் மாநாட்டில் $100 பில்லியன் மூதலீட்டில் பிரிக்ஸ் டெவலப்மென்ட் வங்கி தொடங்க முடிவு செய்யப்பட்டுள்ளது. இது சாங்காய் என்ற சீனா மாகாணத்தை தலைமையிடமாக கொண்டு இயங்கிவருகிறது..

பிரிக்ஸ் மாநாடுகள்

2009 லிருந்து ஆண்டுதோறும் இக்கூட்டமைப்பின் மாநாடு நடைபெற்றுவருகிறது. தென்னாப்பிரிக்கா இணைவதற்கு முன் 2009 மற்றும் 2010 மாநாடுகள் நான்கு நாடுகள் மட்டும் பங்குபெற்றன. ஐந்து நாடுகள் பங்கு கொள்ளும் முதல் பிரிக்ஸ் மாநாடு 2011ல் நடைபெற்றது. நான்காவது மாநாடு மார்ச்சு 29, 2012 அன்று புதுதில்லியில் நடைபெற்றது. இதில் நாட்டின் குடிமைப் பணிக்காக தேவைப்படும் அணு உற்பத்தியை ஈரான் நாடு தொடரவும், பிரிக் நாடுகளுக்கான பரிவர்த்தனைகள் அந்தந்த நாட்டு நாணயங்களிலேயே நடத்திக்கொள்ளவும், பிரிக் நாடுகளுக்கான வங்கி முகமை ஒன்றை ஏற்படுத்திக்கொள்ளவும் தீர்மானங்கள் நிறைவேற்றப்பட்டன. இது வரை 6 மாநாடுகள் நடைபெற்று உள்ளன.

பிரிக்ஸ் ன் முக்கிய நோக்கங்கள்

பிரிக்ஸ் நிலையான, சமத்துவமான மற்றும் பரஸ்பர நன்மை பயக்கும் வளர்ச்சிக்காக குழுவிற்குள் மற்றும் தனிப்பட்ட நாடுகளிடையே ஒத்துழைப்பை ஆழப்படுத்தவும், விரிவுபடுத்தவும் மற்றும் தீவிரப்படுத்தவும் முயல்கிறது.

பிரிக்ஸ் ஒவ்வொரு உறுப்பினரின் வளர்ச்சி, மேம்பாடு மற்றும் வறுமை நோக்கங்களை கருத்தில் கொண்டு அந்தந்த நாட்டின் பொருளாதார பலத்தில் உறவுகள் கட்டமைக்கப்படுவதை உறுதிசெய்து, முடிந்தவரை போட்டியையத் தவிர்க்கிறது.

மேலும் உலகளாவிய நிதி நிறுவனங்களை சீர்திருத்துவதற்கான அசல் நோக்கத்திற்கு அப்பால், பல்வேறு நோக்கங்களுடன் புதிய

மற்றும் நம்பிக்கைக்குரிய அரசியல்-இராஜதந்திர அமைப்பாக உருவாகி வருகிறது.

பிரிக்ஸ்க்குள் ஒத்துழைப்பின் முக்கிய பகுதிகள்

1. பொருளாதார ஒத்துழைப்பு

பிரிக்ஸ் நாடுகளுக்கு இடையே வேகமாக வளர்ந்து வரும் வர்த்தகம் மற்றும் முதலீட்டு ஓட்டங்கள் மற்றும் பல்வேறு துறைகளில் பொருளாதார ஒத்துழைப்பு நடவடிக்கைகள் உள்ளன. பொருளாதாரம் மற்றும் வர்த்தக ஒத்துழைப்புத் துறைகளில் ஒப்பந்தங்கள் செய்யப்பட்டுள்ளன, புதுமை ஒத்துழைப்பு, சுங்க ஒத்துழைப்பு, பிரிக்ஸ் வர்த்தக கவுன்சில், தற்செயல் இருப்பு ஒப்பந்தம் மற்றும் புதிய வளர்ச்சி வங்கி ஆகியவற்றுக்கு இடையேயான மூலோபாய ஒத்துழைப்பு. இந்த ஒப்பந்தங்கள் பொருளாதார ஒத்துழைப்பை ஆழமாக்குதல் மற்றும் ஒருங்கிணைந்த வர்த்தகம் மற்றும் முதலீட்டுச் சந்தைகளை வளர்ப்பது போன்ற பகிரப்பட்ட நோக்கங்களை நிறைவேற்ற உதவுகின்றன.

2. மக்கள்-மக்கள் பரிமாற்றம்

மக்கள்-மக்கள் பரிமாற்றத்தை வலுப்படுத்துவது மற்றும் கலாச்சாரம், விளையாட்டு, கல்வி, திரைப்படம் மற்றும் இளைஞர்கள் ஆகிய துறைகளில் நெருக்கமான ஒத்துழைப்பை வளர்ப்பதன் அவசியத்தை பிரிக்ஸ் உறுப்பினர்கள் அங்கீகரித்துள்ளனர். மக்கள்-மக்கள் பரிமாற்றங்கள் புதிய நட்பை உருவாக்க முயல்கின்றன. வெளிப்படைத்தன்மை, உள்ளடக்கிய தன்மை, பன்முகத்தன்மை மற்றும் பரஸ்பர கற்றல் ஆகியவற்றில் பிரிக்ஸ் மக்களிடையே உறவுகள் மற்றும் பரஸ்பர புரிதலை ஆழப்படுத்துதல். இத்தகைய மக்கள் பரிமாற்றங்களில் இளம் தூதர்கள் மன்றம், நாடாளுமன்ற மன்றம், தொழிற்சங்க மன்றம், சிவில் பிரிக்ஸ் மற்றும் ஊடக மன்றம் ஆகியவை அடங்கும்.

3. அரசியல் மற்றும் பாதுகாப்பு ஒத்துழைப்பு

பிரிக்ஸ் உறுப்பினர் அரசியல் மற்றும் பாதுகாப்பு ஒத்துழைப்பு அமைதி, பாதுகாப்பு, வளர்ச்சி மற்றும் மிகவும் சமமான மற்றும் நியாயமான உலகத்திற்கான ஒத்துழைப்பை அடைவதை நோக்கமாகக் கொண்டுள்ளது. பிரிக்ஸ் ஆனது உள்நாட்டு மற்றும் பிராந்திய சவால்களின் அடிப்படையில் கொள்கை ஆலோசனைகள் மற்றும் சிறந்த நடைமுறைகளின் பரிமாற்றங்களைப் பகிர்ந்து கொள்வதற்கான வாய்ப்புகளை வழங்குகிறது, அத்துடன் உலகளாவிய அரசியல் கட்டமைப்பின் மறுசீரமைப்பை மேம்படுத்துகிறது. ஆப்பிரிக்க நிகழ்ச்சி நிரல் மற்றும் தெற்கு-தெற்கு ஒத்துழைப்பைப் பின்தொடர்வது உட்பட தென்னாப்பிரிக்காவின் வெளியுறவுக் கொள்கை முன்னுரிமைகளுக்கு BRICS ஒரு இயக்கியாகப் பயன்படுத்தப்படுகிறது.

4. ஒத்துழைப்பு பொறிமுறை

உறுப்பினர்களிடையே ஒத்துழைப்பு இதன் மூலம் அடையப்படுகிறது:

தடம் I: தேசிய அரசாங்கங்களுக்கிடையில் முறையான இராஜதந்திர ஈடுபாடு.

தடம் II: அரசாங்கத்துடன் இணைந்த நிறுவனங்கள் மூலம் ஈடுபாடு, எ. கா. அரசுக்கு சொந்தமான நிறுவனங்கள் மற்றும் வணிக கவுன்சில்கள்.

தடம் III: சிவில் சமூகம் மற்றும் மக்கள்-மக்கள் ஈடுபாடு.

உலகளாவிய நிறுவன சீர்திருத்தங்களில் பிரிக்ஸ் -ன் தாக்கம்

2008 ம் ஆண்டின் நிதி நெருக்கடிகள் பிரிக்ஸ் நாடுகளிடையே ஒத்துழைப்பைத் தொடங்குவதற்கு முக்கியக் காரணம். இந்த நெருக்கடிகள் டாலர் ஆதிக்கம் செலுத்தும் நாணய முறையின் நிலைத்தன்மையின் மீது சந்தேகங்களை எழுப்பியது.

பிரிக்ஸ் நாடுகள் "பலதரப்பு நிறுவனங்களின் சீர்திருத்தத்திற்கு அழைப்பு விடுத்தது, அவை உலகப் பொருளாதாரத்தின் கட்டமைப்பு மாற்றங்களையும், வளர்ந்து வரும் சந்தைகள் இப்போது வகிக்கும் பெருகிய முறையில் மையப் பங்கையும் பிரதிபலிக்கின்றன".

2010 ல் சர்வதேச நாணய நிதியத்தின் (IMF) ஒதுக்கீடு சீர்திருத்தத்திற்கு வழிவகுத்த நிறுவன சீர்திருத்தத்திற்கு பிரிக்ஸ் நாடுகள் அழுத்தம் கொடுக்க முடிந்தது. இதனால் நிதி நெருக்கடிகள் மேற்கத்திய சட்டப்பூர்வ தன்மையை சிறிது நேரத்தில் குறைத்தது மற்றும் சுருக்கமாக பிரிக்ஸ் நாடுகளை பலதரப்பு நிறுவனங்களில் "நிகழ்ச்சி நிரல் அமைப்பாளர்கள்" ஆக அனுமதித்தது.

பிரிக்ஸ் சவால்கள்

பெரிய மூன்று நாடுகளான ரஷ்யா-சீனா-இந்தியாவின் குறிப்பிடத்தக்க ஆதிக்கம் பிரிக்ஸ் முன்னோக்கி நகரும் போது சவாலாக உள்ளது. உலகெங்கிலும் உள்ள பெரிய வளர்ந்து வரும் சந்தைகளின் உண்மையான பிரதிநிதியாக மாற பிரிக்ஸ் பான்-கான்டினென்டல் ஆக வேண்டும். அதன் உறுப்பினர் மற்ற பிராந்தியங்கள் மற்றும் கண்டங்களில் இருந்து அதிகமான நாடுகளை உள்ளடக்கியிருக்க வேண்டும்.

உலகளாவிய ஒழுங்கில் அதன் பொருத்தத்தை அதிகரிப்பதற்காக பிரிக்ஸ் அதன் நிகழ்ச்சி நிரலை விரிவுபடுத்த வேண்டும். தற்போதைய நிலவரப்படி, காலநிலை மாற்றம் மற்றும் மேம்பாட்டு நிதி, உள்கட்டமைப்பை உருவாக்குவதை நோக்கமாகக் கொண்ட நிகழ்ச்சி நிரலில் ஆதிக்கம் செலுத்துகிறது.

பிரிக்ஸ் முன்னோக்கி நகரும் போது, இதன் அடிப்படைக் கோட்பாடுகள் அதாவது இறையாண்மை சமத்துவம் மற்றும் உலகளாவிய நிர்வாகத்தில் பன்மைத்துவத்திற்கான மரியாதை ஆகியவை ஐந்து உறுப்பு நாடுகளும் தங்கள் சொந்த தேசிய

நிகழ்ச்சி நிரல்களைப் பின்பற்றுவதால் சோதிக்கப்பட வேண்டியவை.

டோக்லாம் பீடபூமியில் இந்தியாவிற்கும் சீனாவிற்கும் இடையிலான இராணுவ நிலைப்பாடு, பிரிக்ஸ் உறுப்பினர்களிடையே வசதியான அரசியல் உறவு எப்போதும் சாத்தியமாகும் என்ற கருத்தை திறம்பட முடிவுக்குக் கொண்டுவந்துள்ளது.

அதன் பெல்ட் அண்ட் ரோடு முன்முயற்சியில் ஒருங்கிணைந்த தேசிய மாநிலங்களை ஒரு பரந்த அரசியல் ஏற்பாட்டிற்கு இணைப்பதற்கான சீனாவின் முயற்சிகள் பிரிக்ஸ் உறுப்பினர்களிடையே குறிப்பாக சீனா மற்றும் இந்தியா இடையே மோதலை ஏற்படுத்தும் சாத்தியம் உள்ளது.

பன்முகத்தன்மை: பிரிக்ஸ் நாடுகளின் பன்முகத்தன்மை அதன் பல்வேறு நலன்களைக் கொண்ட குழுவின் நம்பகத்தன்மைக்கு அச்சுறுத்தலைக் கொண்டுள்ளது என்று விமர்சகர்களால் கூறப்பட்டது.

சீனாவை மையமாகக் கொண்டது: பிரிக்ஸ் குழுவில் உள்ள அனைத்து நாடுகளும்போட்டி போட்டு கொண்டு சீனாவுடன் வர்த்தகம் செய்கின்றன, எனவே இது சீனாவின் ஆர்வத்தை மேம்படுத்துவதற்கான ஒரு தளமாக குற்றம் சாட்டப்படுகிறது. சீனாவுடன் வர்த்தக பற்றாக்குறையை சமநிலைப்படுத்துவது மற்ற கூட்டாளி நாடுகளுக்கு மிகப்பெரிய சவாலாக உள்ளது.

இந்தியாவிற்கு BRICS ன் முக்கியத்துவம்

புவி-அரசியல்: தற்போதைய புவிசார் அரசியல், அமெரிக்கா மற்றும் ரஷ்யா-சீனா அச்சுக்கு இடையே தனது மூலோபாய நலன்களை சமநிலைப்படுத்துவதற்கான ஒரு நடுத்தர பாதையை இந்தியாவிற்கு கடினமாக்கியுள்ளது. எனவே, ரஷ்யா-சீனா அச்சை சமநிலைப்படுத்த பிரிக்ஸ் தளம் இந்தியாவுக்கு வாய்ப்பளிக்கிறது. உலகளாவிய பொருளாதார ஒழுங்கு:

பிரிக்ஸ் நாடுகள் சர்வதேச நிதி மற்றும் பணவியல் அமைப்பை சீர்திருத்துவதற்கான பொதுவான நோக்கத்தை பகிர்ந்து கொண்டன. மேலும் நியாயமான மற்றும் சமநிலையான சர்வதேச ஒழுங்கை உருவாக்குவதற்கான வலுவான விருப்பத்துடன் இருந்தது. இந்த நோக்கத்திற்காக, பிரிக்ஸ் சமூகம் G20 ல் முக்கிய பங்கு வகிக்கிறது, உலகளாவிய பொருளாதார கொள்கைகளை வடிவமைப்பதில் மற்றும் நிதி ஸ்திரத்தன்மையை மேம்படுத்துகிறது.

பயங்கரவாதம்: பயங்கரவாதத்திற்கு எதிரான அதன் முயற்சிகளை வலுப்படுத்த இந்தியாவிற்கு பிரிக்ஸ் ஒரு தளத்தையும் வழங்குகிறது.

உலகளாவிய குழுவாக்கம்: ஐக்கிய நாடுகளின் பாதுகாப்பு கவுன்சில் (UNSC) மற்றும் அணுசக்தி சப்ளையர் குழு (NSG) ஆகியவற்றில் இந்தியா தனது உறுப்புரிமையை தீவிரமாக தொடர்கிறது. இத்தகைய இலக்குகளை அடைவதில் சீனா முக்கிய தடையாக உள்ளது. எனவே, சீனாவுடன் தீவிரமாக ஈடுபடவும், பரஸ்பர சர்ச்சைகளைத் தீர்க்கவும் பிரிக்ஸ் ஒரு வாய்ப்பை வழங்குகிறது. இது மற்ற கூட்டாளி நாடுகளின் ஆதரவைப் பெறவும் உதவுகிறது.

BRICS ன் சமீபத்திய முயற்சிகள்

பிரிக்ஸ் ஊடக மன்றம்: மார்ச் 2022 இல், BRICS நாடுகள் (பிரேசில், ரஷ்யா, இந்தியா, சீனா மற்றும் தென்னாப்பிரிக்கா) பத்திரிகையாளர்களுக்கான மூன்று மாத கால பயிற்சித் திட்டத்தைத் தொடங்கின. இந்த திட்டம் BRICS ஊடக மன்றத்தின் முன்முயற்சியாகும்.

காலநிலை மாற்றம் குறித்த பிரிக்ஸ் கூட்டம்: மே 2022 ல், மத்திய சுற்றுச்சூழல், வனம் மற்றும் காலநிலை மாற்ற அமைச்சர் காலநிலை மாற்றம் குறித்த பிரிக்ஸ் உயர்மட்ட கூட்டத்தில் பங்கேற்றார். கூட்டத்தில், காலநிலை மாற்றத்தை கூட்டாக

நிவர்த்தி செய்வதற்கும், குறைந்த கார்பன் மற்றும் மீள்நிலை மாற்றத்தை விரைவுபடுத்துவதற்கான அணுகுமுறைகளை ஆராய்வதற்கும், நிலையான மீட்சி மற்றும் வளர்ச்சியை அடைவதற்கும் மன்றத்தின் பொருத்தத்தை இந்தியா எடுத்துரைத்தது.

எண்ணெய் மற்றும் பெட்ரோலியம் ஏற்றுமதி நாடுகளின் கூட்டமைப்பு (OPEC),

ஒப்பெக் (Organization of the Petroleum Exporting Countries) என்பது எண்ணெய் மற்றும் பெட்ரோலியம் ஏற்றுமதி நாடுகளின் கூட்டமைப்பு ஆகும். இந்தக் கூட்டமைப்பில் 13 நாடுகள் இருக்கின்றன. அவை:

அல்சீரியா

அங்கோலா

எக்குவடோர்

ஈரான்

ஈராக்

குவைத்

லிபியா

நைச்சீரியா

கத்தார்

சவுதி அரேபியா

ஐக்கிய அரபு அமீரகம், மற்றும்

வெனிசுவேலா, ஆகும்.

இந்தோனீசிய நாடும் இக்கூட்டமைப்பில் ஒரு அங்கமாக இருந்தாலும், 2008 ம் ஆண்டு முடிவில் அது இக்கூட்டமைப்பில் இருந்து முழுவதுமாக வெளியேறிவிட முடிவெடுத்துள்ளது. பொலிவியா, சூடான், சிரியா ஆகிய நாடுகளுக்கும் இக்கூட்டமைப்பில் சேர அழைப்பு விடப்பட்டுள்ளது. அட்லாண்டிக் பகுதியில் கணிசமான அளவு எண்ணெய் கண்டுபிடிக்கப் பட்டிருப்பதால், பிரேசில் நாடும் இவ்வமைப்பில் சேருவது பற்றி யோசித்து வருகிறது.

ஒப்பெக்கின் குறிக்கோள்

1965 ம் ஆண்டு முதல் இக்கூட்டமைப்பு வியன்னா நகரில் தனது தலைமை அலுவத்தைக் கொண்டிருக்கிறது. இங்கு தனது உறுப்பினர் நாட்டு எண்ணெய் வள அமைச்சர்களுடன் வழக்கமான கூட்டங்களைக் கூட்டி வருகிறது. தனித்தனியாகவும், ஒரு குழுமமாகவும் இந்நாடுகள் தங்களது நலத்தைப் பேணுவதற்கான சிறந்த வழிகளைக் கண்டுபிடிப்பதும், உலக அரங்கில் பாறைநெய் விலை நிலையாக இருப்பதற்கான வழிமுறைகளைக் காண்பதும் இக்கூட்டமைப்பின் முதன்மையான குறிக்கோள் என்று இதன் சட்டதிட்டம் கூறுகிறது. அதோடு எல்லாச் சமயங்களிலும் உற்பத்தி நாடுகளின் நலத்திற்கு முக்கியத்துவம் கொடுப்பதும், அவர்களின் வருமானம் நிலையாக இருப்பதை உறுதி செய்வதும், நுகரும் நாடுகளுக்கு இடையூறில்லாமல் பாறைநெய்யை அனுப்புவதும், பாறைநெய்த் தொழிலில் ஈடுபடுவோருக்கு நியாயமான இலாபம் கிடைக்கச் செய்வதும் இவர்களின் குறிக்கோள்களில் அடங்கும்.

ஒப்பெக் போன்ற அமைப்பை உருவாக்க முதல் அடியை எடுத்து வைத்தது வெனிசுவேலா நாடு தான். 1949-ம் ஆண்டு வெனிசுவேலா, ஈரான், ஈராக், குவைத், சவுதி அரேபியா போன்ற நாடுகளை அணுகி, அவர்களுக்குள் நெருங்கிய உறவும் தொடர்பும் பேண வழிமுறைகளைக் கண்டறியலாம் என்று ஆலோசனைகளை எடுத்து வைத்தது. 1960-ல்

வெனிசுவேலாவின் ஆற்றல் மற்றும் சுரங்கத் துறை அமைச்சர் உவான் பப்லோ பெரேசு அல்பான்சோவும் சவுதி அரேபிய ஆற்றல் மற்றும் சுரங்கத் துறை அமைச்சர் அப்துல்லா அல்-தரிக்கியும் முடுக்கியதன் விளைவாக, ஈராக், ஈரான், குவைத், சவுதி அரேபியா, வெனிசுவேலா ஆகிய நாடுகளின் அரசுகள் பாக்தாத் நகரில் சந்தித்து, அவரவர் நாட்டில் உற்பத்தியாகும் பாறைநெய்யின் விலையைக் குறைப்பது பற்றி ஆலோசனை நடத்தினர்.

1960 களில் அமெரிக்க அதிபராயிருந்த டுவைட். டி. ஐசனாவர் இயற்றிய சட்டத்தின் காரணமாக வெனிசுவேலாவின் எண்ணைய்க்கு வரம்பு விதித்தும், மெக்சிக்கோ, கனடா நாடுகளின் எண்ணைய்க்குச் சார்பாகவும் இருந்த காரணத்தால் உந்தப்பட்டு, ஈராக்கின் பாக்தாத் நகரில் ஒப்பெக் அமைப்பு உருவாக்கப் பட்டது. ஐசனோவர் தங்களது தேசியப் பாதுகாப்பு, மற்றும் போர்க்காலத்தில் ஆற்றலின் அணுக்கம் போன்ற காரணங்களைக் கூறினார். இதற்கு எதிர்வினையாக வெனிசுவேலாவின் அதிபர் ராமுலோ பெத்தன்கோர்ட், தங்களது எண்ணெய் வள வருமானமும் இலாபமும் பாதிக்காமல் இருப்பதற்காக எண்ணெய் உற்பத்தி செய்யும் அரபு நாடுகளுடன் உறவு நாடினார்.

இந்தப் பின்னணியிலேயே ஒப்பெக் அமைப்பு உருவாக்கப்பட்டது. உறுப்பு நாடுகளின் எண்ணெய்கொள்கைகளை ஒன்றுபடுத்துவதும் இதன் காரணங்களுள் ஒன்று. ஆரம்பத்தில் ஈரான், ஈராக், குவைத், சவுதி அரேபியா, மற்றும் வெனிசுவேலா என்னும் இவ்வைந்து நாடுகள் மட்டுமே இந்தக் கூட்டமைப்பில் உறுப்பினர்களாக இருந்தன. பிறகு 1960ல் இருந்து 1975ற்குள்ளாக கத்தார், இந்தோனீசியா, லிபியா, ஐக்கிய அரபு அமீரகம், அல்ஜீரியா, மற்றும் நைஜீரியா நாடுகள் இவ்வமைப்பில் இணைந்து கொண்டன. ஆண்டொன்றுக்கு உறுப்பினர் சந்தாவான இரண்டு மில்லியன் அமெரிக்க டாலர்களைக் கட்ட முடியாமலோ கட்ட விரும்பாமலோ இந்நாடு விலகிக் கொண்டது. அதோடு,

ஓப்பெக் நிர்ணயித்த உச்சவரம்பு தாண்டியும் தாங்கள் உற்பத்தியைப் பெருக்க வேண்டும் என்று விரும்பியது. 2007ல் அங்கோலா இணைந்து கொண்டது. இந்தோனீசிய உற்பத்திப் பற்றாக்குறையால் ஏற்றுமதிக்குப் பதிலாய் இறக்குமதி செய்யும் நாடாக மாறியதால், இவ்வமைப்பில் இருந்து விலகிக் கொள்ள முடிவு செய்திருக்கிறது. ஈராக் போரை அடுத்து அந்நாட்டு நிர்வாகத்தைக் கையில் வைத்திருந்த காலத்தில் அமெரிக்காவும் இவ்வமைப்பில் ஒரு உறுப்பினராக இருந்தது.

எண்ணெய் அரசியல்

அரபு இசுரேல் சண்டைகள்

அரபு-இசுரேல் சச்சரவுகளின் தீராத நிலை உண்டாக்கிய எதிர்வினையால் ஓப்பெக் அமைப்பு ஒரு பெரும் அரசியல் சக்தியாக உருமாறியது. 1967-ன் ஆறு நாள்ப் போரின் பின் ஓப்பெக்கின் அரபு நாடுகள் தங்களுக்கு என்று தனியே ஒரு அமைப்பை உருவாக்கினர். அது Organization of Arab Petroleum Exporting Countries (OAPEC - **அரபு ஓப்பெக்**) என்று வழங்கப்பட்டது. இதன் மையக் கொள்கையானது, மேற்கு நாடுகளின் இசுரேல் ஆதரவு நிலைக்கு எதிர்ப்புத் தெரிவித்தலும் அழுத்தம் தருவதுமாக இருந்தது. எகிப்து, சிரியா போன்ற நாடுகளும், பாறைநெய் ஏற்றுமதி செய்யும் நாடுகளுள் அடங்காவிட்டாலும், இசுரேல் எதிர்ப்புக் கொள்கையைப் பலப்படுத்தவென்று பின்னர் இவ்வமைப்பில் சேர்ந்து கொண்டன.

1973-ன் யோம் கிப்பூர் போர் அரபு நாடுகளின் எண்ணங்களை மேலும் வலுப்படுத்தியது. அப்போரில் எகிப்து, சிரியாவிற்கு எதிராகப் போரிட்ட இசுரேலுக்கு அமெரிக்க மற்றும் மேற்கு ஐரோப்பிய நாடுகள் ஆதரவு தெரிவித்ததும், அவசர உதவிகள் செய்ததும் அரபு நாடுகளுக்கு எரிச்சலை உண்டுபண்ணியது. அதனால், இம்மேலை நாடுகளுக்குப் எண்ணெய்ஏற்றுமதி செய்வதில்லை என்று *அரபு ஓப்பெக்* முடிவு செய்தது.

சந்தைவிலை அதிருப்திகள்

அரபு-இசுரேல் சண்டை இப்பிரச்சினைகளுக்கு ஒரு காரணம் தான். அதற்கும் முன்னரே சில பிரச்சினைகள் மெல்ல மூண்டுகொண்டிருந்தன. மேற்கு நாடுகள் வருடம் ஐந்து விழுக்காடு எனத் தங்கள் ஆற்றல் நுகர்வை அதிகரித்துக் கொண்டு, குறைந்த விலையையே இந்நாடுகளுக்குக் கொடுத்துக் கொண்டு, அதே சமயம் தங்களது உற்பத்தியை உயர்ந்த விலையில் இவ்வுற்பத்தி நாடுகளுக்குக் கொடுத்துக் கொண்டிருக்க முடியாது என்று ஈரானின் ஷா முதலானோர் அழுந்தக் கூறினர். உலகில் இரண்டாவது பெரிய பாறைநெய் ஏற்றுமதியாளராகவும் அமெரிக்காவின் நெருக்கமான நட்பு நாடாகவும் ஈரான் அச்சமயத்தில் இருந்தது.

எண்ணெயை ஒரு ஆயுதமாகவும் ஓப்பெக் பயன்படுத்த முனைந்தது. மேற்கு நாடுகள் சோவியத் ஒன்றியத்துடன் தங்கள் உறவைப் பலப்படுத்திக் கொண்டனர். வடக்குக் கடல், மெக்சிக்கோ வளைகுடா போன்ற இடங்களில் கடலடியில் எண்ணெய் கண்டுபிடிப்பதை மும்முரமாகத் தொடர்ந்தனர். இதனால் உலக அரங்கில் பாறைநெய் விலையைக் கட்டுப்படுத்தும் சக்தி ஓப்பெக் நாடுகளில் குறைந்தது. 1980-க்குப் பிறகு பாறைநெய் விலை குறையத் தொடங்கியது. தொடர்ந்து ஆறு வருடங்கள் சரிந்த விலை 1986 ல் மொத்தம் 46 விழுக்காடு குறைந்திருந்தது. அதிகரித்த உற்பத்தியும் குறைந்த தேவையுமே இச்சரிவிற்குக் காரணங்களாய் இருந்தன. இதன் காரணமாய் ஓப்பெக் நாடுகளின் பாறைநெய் ஏற்றுமதி வருமானம் குறைந்தது.

1990-1991-ன் வளைகுடாப் போருக்கு முன்னர் ஈராக்கின் அதிபர் சதாம் உசேன் ஓப்பெக் நாடுகள் எண்ணெய் விலையை அதிகரிக்க முயல வேண்டும் என்ற யோசனையை முன்வைத்தார். ஆனால், ஈராக்கின் குவைத் மீதான படையெடுப்பும், ஈரான் ஈராக் போர் முதலியவையும் ஓப்பெக்கின் ஒற்றுமையைப் பெரிதளவும் குறைத்திருந்தால், ஒன்றுபட்ட செயல்பாட்டில்

குறையே ஏற்பட்டது. அதனால், எண்ணெய் உற்பத்தி குறித்த அச்சம் ஏதுமின்றி விலை மேலும் சரிந்துகொண்டே இருந்தது. தொண்ணூறுகளின் இறுதியில் பாறைநெய்யின் விலை ஒரு பீப்பாய்க்கு ஏறத்தாழப் பத்து டாலர் என்னும் அளவிலேயே இருந்தது.

போர்களும் எண்ணெய் விலை அதிகரிப்பும்

வெனிசுவேலாவின் அதிபர் ஊகோ சாவேசு-இன் முயற்சியால் ஒப்பெக் நாடுகள் மீண்டும் ஒருங்கிணைந்த செயல்பாடுகள் மூலம் எண்ணெய் உற்பத்தியை 1998 முதல் குறைக்க ஆரம்பித்தனர். சுமார் இருபத்தைந்து ஆண்டுகளுக்குப் பின் 2000-இல் ஒப்பெக் நாடுகளின் தலைவர்களின் மாநாடு ஒன்றைக் கூட்டினார். ஆனால் அதற்கு அடுத்த ஆண்டு அமெரிக்காவின் மீதான செப்டம்பர் 11 தீவிரவாதிகளின் தாக்குதல், அமெரிக்காவின் ஆப்கானிசுதான், ஈராக் படையெடுப்புகள், ஈராக் ஆக்கிரமிப்பு போன்றவற்றால், ஒப்பெக் நினைத்த அளவையும் விடப் பாறைநெய் விலை உயர்ந்துவிட்டது.

டாலரில் இருந்து யூரோவிற்கு

ஒப்பெக் நாடுகள் தங்கள் பண இருப்பை டாலரில் இருந்து யூரோவிற்கு மாற்றிக் கொள்ள வேண்டும் என்று 2007 ல் எழுந்த பேச்சு உலகப் பாறைநெய்ச் சந்தையில் பெரும் விளைவை ஏற்படுத்தியது. பாறைநெய்யின் விலை டாலரிலேயே வழங்கப் படுவதால், டாலரின் மதிப்பு சரியச் சரிய, எண்ணெய் உற்பத்தி நாடுகளுக்குக் கிடைத்த வருவாயின் மதிப்பும் குறைந்தது. இதனால், சந்தைப் பரிமாற்றத்தை யூரோவிற்கு மாற்றிக் கொள்ள வேண்டும் என்று ஈராக் முடிவு செய்திருந்தது. அதனை அடுத்துப் பிற ஒப்பெக் நாடுகளும் யூரோவிற்கு மாறுவது குறித்து யோசித்துக் கொண்டிருந்தனர். இடையில் ஈராக் படையெடுப்பிற்குப் பிறகு அந்நாட்டை ஆக்கிரமித்த இடைக்கால அமெரிக்க அரசு ஈராக்கின் முடிவை மாற்றி, மீண்டும்

டாலரிலேயே பரிமாற்றத்தைத் தொடர வைத்தனர். ஆனால், ஈரான், வெனிசுவேலா இரண்டும் இதே போன்று டாலரில் இருந்து யூரோவிற்கு மாற்றங்களை ஏற்படுத்திக் கொண்டனர்.

ஆசிய-பசிபிக் பொருளாதாரக் கூட்டமைப்பு (APEC)

ஆசிய-பசிபிக் பொருளாதாரக் கூட்டமைப்பு *(Asia-Pacific Economic Cooperation)* என்பது பசிபிக் கடலை ஒட்டிய நாடுகளின் பொருளாதாரக் கூட்டமைப்பு ஒன்றியம் ஆகும். பசிபிக் வட்டார நாடுகளின் பொருளாதாரம், வர்த்தகம், மற்றும் முதலீடுகள் போன்றவற்றை இவை ஆராயும். இந்நாடுகள் கூட்டாக உலகின் மொத்தப் பொருளாதாரத்தில் 60% விழுக்காட்டினைத் தன்னகத்தே கொண்டுள்ளன. ஜனவரி 1989 ல் ஆஸ்திரேலியப் பிரதமராக இருந்த பொப் ஹோக் பசிபிக் நாடுகளின் கூடிய பொருளாதாரக் கூட்டுக்கு முதன் முதலில் அழைப்பு விடுத்தார். இதனை அடுத்து ஆஸ்திரேலியத் தலைநகர் கான்பராவில் நவம்பரில் ஆஸ்திரேலிய வெளிவிவகார அமைச்சர் காரெத் எவான்ஸ் தலைமையில் 12 நாடுகளின் அமைச்சர்கள் மட்டக் கூட்டம் நடைபெற்றது. முதலாவது உச்சி மாநாடு 1993 ல் அமெரிக்க அதிபர் பில் கிளிண்டன் தலைமையில் வாஷிங்டனில் உள்ள பிளேக் தீவில் இடம்பெற்றது. ஏபெக் தலைமையகம் சிங்கப்பூரில் அமைக்கப்பட்டது.

ஏபெக் நாடுகளின் தலைவர்களின் உச்சி மாநாடு ஆண்டு தோறும் நடைபெறுகிறது. இம்மாநாட்டில் சீனாவை தவிர மற்றைய நாடுகளின் அரசுத் தலைவர்கள் கலந்து கொள்வார்கள். உச்சி மாநாடுகள் சுழற்சி முறையில் ஆண்டுதோறும் ஏபெக் நாடொன்றில் இடம்பெறும். அரசுத் தலைவர்கள் உச்சிமாநாடு இடம்பெறும் நாட்டின் தேசிய உடையில் இம்மாநாட்டில் கலந்து கொள்வது ஒரு சிறப்பம்சமாகும். 2007ம் ஆண்டிற்கான ஏபெக் உச்சி மாநாடு ஆஸ்திரேலியாவில் சிட்னி மாநகரில் செப்டம்பர் 2-9 ல் நடைபெற்றது.

தைவான் தவிர அனைத்து APEC உறுப்பினர்களின் அரசாங்கத் தலைவர்கள் வருடாந்திர APEC பொருளாதாரத் தலைவர்கள் கூட்டத்தில் கலந்து கொள்கிறார்கள். கலந்துகொள்ளும் தலைவர்கள் உறுப்புநாட்டின் தேசிய உடையை அணிந்துகொள்வதை உள்ளடக்கியது. APEC மூன்று அதிகாரப்பூர்வ பார்வையாளர்களைக் கொண்டுள்ளது: தென்கிழக்கு ஆசிய நாடுகளின் செயலகம், பசிபிக் பொருளாதார ஒத்துழைப்பு கவுன்சில் மற்றும் பசிபிக் தீவுகள் மன்ற செயலகம் எனப்படும். G20 வழிகாட்டுதல்களைப் பின்பற்றி G20 கூட்டங்களில் கலந்துகொள்வதற்கான புவியியல் பிரதிநிதித்துவத்திற்காக APEC இன் ஹோஸ்ட் எகானமி ஆ:ப் தி இயர் முதல் இடத்தில் அழைக்கப்பட்டதாகக் கருதப்படுகிறது.

1994 ம் ஆண்டு இந்தோனேசியாவில் போகோரில் நடைபெற்ற கூட்டத்தின் போது, APEC தலைவர்கள் போகோர் இலக்குகளை ஏற்றுக்கொண்டனர். இது 2010 ம் ஆண்டளவில் தொழில்மயமான பொருளாதாரங்களுக்கும், 2020 ம் ஆண்டளவில் வளரும் பொருளாதாரங்களுக்கும் ஆசிய-பசிபிக் பகுதியில் இலவச மற்றும் திறந்த வர்த்தக முதலீட்டை இலக்காகக் கொண்டதாக அமைந்தது. 1995 ல், APEC வணிக ஆலோசனைக் குழுவை (ABAC) நிறுவியது. இது ஒவ்வொரு உறுப்பு-நாட்டிலிருந்தும் மூன்று வணிக நிர்வாகிகளைக் கொண்டது. ஏப்ரல் 2001 இல், APEC, மற்ற ஐந்து சர்வதேச அமைப்புகளான Eurostat, IEA, OLADE, OPEC மற்றும் UNSD-யுடன் இணைந்து கூட்டு எண்ணெய் தரவுப் பயிற்சியைத் தொடங்கியது. இது 2005 ல் கூட்டு நிறுவனங்களின் தரவு முன்முயற்சியாக (JODI) ஆனது.

தற்போது மொத்தம் 21 நாடுகள் இக்கூட்டமைப்பில் அங்கம் வகிக்கின்றன. இந்தியா இக்கூட்டமைப்பில் அங்கத்துவத்துக்கு விண்ணப்பித்துள்ளது. ஐக்கிய அமெரிக்கா, ஜப்பான், ஆஸ்திரேலியா ஆகியன இதற்கு ஆதரவு தெரிவித்துள்ளனவாயினும், 2010 க்குப் பின்னரே இக்கோரிக்கை

பரிசீலனைக்கெடுக்கப்பட்டது. பின்னர் மொங்கோலியா, லாவோஸ், கொலம்பியா எக்குவடோர் போன்றவையும் இக்கூட்டமைப்பில் அங்கம் வகிக்க விண்ணப்பித்துள்ளன.

உலக வர்த்தக அமைப்பு (WTO)

உலக வர்த்தக அமைப்பு (**World Trade Organisation**) என்பது ஒரு சர்வதேச நிறுவனமாகும். சர்வதேச மூலதன வணிகத்தினைத் தாராளமயமாக்கி அதை மேற்பார்வையிடும் நோக்குடன் இந்த அமைப்பு நிறுவப்பட்டது. 1947 ஆம் ஆண்டிலிருந்து செயல்பட்டு வந்த ஜிஏடிடி என்ற (General Agreements on Tariffs and Trade (GATT)) வணிகம் மற்றும் கட்டண விகிதத்திற்கான பொது உடன்பாட்டு அமைப்பிற்குப் பதிலாக ஜனவரி 1, 1995 ம் ஆண்டு முதல் இந்த அமைப்பு அதிகாரபூர்வமாக, மர்ரகேஷ் ஒப்பந்தத்தின்கீழ் செயல்படத் துவங்கியது. உலக வணிக அமைப்பானது அதில் பங்குபெறும் நாடுகளிடையே நிலவும் வணிகத்தை ஒழுங்குமுறைப்படுத்துகிறது. பேச்சுவார்த்தைகள் மூலம் வணிக உடன்பாடுகள் செய்து முடிவு காண்பதற்கு ஒரு நிலையான கட்டமைப்பை அது வழங்குகிறது.

இந்த அமைப்பு இரு நாடுகளுக்கிடையே எழும் தகராறுகளுக்கு, உலக வணிக அமைப்புடன் செய்துகொண்ட ஒப்பந்தங்களின் அடிப்படையில் சுமுகமான தீர்வுகாண வழிவகுக்கிறது. இந்த ஒப்பந்தங்களைப் பங்கு பெறும் நாடுகளின் அரசைச் சார்ந்த பிரதிநிதிகள் கையொப்பமிட்டு, அவற்றை அந்நாட்டு நாடாளுமன்றத்தில் ஏற்புறுதி செய்ய வேண்டும். இது வரையில் உலக வணிக அமைப்பின் (WTO) கவனத்தை ஈர்த்த மிகையான விவகாரங்களளான உருகுவே சுற்றை வணிகப் பேச்சு வார்த்தை (1986-1994) முடிவுறாத ஒன்றாகும். இந்த அமைப்பானது, தற்போது 2001 ம் ஆண்டில் துவங்கிய தோகா மேம்பாட்டுக் கூட்டப்பொருள் அல்லது தோகா சுற்று என்ற வணிகமுறைப் பேச்சுவார்த்தைகளில் எடுத்த முடிவுகளைச் செயல்படுத்துவதில் மும்முரமாக ஈடுபட்டுள்ளது.

இது உலக மக்கள் தொகையில் மிகுதியாக உள்ள நலிந்த நாடுகளின் பங்கேற்பினைச் செழுமைப்படுத்திச் சம நிலையில் வாதம்புரிந்து பங்கேற்பதற்கான பெரும் முயற்சியாகும். இருந்தாலும், "வேளாண் பொருட்களை அதிக அளவில் ஏற்றுமதி செய்யும் நாடுகள் மற்றும் எண்ணற்ற ஏழ்மையில் வாடும் குடியானவர்கள் கொண்ட நாடுகளிடையே நடந்து வரும் பேச்சுவார்த்தைகளில், அதிகமாக இறக்குமதி செய்யும் காலகட்டங்களில், ஏழைக்குடியானவர்களுக்குத் 'தனி பாதுகாப்பு கவசம்' அளிப்பது பற்றிய துல்லியமான செயல்பாட்டிற்கு எதிர்ப்பு இருப்பதனால் வாக்குவாதங்கள் நீண்டு கொண்டே போகின்றன. தற்போது, தோகா சுற்றின் எதிர்காலம் கேள்விக்குறியாக உள்ளது.

இப்போது உலக வணிக அமைப்பில் 153 உறுப்பினர்கள் உள்ளனர். இது உலக அளவிலான வணிகத்தின் மொத்த அளவின் 95% ஆகும். இந்த அமைப்பில் தற்பொழுது 30 பார்வையாளர்களும் உள்ளனர். இவர்களும் உறுப்பினர் ஆவதற்கு முனைந்து வருகின்றனர். இந்த உலக வணிக அமைப்பு, அதன் செயல்பாடுகளை, அலுவலகப்பணித் தொகுதி கூட்டங்களை அவ்வப்போது செயல்படுத்தி முறைப்படுத்தி வருகிறது. இரண்டாண்டுகளில் ஒருமுறை அவர்கள் கூடுவார்கள். இந்த அமைப்பின் உறுப்பினர்களின் பொதுக்குழு, கூட்டத்தில் எடுத்த கொள்கை அளவிலான முடிவுகளை செயல்படுத்தி நிர்வாகத்திற்கான பொறுப்பையும் ஏற்றுக்கொண்டுள்ளது. இதற்கு தலைமை தாங்க, அலுவலகப்பணித் தொகுதி கூட்டத்தால் தெரிவு செய்த ஒர் உயரதிகாரி, நியமிக்கப்படுவார். உலக வணிக அமைப்பின் (WTO) தலைமைச் செயலகம் செண்டர் வில்லியம் ரப்பர்ட், ஜெனீவா, சுவிட்சர்லாந்தில் உள்ளது.

வணிக முறையின் கொள்கைகள்

உலக அரங்கில் அனைத்து நாடுகளும் பங்கேற்று வாணிபம் புரிந்திடும் நோக்குடன் வணிகத்திற்கான கொள்கைகளை

வரையறுத்து உலக வர்த்தக அமைப்பு என்ற ஒரு கட்டமைப்பிற்கு ஒரு வடிவத்தை கொடுத்துள்ளார்கள். இந்த அமைப்பு விளைவுகளை வரையறுக்கவோ அல்லது குறிப்பிடவோ இல்லை. 1994 ஆண்டிற்கு முந்தைய ஜிஏடிடி அமைப்பு (pre-1994 ஜிஏடிடி (GATT)) மற்றும் உலக வணிக அமைப்பினை பற்றி தெரிந்துகொள்ள ஐந்து விதிமுறைகள் முக்கியமாகும்: அவையே,

1. பாகுபாடு இல்லாமை.

இதில் இரண்டு பெரிய பாகங்களுண்டு ஒன்று மிகவும் வேண்டிய நாடு (MFN) விதிமுறை, மற்றோன்று தேசிய நடத்துதல் கொள்கை. இவை இரண்டும், சரக்குகள், சேவைகள், அறிவுத்திறனுடையார், சொத்துடமை என உலக வணிக அமைப்பின் விதிமுறைகளில் வரையறுத்துள்ளது. ஆனால் அவற்றின் துல்லியமான நோக்கம் மற்றும் இயல்பு ஒவ்வொரு வகைக்கும் வேறுபடும். இவ்விதிமுறைகளின் படி உலக வணிக அமைப்பு உறுப்பினர் ஒரே மாதிரியான நியமனங்களை இதர உலக வணிக அமைப்பின் உறுப்பினருடைய அனைத்து வணிக விவகாரங்களுக்கும் அமைக்க வேண்டும். அதாவது ஒரு உலக வணிக அமைப்பு உறுப்பினர் ஒரு குறிப்பிட்ட பொருளுக்காக வணிகம் செய்யும் போது அதற்காக அளிக்க விரும்பும் மிகவும் உன்னதமான நிலவரங்களை மற்ற இதர உறுப்பினர்களுக்கும் பாகுபாடில்லாமல் அளிக்க முன்வரவேண்டும் என்பதாகும். யாராவது ஒருவருக்கு சில சலுகைகளை அளித்தால், அச்சலுகைகளை எஞ்சி இருக்கும் அனைத்து உலக வணிக அமைப்பு உறுப்பினர்களுக்கும் அளிக்க வேண்டும். தேசிய நடத்துகை என்றால் இறக்குமதி சரக்குகள் மற்றும் உள்நாட்டில் தயாரித்த சரக்குகள் இரண்டும் பாகுபாடில்லாமல் ஒரே முறையில் சீராக பார்க்க வேண்டும். மேலும் இந்த விதிமுறைகள் வணிகம் செய்வதில் கட்டணம் இல்லாத தடைகளை அகற்றுவதற்காகவே ஏற்பட்டன. எடுத்துக்காட்டாக தொழில்நுட்ப தரங்கள், பாதுகாப்பு தரங்கள் போன்றவை இறக்குமதி சரக்குகளுக்கு எதிராக இருப்பது போன்றவை ஆகும்.

பிரதிச்சலுகை.

எம்எப்என் விதிமுறை (MFN rule) காரணமாக எழும் இலவச சலுகைகளில் நோக்கங்கலை ஒரு அளவிற்குள் வைத்திடவும் மற்றும் வெளிநாட்டு சந்தையில் பங்குபெற ஒரு நல்ல வாய்ப்பு கிடைப்பதற்குமான விருப்பத்தையும் தெரிவிக்கிறது. பிரத்திச்சலுகைகள் மூலமாக இவ்வாறான ஆதாயங்கள் கிடைக்க வழி வகுக்கிறது.

1. **கட்டமைத்த மற்றும் வலிந்து செயற்படுத்துதலுக்கான கடமைகள்.** உலக வணிக அமைப்பு உறுப்பினர்கள் பலவகை வணிக பேச்சுவார்த்தைகளில் அறிவித்த கட்டண வாக்குறுதிகள் மற்றும் அணுக்கத்திற்கான வழிமுறைகள் ஒரு கால அட்டவணையில் எண்ணிக்கையுடன் பட்டியலிட வேண்டும். இது போன்ற கால அட்டவணைகள் மேல் மட்ட கடமைகளை நிலைநாட்டும். ஒரு நாடு தனது கட்டமைப்புகளை மாற்றலாம், ஆனால் அவற்றை அந்நாட்டு வணிக கூட்டாளிகளுடன் பேச்சுவார்த்தை நடத்திய பிறகே செய்யலாம். அவ்வாறு செய்யும் போது அவர்களுக்கு வணிகத்தில் ஏற்படும் நட்டத்தை ஈடு செய்ய வேண்டியிருக்கும். இதனால் திருப்தி அடையவில்லை என்றால், குற்றத்தை முறையிடும் நாடு உலக வணிக அமைப்பின் தகராறுகளுக்கு தீர்வு காணும் நடைமுறைகளை அழைத்து செயல்படுத்தலாம்.

2. **ஒளிவின்மை.** உலக வணிக அமைப்பு உறுப்பினர்கள் தங்கள் நாட்டின் வணிக விதிமுறைகளை அச்சிட்டு வெளியிடவேண்டும். வணிக ரீதியில் பாதிக்கும் நிர்வாக முடிவுகளை மறுபரிசீலனை செய்வதற்கான நிறுவனங்களை தடங்கலில்லாமல் கட்டிக்காக்க வேண்டும். இதர உறுப்பினர்களுக்கு தேவைப்படும் தகவல்களை அவ்வப்போது வழங்குதல் வேண்டும். மேலும் வணிக ரீதியிலான கொள்கை மாற்றங்களை

உடனுக்குடன் உலக வணிக அமைப்பிற்கு தெரிவிக்க வேண்டும். இவ்வாறான ஒளிவுமறைவின்மையுடன் கூடிய தேவைகளுடன் காலமுறையில் தனி நாட்டை குறிக்கும் அறிக்கைகள் வணிக கொள்கைகளுக்கான மறுபரிசீலனை இயக்க அமைப்பு (TPRM) மூலமாக நிரப்பி இணைப்புகளை சேர்த்து உதவிகள் வழங்கப்படும். இவ்வாறு உலக வணிக அமைப்பு முறைகள், முன்னறிந்து கொள்ளக்கூடிய தன்மை மற்றும் நிலைத்தன்மைகளை மேம்படுத்தி, மேலும் ஒதுக்கீடு மற்றும் அது போன்ற தடைகளை விதிக்கும் நடைமுறைகளை நீக்கி, இறக்குமதி பொருட்களுக்கு கட்டுப்பாடுகள் இல்லாதவாறு பார்த்துக்கொள்கின்றன.

3. **பாதுகாப்பு வால்வுகள்** :. சில குறிப்பிட்ட சூழ்நிலைகளில், அரசுகளால் வணிகத்தை கட்டுப்படுத்த இயலும். இத்திசையில் மூன்று வகையிலான முன்னேற்பாட்டு ஒதுக்கங்களை காணலாம்: பொருளாதாரமல்லாத கொள்கைகளை அடைவதற்கான விதிமுறைகள், நியாயப் போட்டிகளை அனுமதிக்கும் நோக்குடைய விதிமுறைகள்; மற்றும் பொருளாதார காரணங்களுக்காக குறிக்கீடுகளை அனுமதிக்கும் தனிவகைமுறைகள் ஆகும்.

உறுப்பினர்கள் மற்றும் பார்வையாளர்கள்.

உலக வணிக அமைப்பு 153 உறுப்பினர்களை கொண்டது. ஐரோப்பிய ஒன்றியத்தை சார்ந்த 27 நாடுகளும் ஐரோப்பிய சமுதாய பிரதிநிதிகள் என அறியப்பட்டனர். உலக வணிக அமைப்பு உறுப்பினர்கள் ஒரு இறையாண்மை வாய்ந்த நாட்டின் அங்கத்தினர்களாக இருக்கவேண்டும் என்பதில்லை. அதற்கு பதிலாக, அவை வெளிநாடுகளுடன் வர்த்தக உறவுகள் புரியும் மற்றும் சுங்கவரி வசூலிக்கும் ஒரு முழு சுயாட்சி கொண்ட தனி இடமாகவும் இருக்கலாம். இப்படித்தான் ஹாங் காங், ஜிஏடிடி (GATT) அமைப்பில் ஒரு ஒப்பந்த நாடாக சேர்ந்தது. மற்றும் ரிபப்ளிக் ஒப் சீனா (ROC) உலக வணிக அமைப்பில் 2002 ஆம்

ஆண்டில் "தனி சுங்கவரி விதிக்கும் தைவான், பெங்கு, கின்மேன் மற்றும் மட்சு நாடுகள் அங்கம் வகிக்கின்றது. உறுப்பினர்கள் அல்லாத பலர் பார்வையாளர்களாக உலக வணிக அமைப்பில் உள்ளனர்.

மேலும் அவர்களையும் அங்கத்தினர் ஆக்கும் நடவடிக்கைகள் தற்போது நடந்துவருகிறது. ஈரான், ஈராக், மற்றும் ரஷ்ய நாடுகள் பார்வையாளர்களாகவே உள்ளனர். அவர்கள் இன்னும் அங்கத்தினர்களாகவில்லை. ஹோலி சி என்ற இடத்தை தவிர, இதர நாடுகள் பார்வையாளர்கள் ஆனதிலிருந்து ஐந்து வருடங்களுக்குள் பேச்சுவார்த்தைகள் புரிந்து இணக்கம் செய்துகொள்ளவேண்டும். சில சர்வதேச அரசுகளுக்கிடையேயான நிறுவனங்களும் உலக வணிக அமைப்பின் பார்வையாளர்களாக அனுமதி பெற்றுள்ளனர். இது வரை 14 நாடுகள் மற்றும் 2 வட்டாரங்கள் உலக வணிக அமைப்புடன் அதிகாரபூர்வமான தொடர்புகளை வைத்துக்கொள்ளவில்லை.

ஒப்பந்தங்கள்

உலக வணிக அமைப்பு தற்போது சுமார் 60 வேறுபட்ட ஒப்பந்தங்களை மேற்பார்வையிட்டு வருகிறது, ஒவ்வொன்றும் சர்வதேச சட்ட உரை நிலை கொண்டவையாகும். இணக்கத்திற்கான ஒப்புதல் கிடைத்தவுடன் உறுப்பினர் நாடுகள் உலக வணிக அமைப்பின் அனைத்து ஒப்பந்தங்களிலும் கையொப்பமிட்டு அவற்றை ஏற்றுக்கொள்ள வேண்டும். சில முக்கியமான ஒப்பந்தங்களைப்பற்றிய சிறிய குறிப்பு கீழே கொடுக்கப்பட்டுள்ளது.

வேளாண் தொழிலுக்கான ஒப்பந்தம் (AoA)

வேளாண் தொழிலுக்கான ஒப்பந்தம் (AoA) 1995 ம் ஆண்டில் உலக வணிக அமைப்பு தொடக்கத்திலேயே செயல்படுத்தியது. இந்த ஒப்பந்தம் மூன்று மையக்கருத்துகளை கொண்டது.

அவையே, உள்நாட்டு ஆதாரம், சந்தையுடன் தொடர்பு மற்றும் ஏற்றுமதிக்கான மானியங்கள்.

சேவைகள் வழங்குவதற்கான பொது ஒப்பந்தம் (GATT)

ஜிஏடிடி (GATT) அதாவது சரக்குகளில் வணிகம் செய்வதற்காக உருவாக்கிய கட்டணம் மற்றும் வணிக முறைகளுக்கான பொது ஒப்பந்தத்தை போலவே ஒரு உடன்பாட்டை சேவைகள் புரியும் தொழில்துறைக்கும் நீட்டுவதற்காகவே, சேவைகள் புரியும் வணிகத்திற்கான பொது ஒப்பந்த முறை (GATS) உருவானது. இந்த ஒப்பந்தம் ஜனவரி 1995 முதல் அமுலில் உள்ளது.

அறிவுசார் சொத்துரிமைக்கான வணிகம் சார்ந்த நோக்கங்களுக்கான ஒப்பந்தம் (TRIPs)

அறிவுசார் சொத்துரிமைக்கான வணிகம் சார்ந்த நோக்கங்களுக்கான ஒப்பந்தம் (TRIPs) பலவகை அறிவுசார் சொத்துரிமைக்கான (IP) குறைந்த அளவிலான தர கட்டுப்பாடுகளை விதித்துள்ளது. இதைப்பற்றிய பேர நடவடிக்கைகள் 1994 ஆம் ஆண்டில் நடைபெற்ற ஜிஏடிடி (GATT) பேச்சுவார்த்தைகளுடன் உருகுவே சுற்றின் இறுதியில் மேற்கொண்டது.

துப்புரவு சார்ந்த மற்றும் தாவர-துப்புரவு சார்ந்த (SPS) ஒப்பந்தம்

துப்புரவு சார்ந்த மற்றும் தாவர-துப்புரவு சார்ந்த ஒப்பந்தத்தை பயன்படுத்துவது குறித்தான ஒப்பந்தம் எனவும் அறியப்படுகிறது. உருகுவே சுற்றில் ஜிஏடிடி யின் பொது ஒப்பந்தத்தை பற்றிய பேரப் பேச்சுவார்த்தைகல் நிகழ்ந்தது. மேலும் 1995 ஆம் ஆண்டில் உலக வணிக அமைப்பு நிறுவியதில் இருந்து செயலாக்கத்தில் உள்ளது. SPS ஒப்பந்தத்தின் கீழ், உலக வணிக அமைப்பு உணவுப் பொருட்களின் பாதுகாப்புடன் கூடிய பயன்பாட்டிற்கான தீங்கு விளைவிக்கும் பொருட்களுக்கான எல்லைகளை தெளிவு செய்யும் கொள்கைகளை வெளியிட்டது.

வணிகத்தில் தொழில்நுட்ப தடைகள் குறித்த ஒப்பந்தம் (TBT)

வணிகத்தில் தொழில்நுட்ப தடைகள் குறித்த ஒப்பந்தம் (TBT) என்பது உலக வணிக அமைப்பின் ஒரு சர்வதேச உடன்பாடாகும். உருகுவே சுற்றில் ஜிஏடிடியின் பொது ஒப்பந்தத்தை பற்றிய பேரப்பேச்சுவார்த்தைகளின் போதும் அது நிகழ்ந்தது. மேலும் 1994 ம் ஆண்டிறுதியில் உலக வணிக அமைப்பு நிறுவிய போதிலிருந்து செயலாக்கத்தில் இருந்து வருகிறது. தொழில்நுட்ப பேச்சுவார்த்தைகள், தரக்கட்டுப்பாடுகள் மற்றும் சோதனை மேற்கொள்வது மற்றும் சான்றிதழ்கள் வழங்குவது போன்ற காரணங்களால் வணிகத்திற்கு பாதிப்பு ஏற்படுவதை தடுக்கும் நோக்குடன் இவை செயல்படுகின்றன.

உலக சுகாதார அமைப்பு (WHO)

உலக சுகாதார அமைப்பு (World Health Organisation) ஐக்கிய நாடுகளின் ஓர் அமைப்பாகும். இந்நிறுவனம் அனைத்துலக பொதுச் சுகாதாரத்திற்கான ஒருங்கிணைப்புப் பணிகளைச் செய்யும் அதிகாரம் படைத்தது. ஏப்ரல் 7, 1948ல் தொடங்கப்பட்ட இந்நிறுவனத்தின் தலைமை அலுவலகம் ஸ்விட்சர்லாந்து நாட்டின் ஜெனீவாவில் அமைந்துள்ளது. இந்த அமைப்பானது ஐக்கிய நாடுகளின் முன்னோடியான லீக் ஆப் நேஷன்ஸ் என்கின்ற அமைப்பு இருந்தபோது இருந்த சுகாதார அமைப்பின் வழிவந்ததாகும்.

நோக்கம்

உலகில் உள்ள அனைவருக்கும் இயன்றவரை ஆகக்கூடுதலான சுகாதார வசதிகளைப் பெற்றுக்கொடுப்பதே இந்த அமைப்பின் நோக்கமாகும். இதன் முக்கிய வேலைத்திட்டமாக தொற்றுநோய்கள் போன்ற நோய்நொடிகளுடன் போராடுதல் மற்றும் உலகில் உள்ள மக்கள்அனைவருக்கும் பொதுச் சுகாதார வசதிகளை ஏற்படுத்துவதாகும். எல்லா மக்களுக்கும

முடிந்தவரையிலான உடல்நலத்தைப் பெற வழி வகுத்தல். இதன் நோக்கத்தை நிறைவேற்ற, கீழ்க்கண்ட செயல்பாடுகள் உதவுகின்றன.

1. உலக அளவில், சுகாதாரத்தைப் பேணும் நேரடி, உயர்நிலை அமைப்பாக இருத்தல்

2. ஐக்கிய நாடுகள் சபையுடன் இணைந்து, சிறப்பு சுகாதார குழுக்களை ஏற்படுத்தல்

3. அரசுகளின் வேண்டுகோளுக்கு இணங்கி, சுகாதாரத்தைப் பேண உதவுதல்

4. அரசுகளின் கோரிக்கைக்கு ஏற்ப, அவசரகால உதவிகளை செய்து தருதல்

5. ஐக்கிய நாடுகள் சபையின் வேண்டுகோளுக்கு ஏற்ப, பகுதிவாரியாக சிறப்புக் குழுக்களுக்கு பயிற்சி அளித்தல்

6. தேவையான நிர்வாக, தொழில்நுட்ப உதவிகளை மேற்கொள்ளல்.

7. நோய்த்தடுப்பு முறைகளை மேம்படுத்தல்

8. விபத்துக் காலங்களில், சிறப்புக் குழுக்களுடன் இணைந்து செயல்படுதல்

9. சுற்றுச்சூழலில் சுகாதாரத்தைப் பேணுவதற்கான காரணிகளை கவனித்து, மேம்படுத்தல்

10. சுகாதாரத்தை மேம்படுத்த உழைக்கும் குழுக்களை ஊக்குவித்தல்

11. சட்டங்கள், ஆலோசனைகள், ஒப்பந்தங்கள் ஆகியவற்றை ஏற்படுத்தல்

உருவாக்கம்

உலக சுகாதார அமைப்பானது ஐக்கிய நாடுகளின் ஆரம்பத்தில் இருந்தே உருவாக்கப்பட்ட ஒர் அமைப்பாகும். இதன் உருவாக்கமானது சம்பிரதாய பூர்வமாக 26 நாடுகளால் ஏற்றுக்கொள்ளப்பட்டபடி உலக சுகாதார தினத்தன்று ஆரம்பிக்கப்பட்டது. இந்த அமைப்பின் சட்டத்தை உலகின் 61 நாடுகள், ஐக்கிய நாடுகள் சபையில் கையெழுத்திட்டன. இதன் தொடக்கத்தில் இருந்தே பெரியம்மை நோயைக் கட்டுப்படுத்துவதற்கான முயற்சிகள் மேற்கொள்ளப்பட்டன. தற்போதைய முக்கியத்துவம், நோய்த்தொற்று தடுப்பதும், எய்ட்சு, மலேரியா, காச நோய் ஆகியவற்றிற்குள் தீர்வு காண்பதும் ஆகும். உடல்நலம் சார்ந்த உலகின் முன்னணி இதழான வேர்ல்டு ஹெல்த் ரிப்போர்ட், இந்த அமைப்பால் வெளியிடப்படுகிறது.

இதன் சின்னமாக நோயைக் குணப்படுத்தும் அஸ்லெப்பியசின் தடி ஏற்கப்பட்டுள்ளது. இதன் தலைமையகம், சுவிட்சர்லாந்தில் உள்ள ஜெனீவாவில் உள்ளது. இது 1966 ஆம் ஆண்டு முதல் செயல்படுகிறது. 1949 - 1952 ஆண்டுகளுக்கு இடையில், மண்டலப் பிரிவுகள் பிரிக்கப்பட்டன. பல்வேறு முடிவுகள் மண்டல அளவில் எடுக்கப்படுகின்றன.

ஒவ்வொரு மண்டலத்திற்கும் மண்டலக் குழு உண்டு. இது ஆண்டுக்கு ஒரு முறை கூடும். ஒவ்வொரு நாட்டுப் பிரதிநிதியும் கலந்துகொள்வார். அங்கிகரிக்கப்படாத நாட்டின் பிரதிநிதிகளும் பங்கேற்பர். மண்டலங்களுக்கு தனித்தனி அலுவலகங்கள் உண்டு. இந்த அலுவலகத்தின் தலைவராக மண்டலக் குழுவால் ஒருவர் தேர்வு செய்யப்படுவார். இவர் ஐந்து ஆண்டு காலம் பணியில் இருப்பார். இந்த மண்டலக் குழுவிற்கு, ஒவ்வொரு உறுப்பு நாட்டின் உடல்நலத் துறைத் தலைவர்கள் பங்கேற்பர். உலக சுகாதார அவையின் திட்டங்களை மண்டல அளவில் செயல்படுத்துவதும் மண்டலக் குழுவின் பொறுப்பாகும்.

நாடுகளும் அலுவலகங்களும்

இந்த அமைப்பு 147 நாடுகளில் இயங்குகிறது. இது சில உதவி அலுவலகங்களையும் கொண்டுள்ளது. ஐரோப்பிய ஒன்றியம், ஐக்கிய நாடுகள், உலக வங்கி, அனைத்துலக நாணய நிதியம் ஆகியவற்றிற்காக இவை செயல்படுகின்றன. கேன்சர் தடுப்பிற்கான சர்வதேச ஆய்வு மையம், பிரான்சில் லியோன் நகரில் உள்ளது. சுகாதார மேம்பாட்டிற்கான மையம், ஜப்பானின் கோபே நகரில் உள்ளது. ஒவ்வொரு நாட்டிலும் ஓர் அலுவலகம் இருக்கும். சில நாடுகளில் மண்டலத்திற்குத் துணை அலுவலகங்களும் உள்ளன. இந்த அமைப்பிற்கான நாட்டின் பிரதிநிதி, அந்த நாட்டின் அலுவலகத் தலைவராக இருப்பார். இது 147 நாடுகளில் 8,500 பேர்களை பணிக்கு அமர்த்தியுள்ளது

அமைப்பு

உலக சுகாதார அவை, இந்த அமைப்பின் உயரிய பொறுப்பைக் கொண்டதாகும். இதன் தலைமையகம், ஜெனிவா நகரில் உள்ளது. ஆண்டுக்கொருமுறை மே மாதம் கூட்டங்கள் நடத்தப்படுகின்றன. தேர்ந்தெடுக்கப்பட்டவர், அவையின் தலைவராக, ஐந்தாண்டு காலம் பதவி ஏற்பார். இந்த அவை செயலாக்க அவையின் செயற்பாடுகளை பார்வையிடுகிறது. சுகாதாரத்துறையில் சிறந்த 34 நபர்கள் தேர்ந்தெடுக்கப்பட்டு, செயலாக்க அவையில் இடம்பெறுவர். சட்டசபையின் கொள்கைகளுக்கு உட்பட்டு திட்டங்களை வகுப்பது செயலாக்க அவையின் பொறுப்புகளில் ஒன்று.

இந்த அமைப்பின் பதின்மூன்று கொள்கைகள் இதைச் சார்ந்தே உள்ளன. எடுத்துக்காட்டாக, ஐக்கிய நாடுகள் சபை, நாடுகள் ஆகியவற்றுடன் இணைந்து, சுமுகமான உறவை மேம்படுத்தி, உலக சுகாதார மேம்பாட்டிற்கு உழைத்தல்" என்பது இதன் முதல் கொள்கை. "இந்த அமைப்பை சிறப்பாகச் செயல்படச் செய்ய ஏதுவாக இருத்தல்" என்பது இதன் இரண்டாவது கொள்கையாக உள்ளன.

உறுப்பினர்கள்

2013 ஆம் ஆண்டு வரையில், இந்த அமைப்பிற்கு 194 உறுப்பு நாடுகள் உள்ளன. இவை அனைத்தும் ஐக்கிய நாடுகள் சபையின் உறுப்பினர்களாக உள்ளன. லீச்டென்ஸ்டெயின், குக் தீவுகள், நியுவே ஆகிய நாடுகள் இதன் உறுப்பினர்கள் இல்லை. புவேர்ட்டோ ரிக்கோ, டோக்கெலாவ் ஆகிய நாடுகள் இதன் துணை உறுப்பினர்களாக உள்ளன. பாலஸ்தீன் உள்ளிட்ட நாடுகள் பார்வையாளர்களாக ஏற்கப்பட்டுள்ளன. இதன் சட்டத்தின்படி, அனைத்து ஐக்கிய நாடுகள் சபையின் உறுப்பினர்களும் இதன் உறுப்பினராகத் தகுதி உடையவர். ஐநா சபையில் இல்லாத பிற நாடுகளும், ஐநா சபையின் வாக்கெடுப்பில் தேர்வானால் உறுப்பினராக சேர்க்கப்படுகின்றனர்.

சர்வதேச நாணய நிதியம் (IMF)

சர்வதேச நாணய நிதியம் (International Monetary Fund) அமெரிக்க டொலர் ஒழுங்குடைமையை பிரதானமாக பாதுகாப்பதற்காக 1945 ஆண்டு உருவாக்கப்பட்டது. எந்த ஒரு முடிவும் 85% அதன் செயலாக்க குழுவின் ஆதரவுடன்தான் அமுல்செய்யப்படலாம். இதில் கட்டுப்படுத்தும் 18% வீத அதிகாரத்தை ஐக்கிய அமெரிக்கா கொண்டுள்ளது. இதன் தலைவர் எப்பொழுதும் ஒரு ஐரோப்பியராக இருப்பதும், உலக வங்கியின் தலைவர் அமெரிக்கராக இருப்பதும் வழக்கம்.

அனைத்துலக நாணய நிதியம் முதலில் 1944 ல் பிரெட்டன் வூட்ஸ் சிஸ்டம் பரிமாற்ற ஒப்பந்தத்தின் ஒரு பகுதியாக அமைக்கப்பட்டது. பெரும் மந்த நிலையின் போது, நாடுகளே தங்கள் வீழ்ச்சியடைந்த பொருளாதாரங்களை மேம்படுத்தும் முயற்சியில் வர்த்தகத்திற்குத் தடைகளை அதிகப்படுத்தின. இது தேசிய நாணயங்களின் பரிவர்த்தனை மற்றும் உலக வர்த்தகத்தில் சரிவுக்கு வழிவகுத்தது

சர்வதேச நாணய ஒத்துழைப்பின் இந்த முறிவு மேற்பார்வையின் தேவையை உருவாக்கியது. சர்வதேச அரசாங்க ஒத்துழைப்புக்கான ஒரு கட்டமைப்பை பற்றி விவாதிக்க அமெரிக்காவின் நியூ ஹெம்சிபியரிலுள்ள ப்ரெட்டன் வூட்ஸ் நகரத்தில் உள்ள மவுண்ட் வாஷிங்டன் ஹோட்டலில் 45 அரசாங்கங்களின் பிரதிநிதிகள் [Bretton Woods Conference] மாநாட்டில் ஐரோப்பாவை மீண்டும் எப்படி கட்டி எழுப்புவது பற்றி விவாதிக்கப்பட்டது.

சர்வதேச நாணய நிதியம் ஒரு உலகளாவிய பொருளாதார நிறுவனமாகக் கருதப்பட வேண்டிய பங்கு பற்றி இரண்டு கருத்துக்கள் இருந்தன. அமெரிக்க பிரதிநிதி ஹாரி டெக்ஸ்டர் வைட் அனைத்துலக நாணய நிதியம் ஒரு வங்கியைப் போலவே செயல்பட்டதை முன்னறிந்து, கடன்களைப் பெறும் மாநிலங்கள் தங்கள் கடன்களை சரியான காலத்தில் திருப்பிச் செலுத்தும் என்பதை உறுதிப்படுத்த வேண்டும் என்கிறார். வெள்ளை திட்டத்தின் பெரும்பகுதி Bretton Woods ல் மேற்கொள்ளப்பட்ட இறுதி செயல்களில் இணைக்கப்பட்டது.

செயல்பாடுகள்

உலகளாவிய வறுமையைக் குறைத்தல், பன்னாட்டு வர்த்தகத்தை ஊக்குவித்தல் ஆகியவையும் நிதி நிலைத்தன்மை மற்றும் பொருளாதார வளர்ச்சியை மேம்படுத்துதல் ஆகியவையும் இதன் நோக்கங்களாக உள்ளன. இந்நிதியம் மூன்று முக்கிய செயல்பாடுகளைக் கொண்டுள்ளது: பொருளாதார வளர்ச்சி, கடன் வழங்குதல் மற்றும் திறன் மேம்பாடு ஆகியவற்றை மேற்பார்வை செய்தல் ஆகியவை ஆகும். உறுப்பு நாடுகளின் பொருளாதாரங்களையும் ஒட்டுமொத்த உலகப் பொருளாதாரத்தையும் பாதிக்கும் திருப்பங்களை பொருளாதார கண்காணிப்பு மூலம் கண்காணிக்கிறது.

சர்வதேச நாணய நிதியத்தின் நோக்கங்கள்

சர்வதேச நாணய ஒத்துழைப்பை மேம்படுத்துவதற்கும், சர்வதேச வர்த்தகத்தை செயல்படுத்துவதற்கும், நிதி ஸ்திரத்தன்மையை அடைவதற்கும், அதிக வேலைவாய்ப்பைத் தூண்டுவதற்கும், உலகில் வறுமையைக் குறைப்பதற்கும், பொருளாதார வளர்ச்சியைத் தக்கவைப்பதற்கும் ஒரு முன்முயற்சியாக IMF உருவாக்கப்பட்டது. ஆரம்பத்தில், உலகளாவிய கட்டண முறையை மீண்டும் செய்யும் இலக்குடன் 29 நாடுகள் இருந்தன. இன்று, இந்த அமைப்பில் 189 உறுப்பினர்கள் உள்ளனர். சர்வதேச நாணய நிதியத்தின் (IMF) முக்கிய நோக்கங்கள் கீழே குறிப்பிடப்பட்டுள்ளன:

- ✓ உலகின் உலகளாவிய நாணய ஒத்துழைப்பை மேம்படுத்தவும்.

- ✓ விகித ஸ்திரத்தன்மையை நீக்கி அல்லது குறைப்பதன் மூலம் நிதி ஸ்திரத்தன்மையை பாதுகாக்க.

- ✓ சமநிலையான சர்வதேச வர்த்தகத்தை எளிதாக்குதல்.

- ✓ பொருளாதார உதவி மற்றும் நிலையான பொருளாதார வளர்ச்சி மூலம் அதிக வேலைவாய்ப்பை மேம்படுத்துதல்.

- ✓ உலகம் முழுவதும் வறுமையை குறைக்க வேண்டும்.

இந்தியா & சர்வதேச நாணய நிதியம்

இந்தியா IMF ன் நிறுவன உறுப்பினர். இந்தியாவின் மத்திய நிதியமைச்சர் IMF ன் ஆளுநர்கள் குழுவில் முன்னாள் அதிகாரபூர்வ ஆளுநராக உள்ளார். ஒவ்வொரு உறுப்பு நாட்டிற்கும் ஒரு மாற்று கவர்னர் இருக்கிறார். இந்தியாவிற்கான மாற்று கவர்னர் ரிசர்வ் வங்கியின் கவர்னர் ஆவார். சர்வதேச நாணய நிதியத்தில் இந்தியாவைப் பிரதிநிதித்துவப்படுத்தும் ஒரு நிர்வாக இயக்குநரும் இருக்கிறார்.

IMF ல் இந்தியாவின் ஒதுக்கீடு சிறப்பு வரைதல் உரிமைகள்(SDR) 13,114.4 மில்லியன் ஆகும், இது இந்தியாவிற்கு 2.76% பங்குகளை வழங்குகிறது. சர்வதேச நாணய நிதியத்தால் (IMF) 1969 ல் உருவாக்கப்பட்ட சிறப்பு வரைதல் உரிமைகலும் உள்ளன.

இது அமைப்பில் இந்தியாவை எட்டு பெரிய ஒதுக்கீட்டு நாடாக மாற்றுகிறது. 2000 ம் ஆண்டில், இந்தியா சர்வதேச நாணய நிதியத்திடமிருந்து வாங்கிய அனைத்து கடன்களையும் திருப்பிச் செலுத்தியது. இப்போது, இந்தியா சர்வதேச நாணய நிதியத்தில் பங்களிப்பாளராக உள்ளது. சர்வதேச நாணய நிதியத்தின் (IMF) நிர்வாகக் கட்டமைப்பில் வளர்ந்து வரும் பொருளாதாரங்கள் அதிக செல்வாக்கைப் பெற்றுள்ளன. சர்வதேச நிதியத்தின் அப்போதைய 188 உறுப்பினர்களால் 2010 ல், உலக நிதியச் சரிவுக்குப் பிறகு சீர்திருத்தங்கள் ஏற்றுக்கொள்ளப்பட்டன.

இந்தியாவின் அணுசக்தி கொள்கை

இந்தியாவிடம் அணு ஆயுதங்கள் மற்றும் உருவாக்கப்பட்ட இரசாயன ஆயுதங்கள் உள்ளன. இந்தியா தனது அணு ஆயுதக் களஞ்சியத்தின் அளவு குறித்து அதிகாரப்பூர்வ அறிக்கைகள் எதையும் வெளியிடவில்லை என்றாலும், சமீபத்திய மதிப்பீடுகள் இந்தியாவிடம் 160 அணு ஆயுதங்கள் இருப்பதாகவும், 200 அணு ஆயுதங்கள் வரை போதுமான ஆயுதங்கள் தரமான புளூட்டோனியத்தை தயாரித்துள்ளதாகவும் கூறுகின்றன. 1999 ம் ஆண்டில், இந்தியாவில் 800 கிலோகிராம்கள் பிரிக்கப்பட்ட உலை-தர புளூட்டோனியம் இருப்பதாக மதிப்பிடப்பட்டது. மொத்தம் 8,300 கிலோகிராம்கள் சிவிலியன் புளூட்டோனியம், தோராயமாக 1,000 அணு ஆயுதங்களுக்குப் போதுமானது. பொக்ரான் I மற்றும் பொக்ரான் II தொடர்களில் இந்தியா தனது அணு ஆயுத சோதனைகளை நடத்தியது.

ஏவுகணை தொழில்நுட்பக் கட்டுப்பாட்டு ஆட்சி, வாசெனார் ஏற்பாடு மற்றும் ஆஸ்திரேலியா குழு ஆகிய மூன்று பலதரப்பு ஏற்றுமதி கட்டுப்பாட்டு ஆட்சிகளில் இந்தியா உறுப்பினராக இருந்து உயிரியல் ஆயுதங்கள் மாநாடு மற்றும் இரசாயன ஆயுதங்கள் ஒப்பந்தத்தில் கையெழுத்திட்டு ஒப்புதல் அளித்துள்ளது. இந்தியாவும் ஹேக் நடத்தை நெறிமுறைக்கு சந்தா செலுத்தும் நாடாகும். ஆனால் இந்தியா விரிவான அணு-சோதனை தடை ஒப்பந்தம் மற்றும் அணு ஆயுத பரவல் தடை ஒப்பந்தம் ஆகிய இரண்டிலும் கையொப்பமிடவில்லை. இந்தியா இவை இரண்டும் குறைபாடுகள் மற்றும் பாரபட்சமானவை

எனக் கருதியது. இந்தியா முன்பு இரசாயன ஆயுதங்களை வைத்திருந்தது, ஆனால் 2009 ல் அதன் மொத்த இருப்புகளையும் தானாக முன்வந்து அழித்துவிட்டது. இந்தியா "முதலில் பயன்படுத்தக்கூடாது" என்ற அணுசக்தி கொள்கையை பராமரிக்கிறது மற்றும் அதன் "குறைந்தபட்ச நம்பகத்தன்மை தடுப்பு" கோட்பாட்டின் ஒரு பகுதியாக அணு முக்கோண திறனை உருவாக்கியுள்ளது.

உயிரியல் ஆயுதங்கள்

உயிரியல் ஆயுதங்கள் மாநாட்டை (BWC) இந்தியா அங்கீகரித்துள்ளது மற்றும் அதன் கடமைகளை கடைபிடிப்பதாக உறுதியளித்துள்ளது. BW திட்டத்தை நேரடியாகச் சுட்டிக்காட்டும் தெளிவான ஆதாரம், சூழ்நிலை அல்லது வேறு எதுவும் நிகழ்வு, தாக்குதல் என்று எதுவும் இல்லை. BW தாக்குதல் திட்டத்தை தொடங்குவதற்கான அறிவியல் திறன் மற்றும் உள்கட்டமைப்பை இந்தியா கொண்டுள்ளது. விநியோகத்தைப் பொறுத்தவரை, இந்தியா ஏரோசோல்களை உற்பத்தி செய்யும் திறனைக் கொண்டுள்ளது மற்றும் பயிர் தூசிகள் முதல் அதிநவீன பாலிஸ்டிக் ஏவுகணைகள் வரை பல சாத்தியமான விநியோக அமைப்புகளைக் கொண்டுள்ளது. அக்டோபர் 2002 ல், அப்போதைய குடியரசுத் தலைவர் ஏ. பி. ஜே. அப்துல் கலாம், "இந்தியா உயிரியல் ஆயுதங்களைத் தயாரிக்காது. அது மனிதர்களுக்குக் கொடுமையானது" என்று உறுதியாகக் கூறினார்.

இரசாயன ஆயுதங்கள்

1992 ல், இந்தியா இரசாயன ஆயுத மாநாட்டில் (CWC) கையெழுத்திட்டது, 1993 ல் CWC யின் அசல் கையொப்பமிட்டவர்களில் ஒருவராக இந்தியா ஆனது. இந்தியாவின் முன்னாள் இராணுவத் தலைவர் ஜெனரல் சுந்தர்ஜியின் கூற்றுப்படி, ஒரு நாடு அணு ஆயுதங்களை

உருவாக்கும் திறனுக்கு இரசாயன ஆயுதங்கள் தேவையில்லை, ஏனெனில் அணு ஆயுதங்கள் இல்லாத நாடுகளில் மட்டுமே இரசாயன ஆயுதங்கள் பற்றிய அச்சத்தை உருவாக்க முடியும் என்று கூறுகிறார். இந்தியா இரசாயன ஆயுதங்களை விநியோகிக்கக்கூடிய அளவில் மட்டுமே கண்டறிந்துள்ளது.

ஜூன் 1997 ல், இந்தியா இரசாயன ஆயுதங்கள்ளான 1,045 டன்கள் கந்தக கடுகு இருப்பு இருப்பதாக அறிவித்தது. 2006 ஆம் ஆண்டின் இறுதியில், இந்தியா தனது இரசாயன ஆயுதங்கள் மற்றும் பொருள் கையிருப்பில் 75 சதவீதத்திற்கும் அதிகமானவற்றை அழித்துவிட்டது. மேலும் ஏப்ரல் 2009 க்குள் மீதமுள்ள பங்குகளை அழிப்பதற்காக இந்தியா தீர்மானம் செய்துள்ளது. சர்வதேச இரசாயன ஆயுதங்கள் உடன்படிக்கைக்கு இணங்க இந்தியா தனது இரசாயன ஆயுதங்களை அழித்ததாக மே 2009 இல் ஐக்கிய நாடுகள் சபையிடம் தெரிவித்தது. இதன் மூலம் தென் கொரியா மற்றும் அல்பேனியாவிற்கு பிறகு இந்தியா மூன்றாவது நாடாக மாறியுள்ளது. இதை ஐக்கிய நாடுகள் சபையின் ஆய்வாளர்கள் குறுக்கு சோதனை செய்தனர்.

இந்தியா ஒரு மேம்பட்ட வணிக இரசாயனத் தொழிலைக் கொண்டுள்ளது, மேலும் உள்நாட்டு நுகர்வுக்காக அதன் சொந்த இரசாயனங்களை உற்பத்தி செய்கிறது. இன்றளவிலும் இந்தியா ஒரு விரிவான குடிமக்கள் இரசாயன மற்றும் மருந்துத் தொழிலைக் கொண்டுள்ளது என்பதும், யுனைடெட் கிங்டம், அமெரிக்கா மற்றும் தைவான் போன்ற நாடுகளுக்கு ஆண்டுதோறும் கணிசமான அளவு இரசாயனப் பொருட்களை ஏற்றுமதிசெய்கிறது என்பதும் பரவலாக ஒப்புக்கொள்ளப்படுகிறது.

அணு ஆயுதங்கள்

நேரு அணு ஆயுதங்களை முறையாக உபயோகிக்கும் கொள்கையை பின்பற்றினார். அதே நேரத்தில் குடிமை அணுசக்தி திட்டத்தை உருவாக்கினார், அதேசமயம் அணுகுண்டு தயாரிக்கும் திறனை நீட்டித்தார். இந்தக் கொள்கையானது இந்தியாவின்

போட்டியாளர்களான பாகிஸ்தான் மற்றும் சீனாவை விட வழக்கமான ஆயுத மேன்மையால் தூண்டப்பட்டது. இந்தியா தனது முதல் ஆராய்ச்சி உலையை 1956 இல் கட்டியது மற்றும் 1964 இல் அதன் முதல் புளூட்டோனியம் மறு செயலாக்க ஆலையை உருவாக்கியது. இந்தியாவின் அணுசக்தித் திட்டம் மார்ச் 1944 ல் தொடங்கப்பட்ட ஒன்றாகும்.. அணு ஆயுத தொழில்நுட்பத்தில் அதன் மூன்று-கட்ட முயற்சிகளை ஹோமி ஜஹாங்கீர் பாபா அவர்கள் அணு ஆராய்ச்சி மையமான டாடா இன்ஸ்டிடியூட் ஆஃப் ஃபண்டமென்டல் ரிசர்ச் நிறுவியபோது நிறுவினார்.

அக்டோபர் 1962 ல் ஒரு சுருக்கமான இமாலய எல்லைப் போரில் சீனாவிடம் இந்தியா எல்லையை இழந்தது. சீன ஆக்கிரமிப்பைத் தடுக்கும் வழிமுறையாக அணு ஆயுதங்களை உருவாக்குவதற்கான சாத்தியகூறுகளை இந்திய அரசாங்கம் வழங்கியது. 1964 ல் இந்தியா அணு ஆயுதங்களை உருவாக்கும் நிலையில் இருந்தது. பிரதம மந்திரி லால் பகதூர் சாஸ்திரி அணு ஆயுதங்களை உருவாக்குவதை எதிர்த்தார். அமெரிக்கா அல்லது சோவியத் யூனியனிடம் இருந்து இந்தியாவும் பாதுகாப்பு உத்தரவாதங்களைப் பெற முடியவில்லை. இதன் விளைவாக, எதிர்காலத்தில் ஆயுதம் ஏந்தக்கூடிய "அமைதியான அணு வெடிப்புகள்"" என்று அழைக்கப்படும் திறனை இந்தியா தொடரும் என்று சாஸ்திரி அறிவித்தார்.

இந்தியா முதன்முதலில் 1974 இல் அணுசக்தி சாதனத்தை சோதித்தது, பிரதமர் இந்திரா காந்தியின் கீழ் அமைதியான அணு வெடிப்பும் நடந்தது. இந்த சோதனையானது கனடியன் வழங்கிய CIRUS உலையில் உற்பத்தி செய்யப்பட்ட புளூட்டோனியத்தைப் பயன்படுத்தியது, மேலும் அமைதியான நோக்கங்களுக்காக வழங்கப்பட்ட அணுசக்தி தொழில்நுட்பம் ஆயுத நோக்கங்களுக்காகத் திருப்பிவிடப்படலாம் என்ற கவலையை எழுப்பியது. இது அணுசக்தி வழங்குபவர்கள் குழுவின் ஆரம்பகால பணிகளையும் தூண்டியது. 1970கள்

மற்றும் 1980 களில் பிரதமர்கள் இந்திரா காந்தி, மொரார்ஜி தேசாய் மற்றும் ராஜீவ் காந்தி அமைதியான அணு குண்டு சோதனை மற்றும் தத்துவார்த்த ஆராய்ச்சிக்கு அப்பால் அதன் அணுசக்தி திட்டத்தை ஆயுதமாக்குவதை எதிர்த்தனர். 1982 ஆம் ஆண்டில், இந்திரா காந்தி, பாதுகாப்பு ஆராய்ச்சி மற்றும் மேம்பாட்டு நிறுவனத்தை செயலில் உள்ள அணு ஆயுதங்களை உருவாக்க அனுமதியை மறுத்தார். ஆனால் இந்தியா அணு ஆயுதங்களை உருவாக்கினால் அதை வழங்க ஏவுகணைகளை உருவாக்கும் ஒருங்கிணைந்த வழிகாட்டி ஏவுகணை மேம்பாட்டுத் திட்டத்திற்கும் ஒப்புதல் அளித்தார். சர்வதேச அணு ஆயுத பரவல் தடை மற்றும் ஆயுதக் கட்டுப்பாட்டு முயற்சிகளுக்கு இந்தியாவும் ஆதரவு அளித்தது.

1987 ல் Brasstacks நெருக்கடி மற்றும் பாகிஸ்தானின் அணு ஆயுதத் திட்டத்தின் தொடக்கத்திற்குப் பிறகு 1980 களின் பிற்பகுதியில் நிலைமை மீண்டும் மாறியது. 1989 ம் ஆண்டு, பிரதமர் ராஜீவ் காந்தி, வெடிகுண்டை உருவாக்க பாதுகாப்பு செயலாளர் நரேஷ் சந்திராவுக்கு ஒப்புதல் அளித்தார். 1989 ல் பொதுத் தேர்தலில் காந்தி ஆட்சியை இழந்த பிறகு 1990 களில் அடுத்தடுத்த அரசாங்கங்கள் மூலம் பல திட்டங்கள் தொடரப்பட்டது. இந்தியா பெரும்பாலும் 1994 ஆம் ஆண்டில் ஆயுதமேந்திய அணு ஆயுதங்களை நிறைவு செய்தது. 1998 ல் இந்தியா மேலும் அணு சோதனைகளை நடத்தியது பிரதமர் அடல் பிஹாரி வாஜ்பாயின் கீழ். 1998 ம் ஆண்டில், தொடர்ச்சியான சோதனைகளுக்கு பதிலளிக்கும் விதமாக, அமெரிக்காவும் ஜப்பானும் இந்தியா மீது பொருளாதாரத் தடைகளை விதித்தன, பின்னர் அவை நீக்கப்பட்டன.

நியூட்ரான் குண்டுகள்

இந்தியாவின் பொக்ரான்-II அணு ஆயுத சோதனைகளுக்கு தலைமை தாங்கிய ஆர். சிதம்பரம், 1999 ஆம் ஆண்டு பிரஸ் டிரஸ்ட் ஆஃப் இந்தியாவிற்கு அளித்த பேட்டியில், இந்தியா

நியூட்ரான் குண்டை தயாரிக்கும் திறன் கொண்டது என்று கூறினார்.

அணுகுண்டு முதலில் பயன்படுத்தாத தன்மை

இந்தியா ஒரு அறிவிக்கப்பட்ட அணுசக்தியை முதலில் பயன்படுத்தக் கூடாது என்ற கொள்கையைக் கொண்டுள்ளது மற்றும் "நம்பகமான குறைந்தபட்ச தடுப்பு" அடிப்படையில் அணுசக்தி கோட்பாட்டை உருவாக்கும் செயல்பாட்டில் உள்ளது. ஆகஸ்ட் 1999 ல், இந்திய அரசாங்கம் கோட்பாட்டின் வரைவை வெளியிட்டது, இது அணு ஆயுதங்கள் முற்றிலும் தடுப்பதற்காக மட்டுமே என்றும் இந்தியா "பதிலடி கொடுக்கும்" கொள்கையை பின்பற்றும் என்றும் வலியுறுத்துகிறது. அணுவாயுத முதல் தாக்குதலை இந்தியா முதலில் தொடங்காது, ஆனால் தோல்வியுற்றால் தண்டனைக்குரிய பதிலடி கொடுக்கும் மற்றும் அணு ஆயுதங்களைப் பயன்படுத்துவதை அங்கீகரிக்கும் முடிவுகள் பிரதமர் அல்லது அவரால் நியமிக்கப்பட்டவர்களால் எடுக்கப்படும் என்றும் ஆவணம் கூறுகிறது. 2001-2002 ல் இந்தியாவிற்கும் பாகிஸ்தானுக்கும் இடையே பதட்டங்கள் அதிகரித்த போதிலும், இந்தியா அணுசக்தியை முதலில் பயன்படுத்தக்கூடாது என்ற கொள்கையில் உறுதியாக இருந்தது.

இந்திய விமானப்படை அதிகாரி ஏர் மார்ஷல் தேஜ் மோகன் அஸ்தானா தலைமைத் தளபதியாக 2003 இல் இந்தியாவின் மூலோபாய அணுசக்திக் கட்டளை முறையாக நிறுவப்பட்டது. கூட்டு சேவைகளான SNC இந்தியாவின் அனைத்து அணு ஆயுதங்கள், ஏவுகணைகள் மற்றும் தளவாடங்களின் பாதுகாவலராக உள்ளது. இந்தியாவின் அணுசக்தி கொள்கையின் அனைத்து அம்சங்களையும் செயல்படுத்துவதற்கும் இது பொறுப்பாகும். இருப்பினும், CCS (பாதுகாப்புக்கான அமைச்சரவைக் குழு) வடிவில் உள்ள சிவில் தலைமைத்துவம் மட்டுமே மற்றொரு ஆபத்தான வேலைநிறுத்தத்திற்கு எதிராக

அணுசக்தித் தாக்குதலுக்கு உத்தரவிட அதிகாரம் பெற்ற ஒரே அமைப்பாகும். தேசிய பாதுகாப்பு ஆலோசகர் சிவசங்கர் மேனன், அக்டோபர் 21 அன்று புதுதில்லியில் நடந்த தேசிய பாதுகாப்பு கல்லூரியின் பொன்விழா கொண்டாட்டத்தின் போது ஆற்றிய உரையில் அணு ஆயுத நாடுகளுக்கு எதிராக "முதலில் பயன்படுத்தக்கூடாது" மற்றும் "அணு ஆயுதம் அல்லாத நாடுகளுக்கு எதிராக பயன்படுத்தக்கூடாது" என்ற கொள்கையை மீண்டும் வலியுறுத்தினார். 2010 ல் மேனன் கூறுகையில் இந்தியா மூலோபாய கலாச்சாரத்தை பிரதிபலிக்கிறது, அதன் குறைந்தபட்ச தடுப்புக்கு முக்கியத்துவம் அளிக்கிறது என்றார். ஏப்ரல் 2013 ல், தேசிய பாதுகாப்பு ஆலோசனை வாரியத்தின் கன்வீனர் ஷியாம் சரண், எந்த அளவிற்கு எதிராக அணுகுண்டு தாக்குதல் நடத்தினாலும் இந்தியா, அது ஒரு சிறிய பாதிப்பாக இருந்தாலும் அல்லது "பெரிய" ஏவுகணையாக இருந்தாலும், ஏற்றுக்கொள்ள முடியாத சேதத்தை ஏற்படுத்த இந்தியா மிகப்பெரிய அளவில் பதிலடி கொடுக்கும் என்று கூறுகிறார்.

2016 ம் ஆண்டில், பாதுகாப்பு அமைச்சர் மனோகர் பாரிக்கர், "முதலில் பயன்படுத்தக்கூடாது" என்று கேள்வி எழுப்பினார். பொறுப்பான அணுசக்தியாக இருக்கும் போது, இந்தியா ஏன் தன்னை "பிணைத்துக் கொள்ள வேண்டும்" என்று கேட்டார். 2019 ல் பாதுகாப்பு அமைச்சர் ராஜ்நாத் சிங், எதிர்காலத்தில் இந்தியாவின் முதல் பயன்பாட்டுக் கொள்கை "சூழ்நிலைகளைப்" பொறுத்து மாறக்கூடும் என்று கூறினார். எவ்வாறாயினும், ஜனவரி 2022 அறிக்கையில், வெளியுறவு அமைச்சகம் இந்தியாவின் கோட்பாட்டை "முதலில் பயன்படுத்தாத தோரணையின் அடிப்படையில் நம்பகமான குறைந்தபட்ச தடுப்பை பராமரிக்க வேண்டும் மற்றும் அணு ஆயுதம் அல்லாத நாடுகளுக்கு எதிராக அணு ஆயுதங்களைப் பயன்படுத்தக்கூடாது" என்று மீண்டும் வலியுறுத்தியது.

அணு முக்கோணம் என்பது நிலத்தில் இருந்து ஏவப்படும் அணு ஏவுகணைகள் ஆகும். இது அணு-ஏவுகணை-ஆயுத நீர்மூழ்கிக்

கப்பல்கள் மற்றும் அணு குண்டுகள் மற்றும் ஏவுகணைகள் கொண்ட விமானங்களைக் கொண்ட மூன்று முனை இராணுவப் படைக் கட்டமைப்பாகும். குறிப்பாக, இந்த கூறுகள் நிலம் சார்ந்த கண்டம் விட்டு கண்டம் பாயும் ஏவுகணைகள் (ICBMs), நீர்மூழ்கிக் கப்பலில் இருந்து ஏவப்படும் பாலிஸ்டிக் ஏவுகணைகள் (SLBMகள்) மற்றும் தந்திர குண்டுவீச்சுகள் ஆகும். இந்த மூன்று கிளைகள் கொண்ட அணுசக்தித் திறனைக் கொண்டிருப்பதன் நோக்கம், ஒரு எதிரி ஒரு நாட்டின் அனைத்து அணுசக்திப் படைகளையும் தாக்குதலில் அழிக்கக்கூடிய சாத்தியக்கூறைக் கணிசமாகக் குறைப்பதாகும். இதனால் ஒரு நாட்டின் அணுசக்தித் தடுப்பை அதிகரிக்கிறது.

காற்றில் ஏவப்பட்ட அணு ஆயுதங்கள்

இந்திய விமானப்படையின் மிராஜ் 2000 மஹராஜ்பூர் விமானப்படை நிலையத்தில் இருந்து இயங்கும் அணுசக்தி தாக்குதலுக்கு ஒதுக்கப்பட்டது. 2003 ம் ஆண்டு வரை அணு ஆயுதம் தாங்கிய போர்-குண்டு வீச்சுகள் இந்தியாவின் முதல் மற்றும் ஒரே அணுசக்தித் திறன் கொண்ட வேலைநிறுத்தப் படையாக இருந்தன. அப்போது நாட்டின் முதல் நில அடிப்படையிலான அணுசக்தி பாலிஸ்டிக் ஏவுகணைகள் களமிறக்கப்பட்டன.

அவர்களின் தரை-தாக்குதல் முறைக்கு கூடுதலாக, டசால்ட் மிராஜ் 2000கள் மற்றும் இந்திய விமானப்படையின் SEPECAT ஜாகுவார்ஸ் ஆகியவை இரண்டாம் நிலை அணு-வேலைநிறுத்தப் முறையை வழங்க முடியும் என்று நம்பியது. SEPECAT ஜாகுவார் அணு ஆயுதங்களை எடுத்துச் செல்லும் மற்றும் நிலைநிறுத்தக்கூடிய வகையில் வடிவமைக்கப்பட்டது. இந்திய விமானப்படை இந்திய அணு ஆயுதங்களை வழங்கும் திறன் கொண்டதாக அந்த ஜெட் வடிவமைக்கப்பட்டது. தாராளமாக விழும் மற்றும் வழிகாட்டப்படாத குண்டுகளைப் பயன்படுத்துவதே பெரும்பாலும் விநியோக முறையாக இதில் உள்ளது.

மிராஜ் 2000H ன் நான்கு படைப்பிரிவுகளைக் கொண்ட மூன்று விமானத் தளங்கள் உள்ளன. அவற்றில் மகராஜ்பூர் விமானப் படை நிலையத்தில் 40வது பிரிவின் 1வது மற்றும் 7வது படைப்பிரிவுகளில் இருந்து 16 குண்டுகளுடன் சுமார் 16 விமானங்கள் உள்ளன. ஜாகுவார் IS/IB இது அம்பாலா விமானப்படையில் இருந்து தலா 32 குண்டுகளுடன் சுமார் 32 விமானங்கள் நிலையம் உள்ளன. மற்றும் கோரக்பூர் விமானப்படை நிலைய விமானங்கள் அணுசக்தி தாக்குதலுக்கான முறையை ஒதுக்கியது.

நிலம் சார்ந்த பாலிஸ்டிக் ஏவுகணைகள்

அக்னி-வி அதன் முதல் சோதனைப் பயணத்தின் போது 19 ஏப்ரல் 2012 அன்று, இந்தியாவின் நிலம் சார்ந்த அணு ஆயுதங்களின் மதிப்பிடப்பட்ட 68 அணு ஆயுதங்கள் பலவிதமான வாகனங்கள் மற்றும் ஏவுகணைகளை ஏவுதல் ஆகியவை படைக் கட்டளையின் கட்டுப்பாட்டின் கீழ் உள்ளன. அவை தற்போது ஆறு வகையான பாலிஸ்டிக் ஏவுகணைகளைக் கொண்டிருக்கின்றன, அக்னி-I, அக்னி-II, அக்னி-III, அக்னி-IV, அக்னி-V, அக்னி-P மற்றும் இராணுவத்தின் பிரித்வி ஏவுகணை குடும்பத்தின் வகை - பிருத்வி-I. இருப்பினும், பிருத்வி ஏவுகணைகள் அணு ஆயுதங்களை வழங்குவதற்கு குறைவான பயனுடையவை. ஏனெனில் அவை குறுகிய தூரம் கொண்டவை மற்றும் இந்தியா-பாகிஸ்தான் எல்லைக்கு மிக அருகில் நிலைநிறுத்தப்பட வேண்டும். அக்னி ஏவுகணைத் தொடரின் கூடுதல் மாறுபாடுகள் சமீபத்தில் அறிமுகப்படுத்தப்பட்டன. இதில் மிகச் சமீபத்தியவை, அக்னி-IV மற்றும் அக்னி-வி ஆகியவை அடங்கும். இவைகள் தற்போது பயன்படுத்தப்படுகின்றன. இது 8,000-12,000 கிமீ வரம்பு மற்றும் பல சுயாதீனமாக இலக்கு மறு நுழைவு வாகனங்கள் (எம்ஐஆர்வி) அல்லது சூழ்ச்சி செய்யக்கூடிய ரீஎன்ட்ரி வாகனங்கள் (எம்ஏஆர்வி) போன்ற அம்சங்களுடன் அக்னி-VI வளர்ச்சியில் உள்ளது.

கடல் சார்ந்த பாலிஸ்டிக் ஏவுகணைகள்

இந்திய கடற்படை அணு ஆயுதங்களுக்கான இரண்டு கடல் (K-15 சாகரிகா SLBM) சார்ந்த விநியோக அமைப்புகளை உருவாக்கியுள்ளது. இது அணுசக்தி முக்கோணத்திற்கான இந்திய லட்சியங்களை நிறைவு செய்கிறது. இது 2015 ல் பயன்படுத்தப்பட்டுள்ளது.

ஐஎன்எஸ் அரிஹந்தின் கருத்தியல் வரைபடம்

முதலாவது நீர்மூழ்கிக் கப்பல் மூலம் ஏவப்பட்ட அமைப்பாகும், இது அரிஹந்த் வகுப்பின் குறைந்தது நான்கு 6,000 டன் (அணுசக்தியால் இயங்கும்) பாலிஸ்டிக் ஏவுகணை நீர்மூழ்கிக் கப்பல்களைக் கொண்டுள்ளது. முதல் கப்பல், ஐஎன்எஸ் அரிஹந்த், ஆகஸ்ட் 2016 இல் இயக்கப்பட்டது. இது இந்தியாவால் கட்டப்பட்ட முதல் அணுசக்தி நீர்மூழ்கிக் கப்பல் ஆகும். நீர்மூழ்கிக் கப்பல்கள் அணு ஆயுதங்கள் கொண்ட 12 சாகரிகா (K-15) ஏவுகணைகளுடன் ஆயுதம் வைத்திருந்தது. சகாரிகா என்பது நீர்மூழ்கிக் கப்பலில் இருந்து 700 கிமீ தூரம் வரை சென்று தாக்கும் ஏவுகணையாகும். இந்த ஏவுகணை 8.5 மீட்டர் நீளமும், ஏழு டன் எடையும், 500 கிலோ எடையும் சுமந்து செல்லக்கூடியது. சாகரிகா ஏற்கனவே நீருக்கடியில் பாண்டூனில் இருந்து சோதனைக்கு உட்படுத்தப்பட்டு. அக்னி-III ஏவுகணையின் நீர்மூழ்கிக் கப்பலில் இருந்து ஏவப்படும் பாலிஸ்டிக் ஏவுகணை செயலில் இந்தியாவின் டிஆர்டிஓவும் செயல்பட்டு வருகிறது. இது அக்னி-III எஸ்எல் என அழைக்கப்படுகிறது. இந்திய பாதுகாப்பு ஆதாரங்களின்படி, அக்னி-III எஸ்எல் 3,500 கிலோமீட்டர்கள் (2,200 மைல்) வரம்பைக் கொண்டிருக்கும். புதிய ஏவுகணையானது பழைய மற்றும் குறைந்த திறன் கொண்ட சகாரிகா நீர்மூழ்கிக் கப்பலில் இருந்து ஏவப்பட்ட பாலிஸ்டிக் ஏவுகணைகளை நிரப்பும். இருப்பினும், அரிஹந்த் கிளாஸ் பாலிஸ்டிக் ஏவுகணை நீர்மூழ்கிக் கப்பல்கள் அதிகபட்சமாக நான்கு அக்னி-III SL ஐ மட்டுமே சுமந்து செல்லும் திறன் கொண்டதாக இருக்கும்.

இரண்டாவதாக, குறுகிய தூர கப்பலில் இருந்து ஏவப்பட்ட தனுஷ் பாலிஸ்டிக் ஏவுகணையை (பிரித்வி ஏவுகணையின் மாறுபாடு) அடிப்படையாகக் கொண்ட கப்பல் அமைப்பு. 2000 ம் ஆண்டில் இந்த ஏவுகணை ஜான்எஸ் சுபத்ராவில் இருந்து சோதனை செய்யப்பட்டது. ஜான்எஸ் சுபத்ரா சோதனைக்காக மாற்றியமைக்கப்பட்டு, வலுவூட்டப்பட்ட ஹெலிகாப்டர் தளத்தில் இருந்து ஏவுகணை ஏவப்பட்டது. 2004 இல், ஜான்எஸ் சுபத்ராவில் இருந்து ஏவுகணை மீண்டும் சோதிக்கப்பட்டது. டிசம்பர் 2005 ல் ஏவுகணை மீண்டும் சோதிக்கப்பட்டது. ஆனால் இந்த முறை ஜான்எஸ் ராஜ்புத் என்ற நாசகார கப்பலிடம் இருந்து ஏவுகணை நிலம் சார்ந்த இலக்கை தாக்கி சோதனை வெற்றி பெற்றது.

ஆகஸ்ட் 2008 இல், சர்வதேச அணுசக்தி நிறுவனம் (IAEA) இந்தியாவுடனான பாதுகாப்பு ஒப்பந்தத்தை அங்கீகரித்தது. செப்டம்பர் 2008 ல், அணுசக்தி சப்ளையர்கள் குழு இந்தியாவிற்கு சிவில் அணுசக்தி தொழில்நுட்பம் மற்றும் பிற நாடுகளில் இருந்து எரிபொருளை அணுக அனுமதி அளித்தது. இந்த விலக்கு நடைமுறைப்படுத்தப்பட்டதன் மூலம் இந்தியாவை அணு ஆயுதங்களைக் கொண்ட ஒரே நாடாக ஆக்குகிறது. இந்த NPT உலகின் பிற நாடுகளுடன் அணுசக்தி வர்த்தகத்தை மேற்கொள்ள அனுமதிக்கப்படுகிறது.

NSG **Nuclear Suppliers Group** விலக்கு அமல்படுத்தப்பட்டதில் இருந்து, இந்தியா பிரான்ஸ், அமெரிக்கா, மங்கோலியா, நமீபியா, கஜகஸ்தான் மற்றும் ஆஸ்திரேலியா போன்ற பல நாடுகளுடன் அணுசக்தி ஒப்பந்தங்களில் கையெழுத்திட்டுள்ளது. இந்தியாவின் முதல் வெற்றிகரமான அணு ஆயுத சோதனை 1974 ல் நடந்தது. இந்தியா நடத்திய இந்த சோதனையின் காரணமாக, அணு ஆயுதங்களை உருவாக்கப் பயன்படும் பொருட்கள் மற்றும் தொழில்நுட்பத்தின் ஏற்றுமதியைத் தடுக்கவும், அணு ஆயுதப் பரவலைத் தடுக்கவும் 1974 ல் அணுசக்தி விநியோகக்

குழு (NSG) உருவாக்கப்பட்டது. 1998 ம் ஆண்டில், இந்தியா மேலும் 5 அணுகுண்டு சோதனைகளைத் தொடரை நடத்தியது மற்றும் அது வெற்றிகரமாக முடிந்த பிறகு அது தன்னை ஒரு நடைமுறை அணு ஆயுத நாடாக அறிவித்தது.

இறுதியில், 1999 ம் ஆண்டில், இந்தியா "நோ ∴பர்ஸ்ட் யூஸ்" (NFU) கொள்கையின் அடிப்படையில் ஒரு வரைவு அணுக் கோட்பாட்டை ஏற்றுக்கொண்டது.

வரைவின் சில முக்கிய அம்சங்கள்:

இந்தியா எந்த நாட்டின் மீதும் அணு ஆயுதத் தாக்குதலைத் தொடங்காது. அணுசக்தி இல்லாத மாநிலங்கள் மீது இந்தியா அணு ஆயுதங்களைப் பயன்படுத்தாது.

இந்தியாவின் அணு ஆயுதக் கிடங்கு பாதுகாப்பு நோக்கத்திற்காக மட்டுமே இருந்தது மற்றும் வெளிப்புற அணுசக்தி தாக்குதல்களுக்கு எதிராக ஒரு தடுப்பாக செயல்படும்.

அணு முக்கோண மாதிரியை இந்தியா ஏற்றுக்கொள்ளும். இந்த மாதிரியின்படி ஒரு அணு ஆயுத நாடு நிலம், காற்று மற்றும் நீர் ஆகிய 3 முனைகளில் அணு ஆயுத தாக்குதல்களை நடத்தும் திறன் பெற்றிருக்க வேண்டும். இந்த மாதிரியில், நீர்மூழ்கிக் கப்பல் ஏவப்பட்ட பாலிஸ்டிக் ஏவுகணைகள் (SLBM) மற்ற இரண்டும் தோல்வியுற்றால் துளையில் சீட்டுப் போல செயல்படும். இருப்பினும், இந்த வரைவு அதிகாரப்பூர்வ அங்கீகாரத்தைப் பெறவில்லை.

2003 ல், NFU கொள்கையின் அடிப்படையில் ஒரு அணு கோட்பாட்டை இந்தியா அதிகாரப்பூர்வமாக ஏற்றுக்கொண்டது.

இதன் சில முக்கிய அம்சங்கள்:

அணு ஆயுதங்கள் அணு ஆயுத தாக்குதல்களுக்கு எதிரான நம்பகமான குறைந்தபட்ச தடுப்பாக மட்டுமே வைக்கப்படும்.

NFU கொள்கை பின்பற்றப்படும் மற்றும் இந்தியா அல்லது எங்கும் இந்திய படைகள் மீது அணு ஆயுத தாக்குதலுக்கு பதிலடியாக மட்டுமே இந்தியா அணுகுண்டு தாக்குதலை பயன்படுத்தும்.

அணுஆயுதமற்ற எந்த நாட்டுக்கும் எதிராக இந்தியா அணு ஆயுதத் தாக்குதலை நடத்தாது. எவ்வாறாயினும், இரசாயன அல்லது உயிரியல் ஆயுதங்களால் இந்தியா அல்லது இந்தியப் படைகள் மீது எங்கும் பெரிய தாக்குதல் நடந்தால், அணு ஆயுதங்களால் பதிலடி கொடுக்க இந்தியாவுக்கு விருப்பம் இருக்கும்.

முதல் அணுகுண்டு தாக்குதலுக்கு பதிலடி கொடுக்கும் 2வது வேலைநிறுத்தம் மிகப்பெரியதாக இருக்கும் மற்றும் எதிர்ப்பாளர் மீது ஏற்றுக்கொள்ள முடியாத சேதத்தை ஏற்படுத்தும்.

இந்தியாவின் தற்போதைய கோட்பாடு இந்தியா-அமெரிக்காவின் ஒரு பகுதியாக அணு சப்ளையர் குழு (NSG) விலக்கு போன்ற முக்கியமான சர்வதேச ஒப்பந்தங்களைப் பெற இந்தியாவிற்கு உதவியுள்ளது. மிக சமீபத்தில், இந்தியா ஜப்பானுடன் அணுசக்தி ஒத்துழைப்பு ஒப்பந்தத்தில் கையெழுத்திட்டது, இது ஜப்பான் அதன் உறுதியான அணுசக்தி எதிர்ப்பு நிலைப்பாட்டிற்கு பெயர் பெற்றது மற்றும் இந்தியா பரவல் தடை ஒப்பந்தத்தில் (NPT) கையெழுத்திடாதது மிகவும் ஆச்சரியமாக உள்ளது.

இந்தியாவும் தற்போது NSGயில் நிரந்தர உறுப்பினராக சேர முயல்கிறது, இது ஒரு கோட்பாட்டு மாற்றமாகும், மேலும் இந்தியாவின் நுழைவை தாமதப்படுத்த சீனாவுக்கு கூடுதல் காரணத்தை மட்டுமே கொடுக்கப் போகிறது. இந்த தோரணை பாகிஸ்தானின் கைகளிலும் விளையாடும், இது நீண்ட காலமாக இந்தியா தனது முதல் பயன்பாட்டுக் கொள்கையில் போலித்தனமாக குற்றம் சாட்டியது மற்றும் இந்தியாவின் ஆயுதக் களஞ்சியத்தை விரிவுபடுத்துவது பிராந்தியத்தின் ஸ்திரத்தன்மைக்கு அச்சுறுத்தல் என்று அழைத்தது.

இயல்-பன்னிரண்டு

முடிவுரை

இந்தியாவை ஒரு நன்னெறி நாடாக பாவிக்கிறது பல நாடுகள். அயல்நாடுகளுடன்நல்லுறவைபேணிபாதுகாத்தாலும் அண்டைய நாடுகளான பாகிஸ்தான், இலங்கை, வங்காளதேசம், நேபால், மாலத்தீவு, ஆப்கானிஸ்தான், பூட்டான் ஆகியவைகளுடன் உறவு முறையானது இன்றும் பரிணாம அடிப்படையிலே வளர்ந்த வண்ணம் உள்ளது. இதற்கு பல காரணங்கள் உள்ளன. ஆனாலும் அடிப்படையான காரணமாக இவ்வண்டை நாடுகள் அனைத்தும் இந்திய சாம்ராஜ்யத்தின் ஒரு பகுதியாகவே இருந்து வந்துள்ளது. கலாச்சாரம், பண்பாடு, பழக்கவழக்கங்கள் அனைத்தும் ஏறக்குறைய ஒரே மாதிரியாகவே உள்ளது. ஆனாலும் இந்திய நாடானது நிலப்பரப்பு, பொருளாதார வளர்ச்சி கல்வி கேள்விகள், தொழில்நுட்பம், அறிவியல், விண்வெளி, கடலியல், விவசாயம் போன்ற துறைகளில் சிறந்து விளங்குவது, ஏனைய நாடுகளுக்கு எதிர்மறையாகவே படுகிறது. இந்தியா எங்கே தெற்காசியாவில் ஆதிக்கம் செலுத்தி வருகிறதோ என்றும் அனைத்து நாடுகளையும் அடிமைகளாக பாவிக்கிறதோ என்பதும் ஒரு சர்ச்சையாக அண்டை நாடுகளுக்கு உள்ளது. மேலும் ஜனநாயக வளர்ச்சி மற்றும் அனுபவம் போன்றவைகளிலும் அண்டை நாடுகளால் சரிவர செயல்பட முடியாத சூழ்நிலை நிலவுகிறது. ஆனால் இந்தியாவோ 75 வருடங்களாக சீரிய பாதையில் செவ்வன நடை போடுகிறது. மனித உரிமைகள், மதம், ஜாதி ஆகிய அம்சங்களில் சில குறைகள் இருந்த போதிலும் அவை யாவும் நிவர்த்தி செய்யப்படக்கூடியதாக உள்ளது. இதனாலே இந்தியாவுடன் அமெரிக்க உறவு நிலைத்து நீடிக்கிறது.

வல்லரசான அமெரிக்கா இன்றுவரை இந்தியாவை பகைத்துக் கொள்ள விரும்பாமல் உறவு முறையை வலிமைப்படுத்தியே வருகிறது. சீனாவின் ஆதிக்கம், ஆசிய கண்டத்தில் பரவாமல் தடுக்க இந்தியாவையும் ஜப்பானையும் கூட்டு சேர்த்துக் கொண்டது அமெரிக்கா.. ஜனநாயக கொள்கைகளில் சிறிதும் பிறழாமல் 200க்கும் மேற்பட்ட ஆண்டுகளாக மக்களாட்சியை அமெரிக்கா வெகு ஜனங்களுக்கு அளித்து வருவதால் இவ்விரண்டு நாடுகளையும் ஒப்பிட்டு கூற வேண்டி உள்ளது. ஏனைய மற்ற நாடுகள் அரசாங்க முறையிலோ அல்லது கால அளவிலோ வேறுபட்டு நிற்பதால் அந்நாடுகளுடன் இந்தியாவை ஒப்பிட முடியாது. தற்போதைய வெளியுறவுத்துறை அமைச்சர் கூறுவது போல உலகம் பூகோல அரசியல் பூகோள பொருளாதாரம் மற்றும் தொழில்நுட்ப மாற்றங்களை சந்தித்து வருகிறது. இனி வரும் உலகமானது இரு துருவங்களாகவோ, ஒரு துருவ முறைமையாகவோ அமைவதற்கு வாய்ப்பு இல்லை என்பதை தெளிவு படுத்தி உள்ளார்கள் வல்லுநர்கள். மேலும் இந்தியாவானது விடுதலையான காலகட்டத்தில் இருந்து சுதந்திரப் போக்கை தன்னுடைய முடிவெடுக்கும் தன்மையில் கடைபிடித்து வருகிறது. அதாவது இந்தியாவின் அயல் நாட்டுக் கொள்கையானது தேசிய விருப்பங்களை மையப்படுத்தியே உருவகம் செய்யப்பட்டு உள்ளது அல்லது பயணிக்கிறது.

இந்திய அயல்நாட்டு கொள்கை 1947 முதற்கொண்டு எவ்வகையான பயணத்தையும் மாற்றத்தையும் சந்தித்தது என்பதை பற்றி நாம் இப் புத்தகத்தில் கடந்த இயல்களில் பார்த்தோம். அனைத்து காலகட்டங்களிலும் அதாவது நேருவின் காலத்தில் இருந்து மோடியின் காலம் வரை அயல் நாட்டு கொள்கை தொடர்பான முடிவுகளில் இந்தியா, எந்த நாட்டையும் சார்ந்து இருக்கவில்லை என்பது நமக்கு தெளிவாகவே புலப்படும். சமீபத்திய உக்கிரேன் போர் விவகாரத்திலும், ரஷ்யாவை எதிர்த்து ஐக்கிய நாட்டு சபை நடத்திய வாக்கெடுப்பில், இந்தியா பங்கேற்காமல் தன்னுடைய

நிலைப்பாட்டில் உறுதியாக இருந்தது. மேற்கத்திய நாடுகளும் ஐரோப்பா நாடுகளும் இந்தியாவை ரஷ்யாவிற்கு எதிராக, நிலைப்பாடு எடுக்குமாறு நிர்பந்தித்தன. ஆனாலும் இந்தியா ரஷ்ய நாட்டில் இருந்து எண்ணெய் வர்த்தகத்தை தொடர்ந்தது. இச்செயல்பாடு ஏனைய நாடுகளுக்கு ஆத்திரத்தை ஏற்படுத்திய போதும், இந்தியாவை எந்த ஒரு நாடும் சாடவில்லை என்பது உண்மை. 2022 ஏப்ரலில் ஐரோப்பிய கமிஷன் தலைவர் உற்சுலா, ரைசினா பேச்சுவார்த்தை தொடர்பாக இந்தியா வந்திருந்தார். இதன் தொடர்ச்சியாக இந்திய பிரதமர் மே 2022ல் ஐரோப்பா மார்க்கமாக ஜெர்மனி, டென்மார்க், பிரான்ஸ் போன்ற நாடுகளுக்கு பயணம் செய்து தன் நிலைப்பாட்டியும், உறவு மேம்படுத்தலையும் செயல்படுத்தினார். இதேபோல தெற்காசிய பகுதிகளிலும் இந்தோ-சீன பகுதிகளிலும் சீனாவின் ஆதிக்கத்தை மட்டுப்படுத்தும் பொருட்டு இந்தியாவும் அமெரிக்காவும் "யுத் அபியாஸ்" திட்டத்தின் கீழ் கூட்டு ராணுவ பயிற்சி நடத்தியது., இதன் விளைவாக சீனா டிசம்பர் 2022-ல் தவாங் பகுதியில் எல்லையை கடந்து அத்துமீறலில் ஈடுபட்டது. மேலும் இந்தியாவின் "குவாட்" அமைப்புடனான உறவுகள் சீனாவின் சந்தேகத்தை அதிகப்படுத்தியது. ஆனாலும் இந்தியா தன் கொள்கையையும் நிலைப்பாட்டினையும் சுதந்திரமாகவே செயல்படுத்தி வருகிறது. இந்தோ பசிபிக் பகுதியில், இந்தியா ஒரு குறிப்பிட்ட வரையறையை தாண்டி செயல்பட முடியாததாய் உள்ளது. நில வரையறை என்பது முட்டுக்கட்டாக இருப்பதை பல ஆராய்ச்சியாளர்கள் தங்கள் கருத்தோட்டங்களிலும் ஆராய்ச்சி கட்டுரைகளிலும் வெளிப்படுத்தி உள்ளார்கள். அண்டைய நாடுகள் உடனான உறவுகள் என்று பார்க்கும் பொழுது தற்போது ஏப்ரல் 2023 ல், பூட்டான் உடனான உறவு மேம்பட்டு இருக்கிறது. ஸ்திரத்தன்மையற்ற நேபால், பொருளாதாரத்தில் நிலை குலைந்துள்ள ஸ்ரீலங்கா, சர்ச்சைகளில் அகப்பட்டுள்ள பங்களாதேஷ், தலிபான்களின் ஆப்கானிஸ்தான் ஆட்சி ஆகிய இவை யாவும் தெற்காசிய பகுதியை எதிர்மறையாகவே அணுக தோன்றுகிறது. சமீபத்தில்

பாகிஸ்தானிலும் உணவு பஞ்சம், பொருளாதார சீர்குலைவு ஏற்பட்டு அந்நாடு சிதிலமடைந்துள்ளது, உலக அறியும். மேலும் மே 2022ல் இந்தியாவின் "பிரம்மோஸ்" ஏவுகணை பரிசோதனை தவறுதலாக பாகிஸ்தான் பகுதியில் நடத்தப்பட்டதை தொடர்ந்து இரு நாடுகளிடையே பரஸ்பரம் சந்தேகமும் அவநம்பிக்கையும் அதிகரித்து உள்ளன. சுருக்கமாக கூறப்போனால் இந்தியா ஒரு முக்கிய காலகட்டத்தில் செயல்படுவதாக உலக நாடுகள் பார்க்கின்றன. ஜி 20 அமைப்பின் தலைவராக தற்போது அதாவது 2023ல் இந்தியா பொறுப்பேற்றுள்ளதை, தொடர்ந்து அனைத்து நாடுகளின் பார்வையும் இந்தியாவின் மீது நிலை குத்தி நிற்கிறது. ஐந்தில் ஒரு பங்கு உலக அளவில் மக்கள் தொகை உள்ள இந்திய திருநாட்டில் வசுதெய்வகுடும்பம், போன்ற வார்த்தைகள் அயல்நாட்டு கொள்கையின் தொகுப்பில் வலம் வருகின்றன. மேலும் பஞ்சாமிர்த், பஞ்சசீலம் போன்ற நெறிகளும் உறவை மேம்படுத்தும் நோக்கத்துடன் உரையாடல் செய்யப்படுகின்றன. எந்த ஒரு கொள்கை திட்டத்தையும் சர்வதேச அளவில் உலக முறைமை, பாதுகாப்பு, அமைதி போன்ற தொலைநோக்கு சிந்தனையுடன் அணுகும் இந்தியா சீன சாம்ராஜ்யத்தின் கடல் வழி சாலையை பகிரங்கமாக எதிர்ப்பதற்கு தயங்கவில்லை. இதே போல 21ஆம் நூற்றாண்டில் இந்திய அயல்நாட்டு கொள்கை ஆங்கில எழுத்து 3 "C" யை கடைபிடிக்கிறது. அவை கனக்டிவிட்டி, காமர்ஸ், கல்ச்சர் ஆகும். இது மட்டுமல்லாமல் 3 "D"யையும் கடைபிடிக்கிறது. அவை டெமோகரசி, டெமோகிரபி, டிமாண்டஆகியவை ஆகும். அணிசேரா இயக்க கொள்கையில் இருந்து தற்போது, பல அணி சேரும் இயக்க கொள்கையை தழுவிய நாடாக அனைத்து நாடுகளுடனும் நல்லுறவை வளர்த்து வருகிறது இந்தியா. அரபு நாடுகள், மத்திய ஆசிய மற்றும் ஆசியான் நாடுகளுடன் புதிய அணுகுமுறையை கடைபிடித்து வருகிறது. 2021-22, ஐக்கிய நாட்டு சபையில் நிரந்தரம் இல்லா உறுப்பினர் போட்டியின்போது 184 ஓட்டுக்கள் பெற்று பெருவாரியாக தேர்ந்தெடுக்கப்பட்ட ஒரே நாடு இந்தியாவாகும்.

2022-ல் ஜி 7 அமைப்பு மாநாட்டுக்கு இந்தியா அழைப்பு பெற்றது. இதில் என்ன பெருமிதம் என்றால் ஜி 7 அமைப்பில் இந்தியா உறுப்பினர் அந்தஸ்தை பெறாத நாடாகும். ஆனாலும் மரியாதையின் பொருட்டும் நாட்டினுடைய அந்தஸ்தை பொருத்தும் ஜெர்மனி அரசாங்கம் இந்தியாவை வரவேற்றது, ஒரு சிறப்பு அம்சமாகும். சமீபத்தில் உக்கிரன் போரில் "ஆப்ரேஷன் கங்கா" நடவடிக்கை மூலம் ரஷ்யா மற்றும் யுக்ரேனிலிருந்து இந்திய மாணவர்களை மீட்டு வந்தது பெரும் வரவேற்பை உலக அரங்கில் பெற்றது. இந்தியா ஐக்கிய நாட்டு சபை, பிராந்திய அமைப்புகளின் உடன்படிக்கைகள் போன்றவைகளில் தன்னுடையநிலைப்பாட்டை தனித்தன்மையாகஎடுத்துரைப்பதில் மற்ற நாடுகளுக்கு ஈடு இனையில்லாததாய் உள்ளது. 2023ல் ஜி20 அமைப்பின் உண்மையான விஸ்வகுருவாக விஸ்வரூபம் எடுத்துள்ள இந்திய நாடானது உறுதியாக உலக நாடுகளை ஆளும், வழிநடத்தும் வல்லரசாவதற்கு அனைத்து தகுதிகளும் பெற்று இருக்க கூடிய நன்னெறி நாடாகும்.

கலைச்சொற்கள்

1. *Armed Force* - ஆயுதப் படை

2. *Articulated* - வெளிப்படுத்தப்பட்ட

3. *Acquisition* - கையகப்படுத்தல்

4. *Aggression* - ஆக்கிரமிப்பு

5. *Apartheid years* - நிறவெறி ஆண்டுகள்

6. *Autocratic Regimes* - எதேச்சதிகார ஆட்சிகள்

7. *Bipolar World* - இருமுனை உலகம்

8. *Cold War* - பனிப்போர்

9. *Climate* - காலநிலை

10. *Condemnation* - கண்டனம்

11. *Concentric Circles* - மைய வட்டங்கள்

12. *Cultural Commonalities* - கலாச்சாரப் பொதுமைகள்

13. *Control Regime* - கட்டுப்பாட்டு ஆட்சி

14. *Counter-Terrorism* - பயங்கரவாத எதிர்ப்பு

15. *Current Challenges* - தற்போதைய சவால்கள்

16. *Critical Juncture* - முக்கியமான தருணம்

17. *Chaotic World* - குழப்பமான உலகம்

18. *Civilizational Ethos* - நாகரீக நெறிமுறைகள்

19. *Coalition Governments* - கூட்டணி அரசுகள்

20. *Diaspora* - புலம்பெயர்

21. *Domestic Affairs* - உள்நாட்டு நலன்

22. *Deterrence* - தடுப்பு

23. *Distracted* - திசைதிருப்பப்பட்ட

24. *Domestic Realities* - உள்நாட்டு யதார்த்தங்கள்

25. *Deliberate* - வேண்டுமென்றே

26. *Emerging Global Power* - வளர்ந்து வரும் உலகளாவிய சக்தி

27. *Foreign Direct Investments* - அன்னிய நேரடி முதலீடுகள்

28. *Foreign Aid* - வெளிநாட்டு உதவி

29. *Gross Domestic Product* - மொத்த உள்நாட்டு உற்பத்தி

30. *Global Strategic* - உலகளாவிய மூலோபாயம்

31. *Gutted* - பிடிபட்டது

32. *Global Firmament* - உலகளாவிய வான்வெளி

33. *Global Debate* - உலகளாவிய விவாதம்

34. *Global Consensus* - உலகளாவிய ஒருமித்த கருத்து

35. *Global Dimensions* - உலகளாவிய பரிமாணங்கள்

36. *Global Governance* - உலகளாவிய நிர்வாகம்

37. *Hegemony Reigned* - மேலாதிக்கம் ஆட்சி செய்தது

38. *Health Hazards* - சுகாதார அபாயங்கள்

39. *International Influence* - சர்வதேச செல்வாக்கு

40. *Intertwined* - பின்னிப்பிணைந்த

41. *Inclusive Development* - உள்ளடக்கிய வளர்ச்சி

42. *Intellectual Property Rights* - அறிவுசார் சொத்துரிமை

43. *Independence Struggle* - சுதந்திர போராட்டம்

44. *International isolation* - சர்வதேச தனிமைப்படுத்தல்

45. *insurmountable* - கடக்க முடியாதது

46. *Jeopardize* - ஆபத்து

47. *Look East Policy* - கிழக்கு நோக்கிய கொள்கை

48. *Liberalisation* - தாராளமயமாக்கல்

49. *Legal Entity* - சட்ட நிறுவனம்

50. *Military Expenditure* - இராணுவச் செலவு

51. *Moral Value* - தார்மீக மதிப்பு

52. *Monastery* - மடாலயம்

53. *Missile Technology* - ஏவுகணை தொழில்நுட்பம்

54. *Mutual Respect* - பரஸ்பர மரியாதை

55. *Mutual Non-Aggression* - பரஸ்பர ஆக்கிரமிப்பு இல்லாத

56. *Mutual Non-Interference* - பரஸ்பர நன்மை

57. *Mutual Benefit* - பரஸ்பர நன்மை

58. *Multipolar Illusions* - பலமுனை மாயைகள்

59. *Manned Stations* - ஆளில்லா நிலையங்கள்

60. *Nominal Rates* - பெயரளவு விகிதங்கள்

61. *Nuclear Power* - அணுசக்தி

62. *Neighbourhood* - சுற்றுப்புறம்

63. *National Interest* - தேசிய ஆர்வம்

64. *National Democratic Alliance (NDA)* - தேசிய ஜனநாயகக் கூட்டணி

65. *Nuclear Non-Proliferation Treaty* - அணு ஆயுதப் பரவல் தடை ஒப்பந்தம்

66. *Optimism* - நம்பிக்கை

67. *Purchasing Power Parity* - வாங்கும் சக்தி சமநிலை

68. *Prominent Regional Power* - முக்கிய பிராந்திய சக்தி

69. *Potential Superpower* - சாத்தியமான வல்லரசு

70. *Persian Gulf Countries* - பாரசீக வளைகுடா நாடுகள்

71. *Prominent* - முக்கிய

72. *Plebiscite* - வாக்கெடுப்பு

73. *Partition* - பிரிவினை

74. *Paramount* - முதன்மையான

75. *Peaceful Co-Existence* - அமைதியான சகவாழ்வு

76. *Power Bloc* - சக்தி தொகுதி

77. *Potential Recipients* - சாத்தியமான பெறுநர்கள்

78. *Quadrilateral Security* - நாற்கர பாதுகாப்பு

79. *Russian Federation* - ரஷ்ய கூட்டமைப்பு

80. *Refeguees* - அகதிகள்

81. *Refugee Crisis* - அகதிகள் நெருக்கடி

82. *Refugee Convention* - அகதிகள் மாநாடு

83. *Raisina Dialogue* - ரைசினா உரையாடல்

84. *Realistic Diplomacy* - யதார்த்தமான இராஜதந்திரம்

85. *Raw Materials* - மூலப்பொருட்கள்

86. *Space Technology* - விண்வெளி தொழில்நுட்பம்

87. *Sovereignty* - இறையாண்மை

88. *Shared Ethnicity* - பகிரப்பட்ட இனம்

89. *Self-Confiden* - தன்னம்பிக்கை

90. *Trade embargo* - வர்த்தக தடை

91. *Territorial Disputes* - பிராந்திய தகராறுகள்

92. *Territorial Integrity* - பிராந்திய ஒருமைப்பாடு

93. *Terrorism* - பயங்கரவாதம்

94. *United Progressive Alliance (UPA)* - ஐக்கிய முற்போக்குக் கூட்டணியும்

95. *United Arab Emirates* - ஐக்கிய அரபு நாடுகள்

96. *Unprecedented Scale* - முன்னோடியில்லாத அளவு

97. *Viceregal Representative* - துணை அதிபர் பிரதிநிதி

98. *Vaccine Diplomacy* - இராஜதந்திரம் தடுப்பூசி

99. *War-Ravaged Regions* - போரினால் அழிக்கப்பட்ட பகுதிகள்

100. *World Trade Regime* - உலக வர்த்தக ஆட்சி

கேள்வி-பதில்கள்

1. இந்தியாவின் அண்டை நாடுகள் எத்தனை?

    9 நாடுகள்

2. இந்தியாவுடன் கடல் எல்லைகளைப் பகிர்ந்து கொள்ளும் நாடுகள் எத்தனை?

    2

3. இந்தியாவுடன் நில எல்லைகளைப் பகிர்ந்து கொள்ளும் நாடுகள் எத்தனை?

    7

4. இந்தியா எங்கே அமைந்துள்ளது?

    ஆசியாவின் தெற்குப் பகுதி

5. இந்தியாவின் மிகச்சிறிய அண்டை நாடு எது?

    பூட்டான்.

6. ஐக்கிய நாடுகள் மனித உரிமைகள் கவுன்சிலில் இந்தியா எப்போது உறுப்பினராக சேர்ந்தது?

    ஜனவரி 2019

7. இந்தியாவையும் காத்மண்டுவையும் இணைப்பதற்கான 204 கி. மீ நீளமுள்ள எந்த இணைப்பை இந்தியா கட்டியுள்ளது?

    மகேந்திரா ராஜ் மார்க்.

8. இந்தியா நேபாள மொழியை அரசியலமைப்பின் எத்தனையாவது அட்டவணையில் சேர்த்துள்ளது?

8 அட்டவணை.

9. எந்த ஆற்றின் குறுக்கே ஒரு கூட்டு மின்சக்தி திட்டம் இந்தியா நேப்பாலத்தால் கட்டப்பட்டு வருகிறது?

சாரதா.

10. இந்தியா மற்றும் நேபாள அரசு கையெழுத்திட்டுள்ள மூன்று சகோதரி நகர் ஒப்பந்தங்கள்:

காத்மண்டு - வாரணாசி, லும்பினி - புத்தகயா, ஜனக்பூர் - அயோத்தி.

11. 1972 ஆண்டின் சிம்லா ஒப்பந்தத்தின் கீழ் இந்தியாவிற்கும் பாகிஸ்தானுக்கும் இடையே ஏற்றுக்கொள்ளப்பட்ட எல்லை எது?

ராட்கிளிஃப் கோடு.

12. இந்தியாவிற்கும் பாகிஸ்தானுக்கும் இடையே ஏற்றுக்கொள்ளப்பட்ட எல்லை ஆணையத்தின் தலைவராக இருந்தவர் யார்?

ராட்கிளிஃப்.

13. ராட்கிளிஃப் கோடு - தற்போது எவ்வாறு அழைக்கப்படுகிறது?

கட்டுப்பாட்டு கோடு.

14. இந்தியாவையும் இலங்கையும் பிரிக்கும் நிலசந்தி எது?

பாக்ஜலசந்தி.

15. இந்தியாவின் நாளந்தா பல்கலைக்கழகத் திட்டத்தில் ஒரு பங்குதாரராக உள்ள நாடு?

இலங்கை.

16. டெல்லி மெட்ரோ ரயில் எந்த நாட்டின் ஒத்துழைப்பில் உருவானது?

     ஜப்பான்.

17. சபஹார் ஒப்பந்தம் (முக்கூட்டு ஒப்பந்தம்) எந்த நாடுகளுக்கிடையே ஏற்படுத்தப்பட்டுள்ளது :

     இந்தியா, ஆப்கானிஸ்தான், ஈரான்

18. பிரிக்ஸ் அமைப்பின் தலைமையகம் அமைந்துள்ள இடம் எது?

     சீனா - ஷாங்காய்.

19. பிரிக்ஸ் என்ற சொல் உருவாக்கிய பிரிட்டிஷ் பொருளாதார நிபுணர்

     ஜிம் ஓ நேய்ல்.

20. Opec பெட்ரோலிய ஏற்றுமதி நாடுகளின் கூட்டமைப்பு எந்த நகரில் நிறுவப்பட்ட ஒரு அரசு அமைப்பாகும்?

     ஈராக்கின் பாக்தாத்.

21. Opec தலைமையகம் உள்ள இடம் எது?

     ஆஸ்திரியாவின் - வியன்னா.

22. இந்தியா எந்த அமைப்பில் உறுப்பினராக இல்லை -?

     ஏசியன் (Asean).

23. இந்தியா தனது மிக நீண்ட நில எல்லையைஎந்த நாட்டோடு பகிர்ந்து கொள்கிறது

     வங்காளதேசம்.

24. எத்தனை இந்தியாமாநிலங்கள் நேபாளத்துடன் தங்கள் எல்லையை பகிர்ந்து கொள்கின்றன

    5.

25. இரண்டாம் உலகப் போருக்குப் பிறகு உடனடியாக தொடங்கிய போர் எது?

    பனிப்போர்

26. இந்தியா தனது முதல் அணு ஆயுத சோதனையை இந்த ஆண்டில் நடத்தியது.

    1974

27. சார்க் அமைப்பின் தலைமையகம் எங்கு உள்ளது?

    காத்மாண்டு

28. சார்க் நிறுவப்பட்ட ஆண்டு:

    1985

29. Safta ஒப்பந்தம் நடைமுறைக்கு வந்தது:

    1 ஜனவரி 2006

30. முதல் சார்க் மாநாடு எங்கே நடைபெற்றது:

    டாக்கா

31. சிம்லா ஒப்பந்தம் கையெழுத்தானது எப்போது?

    1972

32. இந்திரா காந்தி மற்றும் சுல்பிகார் அலி பூட்டோ இடையே
    ___________ ஒப்பந்தம் கையெழுத்தானது?

    சிம்லா ஒப்பந்தம்

33. 1914 இல் கையெழுத்திடப்பட்ட சிம்லா ஒப்பந்தம் எதன்டன் தொடர்புடையது?

     திபெத்தின் நிலை

34. Nam நிறுவப்பட்டது 1961 இல் எந்த இடத்தில்?

     பெல்கிரேட்

35. 2012 ஆம் ஆண்டு நிலவரப்படி அணி சேரா இயக்கம் ஆனது __________ உறுப்பினர்களைக் கொண்டது

     120

36. 1965 இந்தியா-பாகிஸ்தான் போருக்குப் பிறகு இந்தியா மற்றும் பாகிஸ்தானுக்கு இடையே எந்த ஒப்பந்தம் கையெழுத்தானது

     தாஷ்கண்ட் ஒப்பந்தம்

37. எது பங்களாதேஷின் விடுதலையுடன் தொடர்புடையது:

     முக்தி பாஹினி

38. பாகிஸ்தானிடம் இருந்து வங்காளதேசம் விடுவிக்கப்பட்ட ஆண்டு............

     1971

39. சீனா தனது முதல் அணு வெடிப்பை இந்த ஆண்டில் நடத்தியது.

     1964

40. ஆயுதப் படைகளில் எது ஐக்கிய நாடுகளின் அமைதி காக்கும் நடவடிக்கைகளில் அதிக அளவில் பங்கேற்கிறது?

     பங்களாதேஷ்

41. இராணுவக் கூட்டணி உள்ள நாடு எது?

நேட்டோ

42. Uno நிறுவப்பட்ட இடம் எது?

சான் பிரான்சிஸ்கோ

43. Unoவின் முதல் பொதுச் செயலாளர் யார்?

ட்ரைக்வே பொய்

44. எது U. N. இன் நிறுவனம் இல்லை?

சர்வதேச செஞ்சிலுவைச் சங்கம்.

45. ஐரோப்பிய ஆணையத்தின் அலுவலகங்கள் எங்கே உள்ளன?

பிரஸ்ஸல்ஸ்

46. ___________ ஒப்பந்தம் 1993 இல் அதன் தற்போதைய பெயரில் ஐரோப்பிய ஒன்றியத்தை நிறுவியது

மாஸ்ட்ரிக்ட்

47. ஐரோப்பிய ஒன்றியம் ___________ இறையாண்மை கொண்ட நாடுகளைக் கொண்டது

27

48. ஆசியான் உருவாக்கப்பட்டது ஆண்டு எது?

1996

49. ஆசியானின் தலைமையகம்எங்கு உள்ளது?

ஜகார்த்தா

50. Iaea இன் தலைமையகம் ....
வியன்னா

51. இந்தியாவின் வெளியுறவுக் கொள்கையின் தலைமை வடிவமைப்பாளர் யார்?
ஜவஹர்லால் நேரு

52. இந்தியாவின் மூலோபாய அணுசக்திக் கட்டளை முறையாக நிறுவப்பட்ட ஆண்டு. எது?.
2003

53. இந்தியாவின் தேசிய பாதுகாப்பு கவுன்சில் (Nsc) யாரால் நிறுவப்பட்டது?
அடல் பிஹாரி வாஜ்பாய்

54. நாட்டின் அரசியல், பொருளாதாரம், எரிசக்தி மற்றும் மூலோபாய பாதுகாப்பு சச்சரவுகளை கவனிக்கும் அமைப்பு எது?
தேசிய பாதுகாப்பு கவுன்சில்

55. இந்தியாவின் முதல் தேசிய பாதுகாப்பு ஆலோசகர் யார்?
பிரஜேஷ் மிஸ்ரா

56. பாண்டுங் மாநாடு எப்போது நடைபெற்றது
1955

57. ஐ. நா பொதுச் சபையின் தலைவரான முதல் இந்தியர் யார்?
விஜய லட்சுமி பண்டிட்

58. . ஐ. நா பொதுச் சபையின் அலுவலகம் எங்கு உள்ளது?

நியூயார்க்

59. சார்க்கின் முக்கிய நோக்கம் என்ன?

பிராந்திய ஒத்துழைப்பு

60. ஐநா பாதுகாப்பு கவுன்சிலின் ஐந்து நிரந்தர உறுப்பினர்கள் யார்?

சீனா, பிரான்ஸ், யுஎஸ்எஸ்ஆர், இங்கிலாந்து மற்றும் அமெரிக்கா

61. சர்வதேச நீதிமன்றம் இங்கு அமைந்துள்ளது?

ஹேக்

62. சர்வதேச அணுசக்தி முகமையின் தலைமையகம் இங்கு அமைந்துள்ளது?

வியன்னா

63. Uno இன் முக்கிய உறுப்புகளின் எண்ணிக்கை?

5

64. பதினான்கு புள்ளிகள் என்பது எப்படி கூறப்பட்டன?

வெர்சாய்ஸ் மாநாடு

65. Un பாதுகாப்பு கவுன்சில் எத்தனை உறுப்பினர்களைக் கொண்டுள்ளது?

15

66. G-7 என்றால் என்ன?

ஏழு மேற்கத்திய தொழில்மயமான நாடுகளின் குழு

67. அமன் உல்லா கான் எதன் தலைவர்?

  ஜம்மு காஷ்மீர் விடுதலை முன்னணி

68. நிறவெறி என்பதுஎன்ன?

  இன பாகுபாடு கொள்கை

69. கியூபா ஏவுகணை நெருக்கடி நடந்தது எப்போது?

  1962

70. Wto உருவாக்கப்பட்டது எது?

  1995

71. சோவியத் ஒன்றியம் எபோது சிதைந்தது?

  1991 இல்

72. தேசங்களுக்கிடையில் அரசியல் என்ற நூலை எழுதியவர்:

  ஹான்ஸ். ஜே. மார்கெந்தாவ்

73. 1945 இல் ஐநா சாசனம் எங்கே பிரகடனப்படுத்தப்படது.?

  சான் பிரான்சிஸ்கோ

74. அணு ஆயுதங்கள் மற்றும் வெளியுறவுக் கொள்கை" என்ற புகழ்பெற்ற புத்தகத்தை எழுதியவர்:

  ஹென்றி கிஸ்ஸிங்கே

75. Ecosoc ஐநா சாசனத்தின் எந்த அத்தியாயத்தின் கீழ் நிறுவப்பட்டது?

  X

76. 1648-1945 காலகட்டத்தில் சர்வதேச உறவுகள் எப்படி வகைப்படுத்தப்பட்டன?

    பல துருவ அமைப்பு

77. சர்வதேச நீதிமன்றம் உருவாக்கப்பட்டது எப்போது?

    ஜூன் 26, 1945

78. உலக அரசியலில் உள்ள சிக்கல்கள் என்ற நூலை எழுதியவர்:

    கவின் பாய்ட்

79. இரண்டாம் உலகப் போர் தொடங்கியது எப்போது?

    செப்டம்பர் 1939

80. Mi-5 என்பது யாருடைய இரகசிய நிறுவனம்

    ப்ரிட்டன்

81. யார் முதல் அணுகுண்டை 1945 இல் பயன்படுத்தினார்:

    அமெரிக்கா

82. தேசியம் என்ற சொல் எந்த லத்தீன் வார்த்தையிலிருந்து பெறப்பட்டது:

    நாட்டியா‘

83. அமைதியான சகவாழ்வு‘ என்ற கருத்தை வழங்கியவர் யார்?

    நிகிதா குருசேவ்

84. பெரும் சக்திகளின் எழுச்சியும் வீழ்ச்சியும் இதன் வேலை என்று கூறியவர் யார்?

    ஒரு பால் கென்னடி

85. சார்க் பற்றிய யோசனை இவர்களின் யாரால் உருவானது?

ஜியா உர் ரஹ்மான்

86. எந்த ஆண்டு "லீக் ஆஃப் நேஷன்ஸ்" உருவாக்கப்பட்டது?

1920 கி. பி

87. முதல் ஹேக் மாநாட்டின் ஆண்டு என்ன?

1899 கி. பி

88. லீக் ஆஃப் நேஷன்ஸ் என்பது என்ன?

முதல் உலகப் போர்

89. நிரந்தர அமைதி ஒரு தத்துவ ஓவியம்' என்ற புத்தகத்தினை எழுதியவர்

இம்மானுவேல் கான்ட்

90. முதல் உலகப் போர் தொடங்கிய ஆண்டு எது?

1914

91. அமைதிக்கான பதினான்கு புள்ளிகள் என்பாத்து யாரால் உருவானது?

உட்ரோ வில்சன்

92. ஐக்கிய நாடுகள் அமைப்பு எப்படி மாற்றப்பட்டது

லீக் ஆஃப் நேஷன்ஸ்

93. ஒவ்வொரு ஆண்டும் எந்த நாள் ஐ. நா. தினமாக கொண்டாடப்படுகிறது?

அக்டோபர் 24

94. கியோட்டோ நெறிமுறை ஆண்டு கையெழுத்தானது

1997

95. கியோட்டோ நெறிமுறை எதனுடன் தொடர்புடையது
உலக வெப்பமயமாதல்

96. 'ப்ளூ ஹெல்மெட்' என்பது எதைக் குறிக்கிறது?
ஐநா அமைதி காப்பாளர்கள்

97. Ecosoc-ல் எத்தனை உறுப்பினர்கள உள்ளனர்?
54

98. Utrecth உடன்படிக்கை கையெழுத்தானது எப்போது?
1713

99. வெஸ்ட்பாலியா ஒப்பந்தம் எந்த ஆண்டு கையெழுத்தானது?
1648

100. Imf என்பது என்ன?
சர்வதேச நாணய நிதியம்

101. Imf எந்த ஆண்டு நிறுவப்பட்டது?
1947

102. Unicef எந்த ஆண்டு நிறுவப்பட்டது?
1946

103. Unicef இன் தலைமையகம். எங்கு உள்ளது?
நியூயார்க்

104. எந்த நாடு 'வணிக ஆயுத பரிமாற்ற (Cat) கொள்கையை'
அறிமுகப்படுத்தியுள்ளது?
அமெரிக்கா

105. புகோட் கர்னாலி நீர்மின் திட்டம் எந்த நாட்டுடன் தொடர்புடையது?

நேபாளம்

106. மகளிர் தினத்தன்று வெளியிடப்பட்ட ஐக்கிய நாடுகள் சபையின் அறிக்கையின்படி, பெண்களை மிகவும் ஒடுக்கும் நாடு எது?

ஆப்கானிஸ்தான்

107. எந்த நாட்டின் தூதரகம் அடல் இன்னோவேஷன் மிஷனுடன் இணைந்து 'She Stem நிகழ்வை' ஏற்பாடு செய்தது?

ஸ்வீடன்மேற்கு

108. வரிகள் இடைநிலை' என்ற சொல் எதனுடன் தொடர்புடையது?

கச்சா எண்ணெய்

109. "இரண்டு மாநில தீர்வு" என்ற சொல் எதனுடன் தொடர்புடையது?

இஸ்ரேல்

110. சமீபத்தில் செய்திகளில் வெளியான ∴போர்டலேசா பிரகடனம், விவகாரங்களுடன் தொடர்புடையது எது?

பிரிக்ஸ்

111. எந்த அமெரிக்க ஜனாதிபதி மனித உரிமைகளை அமெரிக்க வெளியுறவுக் கொள்கையின் முக்கிய இலக்காகக் கொண்டார்:

ஜிம்மி கார்ட்டர்

112. தாராளமயத்திற்கு எதிரான இயக்கமாக சர்வதேச உறவுகளுக்கு எந்த அணுகுமுறை அறிமுகப்படுத்தப்பட்டது?

யதார்த்தவாதம்

113. இந்தியாவின் வெளியுறவுக் கொள்கையின் தந்தையாகக் கருதப்படுகிறார்.

ஜவஹர்லால் நேரு

114. கராச்சி ஒப்பந்தம் எந்த ஆண்டு கையெழுத்தானது.?

1949 ஆம்

115. லாகூர் பிரகடனம் எந்த ஆண்டு கையெழுத்தானது?

21 பிப்ரவரி 1999

116. சிம்லா ஒப்பந்தம் எந்த ஆண்டு இந்தியாவிற்கும் பாகிஸ்தானுக்கும் இடையில் கையெழுத்திடப்பட்ட

2 ஜூலை 1972

117. மியான்மர் நாடாளுமன்றத்தின் பெயர் என்ன?

பிரதிநிதிகள் சபை

118. மியான்மரின் நாணயம் என்ன?

கியாட்

119. நேபாள பாராளுமன்றத்தின் பெயர் என்ன?

தேசிய சட்டமன்றம்

120. நேபாள நாடாளுமன்றத்தில் எத்தனை உறுப்பினர்கள் உள்ளனர்?

275

121. பங்களாதேஷ் பாராளுமன்றத்தின் பெயர் என்ன?

ஜாதியோ ஷாங்சாத்

122. பூடான் பாராளுமன்றத்தின் பெயர் என்ன?

ஷோக்டு

123. பூடான் நாடாளுமன்றத்தில் எத்தனை உறுப்பினர்கள் உள்ளனர்?

25

124. இலங்கை நாடாளுமன்றத்தின் பெயர் என்ன?

ஜனநாயக சோசலிச குடியரசு

125. பாகிஸ்தான் பாராளுமன்றத்தின் பெயர் என்ன?

தேசிய சட்டமன்றம்

126. பாகிஸ்தான் நாடாளுமன்றத்தில் எத்தனை உறுப்பினர்கள் உள்ளனர்?

342

127. வடக்கு அட்லாண்டிக் ஒப்பந்த அமைப்பு எப்போது (நேட்டோ) கையெழுத்திட்டது?

04 ஏப்ரல் 1949

128. மனித உரிமைகளுக்கான உலகளாவிய பிரகடனம் கையெழுத்திடப்பட்ட ஆண்டு?

1948

129. வெர்சாய்ஸ் அமைதி மாநாடு எப்போது நடைபெற்றது

1919

130. எந்த ஐக்கிய நாடுகள் சபை சுற்றுச்சூழல் பிரச்சனைகளை கையாள்கிறது?

    Uneo

131. ஜெர்மனி, இத்தாலி மற்றும் ஜப்பான் Ww-li இல் அரசியல் மற்றும் இராணுவ நட்பு நாடுகளாக இருந்தன

    A. அச்சு சக்திகள்

132. ருவாண்டா இனப்படுகொலை நடந்த காலம் எது?

    100 நாட்கள்

133. ருவாண்டா டுட்ஸி இனத்தை கொன்றது யார்?

    ஹூடு

134. ஐக்கிய நாடுகள் சபையின் முதல் அமைதி காக்கும் பணி எங்கு அனுப்பப்பட்டது?

    இந்திய - பாகிஸ்தான் மோதல்

135. சர்வதேச நீதிக்கான நிரந்தர நீதிமன்றம் (Pcij) யாரால் உருவாக்கப்பட்டது?

    உலக நாடுகள் சங்கம்

136. இஸ்லாமிய மாநாட்டு அமைப்பு (Oic) உருவாக்கப்பட்டது எப்போது?

    1969

137. இந்திய அரசியலமைப்பின் 51வது பிரிவு இது தொடர்பாக சில விதிகளை வகுத்துள்ளது:

    சர்வதேச அமைதி மற்றும் பாதுகாப்பை மேம்படுத்துதல்.

138. Nam இன் முதல் உச்சி மாநாடு பெல்கிரேடில் எந்த ஆண்டு நடைபெற்றது?

     செப்டம்பர் 1961

139. அணிசேரா இயக்கத்தின் சிற்பி யார்?

     ஜவஹர்லால் நேரு

140. இந்தியாவுக்கும் சீனாவுக்கும் இடையே பஞ்சசீல் ஒப்பந்தம் எப்போது கையெழுத்தானது?

     29 ஏப்ரல் 1954 அன்று

141. சிந்து நதி நீர் ஒப்பந்தம் யார் யார் இடையே கையெழுத்தானது?

     நேரு & அயூப் கான்

142. இந்தியா எப்போத்து முதல் அணுகுண்டு வெடிப்பு நடத்தியது?

     மே, 1974

143. இந்தியா எப்போது அணு ஆயுத சோதனைகளை நடத்தியது?

     மே 1998

144. எந்த ஆண்டு Nptயின் காலவரையின்றி நீட்டிப்பை இந்தியா எதிர்த்தது.

     1995 இல்

145. அணுசக்தியை இதற்கு மட்டுமே பயன்படுத்த வேண்டும் என்ற கொள்கையில் இந்தியா உறுதியாக இருந்தது.

     அமைதியான நோக்கம்

146. ஐரோப்பிய ஒன்றியத்தின் (Eu) தலைமையகம் இங்கு அமைந்துள்ளது:

    பிரஸ்ஸல்ஸ் (பெல்ஜியம்)

147. G-77 உச்சிமாநாடு ஒரு-------- ஒத்துழைப்பு ஆகும்.

    வடக்கு-தெற்கு

148. ஐக்கிய நாடுகள் சபையில் இந்தியா எப்போது இணைந்தது?

    1945

149. சர்வதேச தொழிலாளர் அமைப்பின் தலைமையகம் இங்கு அமைந்துள்ளது

    ஜெனீவா

150. யாருடைய தகனம் செய்யப்பட்ட இடம் "சக்தி ஸ்தல்" என்று பெயரிடப்பட்டது?

    இந்திரா காந்தி

ஐஏஎஸ் ஐபிஎஸ் டிஎன்பிஎஸ்சி நெட் தேர்வுகளில் வெற்றிபெற பயிற்சி முறைமைகள்

+2 முடித்துவிட்டு இளங்கலை பட்டபடிப்பு படிப்பவர்களுக்கும், இளங்கலை முடித்துவிட்டு முதுகலை தொடர்பவர்களுக்கும் உடனடியாக வேலைக்கு செல்ல ஐஏஎஸ் ஐபிஎஸ் மற்றும் டிஎன்பிஎஸ்சி தேர்வுகளுக்கு தயார் செய்வதின் மூலம் வேலை வாய்ப்புகள் பெறுவதற்கு வாய்ப்புகள் அதிகம் உள்ளது. ஒரே விஷயம், படிக்கின்ற காலத்திலேயே பயிற்சி வழிமுறைகளை பின்பற்றுவதின் மூலம் நமக்கு கிடைக்க இருக்கக்கூடிய வேலைகளை நாம் உறுதிபடுத்திக்கொள்ளலாம், தொழில்முறைகல்வி படிப்பவர்களுக்கு ஏதாவது ஒரு வேலை உறுதியாக அமைய வாய்ப்பு அதிகம் காணப்படுகிறது. ஆனால் கலை மற்றும் அறிவியல் படிப்பவர்களுக்கு இந்த வாய்ப்புகள் மிக அரிது. ஆனாலும் தொழில்முறைகல்வி படிப்பவர்களும் போட்டித் தேர்வுகளில் அதிக கவனம் செலுத்தி பாஸ் செய்து விடுவது குறிப்பிடத்தக்கது. மூன்று ஆண்டுகளோ(அ)இரண்டு ஆண்டுகளோ பட்டபடிப்பு/முதுகலை பட்டபடிப்பு படிக்கின்ற காலத்திலேயே முழு மூச்சாக இத்தேர்வுகளுக்கு பயிற்சி செய்யும் பட்சத்தில் கண்டிப்பாக பட்டபடிப்பு முடித்த கையோடு நாம் வேலைக்கு செல்லலாம்.

ஐஏஎஸ் ஐபிஎஸ் தேர்வுகள் ஒவ்வொரு வருடமும் ஜூலை-ஆகஸ்ட் மாதங்களில் நடத்தபடுகிறது. மூன்று நிலைகளில்

தேர்வுகள் நடத்தப்பட்டு முறையே முதன்மை தேர்வு, பிரதான தேர்வு மற்றும் நேர்காணல் ஆகியவைகளில் போட்டியாளர்களின் திறன் பரிசோதிக்கபடுகின்றன. பின் அவரவர்களின் மதிப்பெண்களுக்கு ஏற்ப ஐஏஎஸ், ஐபிஎஸ் என 23 பிரிவுகளில் பணிகள் வழங்கப்படுகின்றன. டிஎன்பிஎஸ்சி குரூப்-I தேர்வுகளும் ஆட்தேவைக்கு ஏற்ப இப்போது அடிக்கடி விண்ணப்ப அழைப்பு செய்யபடுகிறது.

யூபிஎஸ்சி- யால்நடத்தபடுகிற ஐஏஎஸ், ஐபிஎஸ் தேர்வும் டிஎன்பிஎஸ்சி -யால் நடத்தபடுகிற குரூப் தேர்வுகளும் பொது அறிவையும், மூளைத் திறன் சார்ந்த கேள்விகளைத்தான் அதிகம் உள்ளடக்கி இருக்கின்றன. உலகத்தின் பல்வேறுபட்ட நிகழ்வுகளையும், நிகழ்ந்தவைகளையும் நீங்கள் எவ்வளவு தூரம் புரிந்து வைத்துள்ளீர்கள் என்பதை சோதிப்பதற்காகவே பொது அறிவு கேள்விகள் கேட்கபடுகின்றன. மேலும் ஒரு குறிப்பிட்ட சூழ்நிலையில் உங்கள் பணியில் நீங்கள் எவ்வளவு வேகமாகவும், சாமர்த்தியமாகவும் செயல்படுகிறீர்கள் என்பதை சோதிப்பதற்காகவே லாஜிக் சம்பந்தப்பட்ட கேள்விகள் கேட்கபடுகிறது. பொது மூளைத் திறன் சம்பந்தப்பட்ட கேள்விகளுக்கு என்று பிரத்தியோகமாக புத்தகங்களும், கடந்த வருட பரீட்சைகளில் கேள்வி- பதில்களோடு நிறையவே கிடைக்கின்றன. இணையத்தளங்களிலும் சம்பந்தப்பட்ட கேள்வி-பதில்கள் வழிமுறைகளோடு பதிவிறக்கம் செய்யும் வகையில் அதிகம் காணப்படுகின்றன.

லாஜிக் கேள்விகளை சாதாரணமாக எடைபோடுவது தவறு. தினமும் இதற்கென்று நேரம் ஒதுக்கி பயிற்சி செய்வது அவசியம். செமி தாள்கள் நிறைய வாங்கி ஒவ்வொரு மாதிரி கேள்விகளையும் விடாமல் பயிற்சி செய்து பார்க்கவும். அதிகாலை நேரம் மூளை திறன் கேள்விகளுக்கு பயிற்சி செய்வது உகந்த நேரம். ஒவ்வொரு நாளும் அதிகாலை 3 மணி நேரம் இதற்கென்று செலவிடுவது அவசியமாகிறது.

பொது அறிவுக்கென்று ஆண்டுப் புத்தகம் நிறையவே கிடைக்கிறது. அறிவியல், உலக வரலாறு, உலக புவியியல், இந்திய வரலாறு, பொருளாதாரம், சமூக அவலங்கள், இந்திய அரசியல், தேசிய நிகழ்வுகள், பன்னாட்டு நிகழ்வுகள், சுற்றுப்புற சூழ்நிலையியல், போன்றவை இதில் அடக்கமாகும். இவை எல்லாவற்றையும் உள்ளடக்கிய அடிப்படை தகவல்களும், கோட்பாடுகளும் என்சிஇஆர்டி(NCERT) புத்தகங்களில் பொதிந்திருக்கின்றன. இவ்வகை புத்தகங்கள் அனைத்துமே இணையதளத்திலிருந்து இலவசமாக ஆக பதிவிறக்கம் செய்து பயன்பெறலாம்..

பொது அறிவு பாடங்களை ஒவ்வொரு நாளும் ஒவ்வொரு பாடத்திற்கும் அரை மணிநேரம் ஒதுக்கி குறிப்பெடுத்து படிப்பது அவசியம். மேற்குறிப்பிட்ட ஒவ்வொரு பாடங்களுக்கும் ½ மணிநேரம் என்ற விகிதத்தில் கணக்கிடுகிறபோது 5 மணிநேர உழைப்பு அவசியமாகிறது. இந்த 5 மணிநேரத்தை சிறிது சிறிதாக உயர்த்துகிற பட்சத்தில் பரிட்சையில் வெற்றிக்கான தூரம் குறைவாகி இலக்கை நோக்கி நம் நம்பிக்கை நம்மை உயர்த்துவது நம் கண் முன்னே உறுதியாக தெரிய வரும்.

மேலும் எடுத்துமுடித்த குறிப்புகளை எப்போதும் கூடவே வைத்திருங்கள். கல்லூரியில் எப்போது நேரம் கிடைத்தாலும் திரும்ப திரும்ப அக்குறிப்புகளை வாசிக்கும்பட்சத்தில் பச்சை மரத்தில் அடித்ததுபோல மனதில் பதிந்துவிடும். ஒவ்வொரு கருத்தும், நிகழ்வும் படிக்கிறபோது அது சம்பந்தப்பட்ட அறிவு, விரிவாக்கம் அடைவதாக உணர்க.

ஒவ்வொரு நாளும் 250-லிருந்து 300 புறநிலை கேள்விகள் (objective questions)படிப்பது, பயிற்சிஆக்குவது நன்று. அதுபோல ஒவ்வொரு கேள்வி-பதிலுடன் நீங்கள் செலவிடுகிற நேரத்தை பொருத்து அது உங்கள் நினைவில் தங்குகிறது. புறநிலை கேள்விகள் படிப்பது சாயங்கால நேரத்தில் இருக்கட்டும். மனம் சுறுசுறுப்பாக இருக்கும் நேரத்தில் விரிவாக இருக்க கூடிய பாடங்களை படித்து குறிப்பு எடுப்பதை வழக்கமாக

கொள்ளுங்கள். ஒவ்வொரு கேள்வி-பதில் படிக்கின்றபோதும் உங்கள் வாழ்க்கையை நிர்ணயிக்கின்ற நேரமாக நினைத்து மகிழ்ச்சியுடன் படிக்க பழகவும்.

பயிற்சி காலத்தில் மிக முக்கியமான கடமை டைரி எழுதுவது. ஒவ்வொரு நாளும் எந்தெந்த பாடத்தை எப்போது படிக்க போகிறீர்கள் என்பதை காலையில் எழுந்தவுடன் டைரியில் எழுதிவிடவும். எடுத்துக்காட்டாக

மூளைத்திறன்: 4-7

செய்தித்தாள்கள்: 7.15-8.15

பொது அறிவியல்: 10-11

உலக வரலாறு: 11-12

உலக புவியியல்: 12-1

இந்திய பொருளாதாரம்: 2.30-3.30

இந்திய அரசியல்: 3.30-4.30

சுற்றுப்புற சூழ்நிலையியல்: 5-6

உலக பிரச்சினைகள்: 7-8

பயிற்சியை முடித்த பிறகு தினமும் உறங்கபோகும்முன் அன்று டைரியில் என்னென்ன வேலைகளை செயலாற்றி இருக்கிறீர்கள் என்பதை டிக் செய்யவும். டைரியை தினமும் விடாமல் எழுதும் பட்சத்தில் இலக்கை நோக்கிய பாதையில் நாம் எங்கிருக்கிறோம், இன்னும் எவ்வளவு தூரம் கடக்க வேண்டும் என்பது நமக்கு தெரியவரும். போட்டி தேர்வு எழுதுபவர்களுக்கு இப்பழக்கம் மிக அவசியம். கல்லூரிக் காலங்களில் மேற்கூறிய நேர அட்டவணையை தகுந்தாற்போல மாற்றிக்கொள்ளவும். நம் இலக்கை அடைவதற்கு நேரத்தை திருடுவது தவறு அல்ல.

செய்தித் தாள்களில் இருந்து அன்றாட நிகழ்வுகளை குறிப்பெடுத்து பதிவு செய்வது தினசரி கடமைகளில் ஒன்று ஆகும். எந்த தினசரி பத்திரிக்கை வரலாற்றோடு செய்திகளை ஆய்வு செய்து தருகிறதோ அந்த பத்திரிக்கை போட்டி தேர்வுகளுக்கு மிகவும் பயன்பாடாக இருக்கும். தேசிய நிகழ்வுகளுக்கும், பன்னாட்டு நிகழ்வுகளுக்கும் தனித்தனியே நோட்டுகளை வைத்து குறிப்பு எடுக்கவும். நேரம் கிடைக்கும் போதெல்லாம் குறிப்புகளை திரும்பத் திரும்ப வாசித்து கொண்டே இருப்பது பயிற்சியின் முக்கிய அங்கம்.

எந்த ஒரு நிகழ்வையும் (அ) கருத்தையும் படிக்குமுன் அது சார்ந்த கேள்விகளை நிறைய எழுப்பி எழுதி கொள்ளவும். உதாரணத்திற்கு சுற்றுப்புற சூழல் மாசுபடுதல்; ஓசோன் மண்டலம் பாழாதல்; பூமி வெப்பமடைதல்; பனிப்பாறைகள் உருகுதல்; கடல்நீர்மட்டம் உயருதல்; மக்களுக்கு ஆபத்து ஏற்படல். இதுபோல ஒவ்வொரு கருத்தையும் "ஏன்" என்ற கேள்விகளை எழுப்பி படிப்பதற்கு சாக்ரடியன் மாடல் (அ)டியாலேக்டிக்(Dialectic) முறைமை என்று பெயர். பின் இது சம்பந்தப்பட்ட புத்தகங்களை படிக்கும்போது சிறிது சிறிதாக பதில்கள் கிடைத்து தெளிவு பிறக்கும்.

பயிற்சி கால கட்டத்தில் மன இயல்பை எப்போதும் படித்ததை பற்றி மட்டுமே சிந்தித்துகொண்டும், தொடர்புபடுத்திக்கொண்டும் இருப்பது நன்று. உதாரணத்திற்கு ஒளிவிளக்கை பார்க்கின்றீர்கள்; உடனே இதை கண்டுபிடித்தது யார், எப்படி, எப்போது, எங்கே, பயன்கள் என்று மனதை ஒருமுகப்படுத்தி பயிற்சிக்கு உள்ளாக்குகிறபோது ஒவ்வொரு நாளும் நம்பிக்கை பெருக அதிக வாய்ப்பு உள்ளது.

பொது அறிவு வினாக்களை பொருத்தவரை ஒவ்வொரு நிகழ்வையும் (அ)கருத்தையும் பற்றி 10-லிருந்து 15 அடுக்கு தகவல்களை குறிப்பெடுப்பது அவசியமும் போதுமானதுமாக இருக்கிறது. எடுத்துக்காட்டாக காந்தியை பற்றி படிக்கின்றீர்கள். காந்தி தெற்கு ஆப்ரிக்காவிலிருந்து திரும்பிய ஆண்டு;

இந்திய தேசிய காங்கிரஸில் பங்கு; மாண்டேகு-செம்ச்போர்ட் சீர்திருத்தங்கள்; மத பிரதிநிதித்துவம்; ஜாலியன்வாலாபாக் படுகொலை; ஒத்துழையாமை இயக்கம்; சட்ட மறுப்பு இயக்கம்; வட்ட மேஜை மாநாடுகள்; காந்தி-இர்வின் ஒப்பந்தம்; உப்பு சத்யாகிரகம்; வெள்ளையனே வெளியேறு இயக்கம்; கிரிப்ஸ் மிசன்; நேரு-காந்தி; பட்டேல்-காந்தி, அம்பேத்கர்-காந்தி; நடப்பு உலகில் காந்தியாவாதம். மேற்கூறியது போல படிக்கின்ற அத்துனை விஷயத்திற்கும் 15-அடுக்கு தகவல் சேகரிப்பு மற்றும் குறிப்பெடுத்தல், ஊர்ஜிதமாக உங்கள் வெற்றியை உறுதிப்படுத்துகிறது.

திரும்ப திரும்ப பொது அறிவு பாடங்களை படிப்பது நாம் மறந்து போகாமல் இருப்பதற்கு வழிவகுக்கிறது.

இவை யாவையும் தாண்டி இந்த நிமிடம், இந்த வேளையில் நம் இலக்கினை நோக்கி நாம் என்ன செய்யலாற்றிக்கொண்டிருக்கிறோம் என்ற விழிப்புணர்வும், ஆத்ம ரீதியான உழைப்புமே நம்மை இவ்வகையான தேர்வுகளில் வெற்றிபெற செய்யும்.